한 번에 끝!

OPIc

한국어 for Vietnamese

초 판 인 쇄	2022년 07월 01일
초 판 2 쇄	2022년 12월 01일

지 은 이	황선화, 딘티리번
감 수	김현정
펴 낸 이	임승빈
편 집 책 임	정유항, 김하진
편 집 진 행	이승연
디 자 인	다원기획
마 케 팅	염경용, 이동민, 이서빈

펴 낸 곳	ECK북스
주 소	서울시 마포구 창전로2길 27 [04098]
대 표 전 화	02-733-9950
팩 스	02-6394-5801
홈 페 이 지	www.eckbooks.kr
이 메 일	eck@eckedu.com
등 록 번 호	제 2020-000303호
등 록 일 자	2000. 2. 15

I S B N	979-11-6877-017-1
정 가	20,000원

＊ ECK북스는 (주)이씨케이교육의 도서출판 브랜드로, 외국어 교재를 전문으로 출판합니다.

＊ 이 책의 모든 내용, 디자인, 이미지 및 구성의 저작권은 ECK북스에 있습니다.

＊ 출판사와 저자의 사전 허가 없이 이 책의 일부 또는 전부를 복제, 전재, 발췌하면 법적 제재를 받을 수 있습니다.

＊ 잘못된 책은 구입하신 서점에서 교환해 드립니다.

한 번에 끝! OPIc
한국어 for Vietnamese

− 황선화, 딘티리번(Đinh Thị Lý Vân) 지음 −

ECK Books

Lời mở đầu của tác giả

(지은이의 말)

Trong bối cảnh giao lưu kinh tế và văn hóa giữa Hàn Quốc và Việt Nam trở nên sôi động; mối quan hệ hợp tác kinh tế tích cực và hữu nghị giữa hai nước được tiếp diễn, nhu cầu học tiếng Hàn Quốc của người Việt Nam không ngừng tăng lên. Đặc biệt, làn sóng Hàn Quốc tại Việt Nam đang nổi lên trong giới trẻ và ngày càng có nhiều người học tiếng Hàn Quốc để hiểu thêm về các nội dung văn hóa đa dạng liên quan đến Hàn Quốc.

Nhiều người học đang chuẩn bị cho kỳ thi OPIc tiếng Hàn Quốc với nhiều mục đích khác nhau như tìm việc, học lên cao, nhưng đang gặp khó khăn là không có nhiều giáo trình và tài liệu liên quan do cuộc thi này được tổ chức chưa lâu. Vì vậy, với hy vọng rằng người học có thể chuẩn bị cho cuộc thi một cách hiệu quả, chúng tôi đã tham dự cuộc thi nhiều lần và phân tích các câu hỏi được ra đề và viết quyển sách 「한 번에 끝! OPIc 한국어 for Vietnamese」này.

「한 번에 끝! OPIc 한국어 for Vietnamese」bao gồm phương pháp chọn hạng mục trong Background Survey một cách chiến lược, các mẹo và bí quyết đạt điểm cao cho mỗi chủ đề cũng như các câu hỏi dự kiến có tần suất ra đề cao và nội dung trả lời mẫu dành cho những người học đang chuẩn bị cho kỳ thi OPIc ở trình độ IL~IM. Nếu các bạn học những ngữ pháp và cách diễn đạt mà người Hàn Quốc sử dụng nhiều trong đời sống hàng ngày và từ đó chuẩn bị câu trả lời cho riêng mình, bạn sẽ có thể đạt được kết quả tốt.

Cuối cùng, chúng tôi xin gửi lời cảm ơn đến Giám đốc Lim Seung-bin của công ty ECK Education đã cho chúng tôi cơ hội xuất bản quyển sách này; tổng biên tập Lee Seung-yeon đã giúp chúng tôi rất nhiều trong việc biên tập sách và cô Kim Hyun-jung đã dành thời gian tham gia hiệu đính tiếng Hàn Quốc giúp chúng tôi.

Tác giả **Hwang Seonhwa, Đinh Thị Lý Vân**

한국과 베트남 간의 경제, 문화 교류가 활발해지고 양국 간의 우호적인 경제 협력 관계가 지속되고 있는 상황에서 베트남 사람들이 한국어를 학습하는 수요는 지속해서 늘어나고 있습니다. 특히 베트남에서의 한류 열풍은 젊은 층에서 부각되고 있으며, 한국에 대한 다양한 문화 콘텐츠를 더 알기 위해 한국어를 배우는 학습자들도 계속해서 많아지고 있습니다.

학습자들은 취업, 진학 등 다양한 목적으로 OPIc 한국어 시험을 준비하고 있지만 시험이 도입된 지 얼마 되지 않기 때문에 관련 교재 및 자료가 많지 않다는 어려움을 겪고 있습니다. 따라서 학습자들이 효과적으로 시험을 준비할 수 있었으면 하는 바람으로, 직접 여러 번 시험에 응시하고 출제되는 문제들을 분석하여 「한 번에 끝! OPIc 한국어 for Vietnamese」 교재를 집필하게 되었습니다.

「한 번에 끝! OPIc 한국어 for Vietnamese」 교재는 IL~IM 레벨의 시험을 준비하는 학습자들을 위해, Background Survey를 전략적으로 선택하는 방법 및 주제별 고득점 꿀팁들과 노하우 그리고 출제 빈도 높은 예상 질문과 모범 답변들이 수록되어 있습니다. 한국인이 일상생활에서 많이 사용하는 문법과 표현을 학습하여 본인만의 답변을 준비한다면 좋은 성과가 나올 수 있을 것입니다.

끝으로, 본 교재를 출판할 수 있는 기회를 주신 ECK교육 임승빈 대표님과 관계자분들을 비롯하여 편집에 많은 도움을 주신 이승연 실장님, 한국어 검수에 참여해 주신 김현정 선생님께 감사의 인사를 전합니다.

저자 **황선화, 딘티리번**

Bố cục và đặc điểm của quyển sách này

(이 책의 구성과 특징)

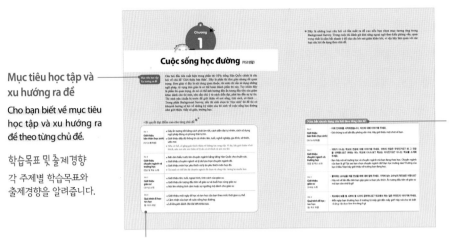

Mục tiêu học tập và xu hướng ra đề

Cho bạn biết về mục tiêu học tập và xu hướng ra đề theo từng chủ đề.

학습목표 및 출제경향

각 주제별 학습목표와 출제경향을 알려줍니다.

Nắm bắt nhanh dạng câu hỏi theo từng chủ đề

Những câu hỏi tiêu biểu theo từng chủ đề học được tổng hợp tại đây để bạn có thể dễ dàng xem được.

주제별 질문 유형 한눈에 파악하기

본문에서 학습할 각 주제별 대표 질문들을 한눈에 볼 수 있도록 제시합니다.

Bí quyết đạt điểm cao cho từng chủ đề

Tổng hợp các bí quyết để đạt điểm cao theo từng chủ đề, cho biết thứ tự trả lời mang tính hệ thống và các điểm trọng tâm.

주제별 고득점 꿀팁

주제별 고득점을 위한 꿀팁으로, 체계적인 답변 순서와 핵심 포인트 등을 알려줍니다.

Combo câu hỏi cơ bản (콤보 기초 편)

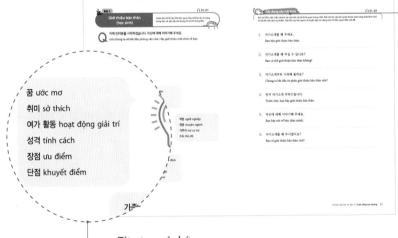

꿈 ước mơ
취미 sở thích
여가 활동 hoạt động giải trí
성격 tính cách
장점 ưu điểm
단점 khuyết điểm

직업 nghề nghiệp
전공 chuyên ngành
거주지 nơi cư trú
수도 thủ đô

가족

Các dạng câu hỏi khác

Đây là phần cung cấp cho bạn các dạng câu hỏi khác nhau theo chủ đề. Càng nắm bắt nhanh câu hỏi, bạn càng có thể bình tĩnh trả lời nội dung đã chuẩn bị mà không bị bối rối, vì thế hãy nghe nhiều lần file MP3 câu hỏi do người Hàn Quốc ghi âm.

다양한 질문 유형

주제에 맞는 다양한 유형의 질문들을 보여줍니다. 질문을 빠르게 파악할수록 당황하지 않고 준비했던 내용을 침착하게 답변할 수 있으므로 한국인이 녹음한 MP3를 반복해서 들어 봅니다.

Từ vựng gợi nhớ

Phần này giúp bạn nhớ lại các từ vựng trọng tâm liên quan đến chủ đề trước khi trả lời câu hỏi đã nghe để có thể trả lời một cách logic và hệ thống.

핵심 어휘 떠올리기

문제를 듣고 답변하기 전, 주제에 관한 핵심 어휘를 떠올려 논리적이고 체계적인 답변을 할 수 있도록 도와줍니다.

Câu trả lời theo cấu trúc trọng tâm

Chúng tôi chia trình tự trả lời theo từng cấu trúc trọng tâm một cách hệ thống và đưa ra những phần bạn có thể thay vào câu trả lời của mình.

핵심 구조별 답변

핵심 구조별 답변 순서를 체계적으로 나누어 주고, 대체 가능한 부분을 알려줍니다.

Hãy tạo thử nội dung!

Là không gian bạn có thể tạo ra câu chuyện của riêng mình để trả lời câu hỏi, dùng cách diễn đạt có thể ứng dụng và điền tự do vào chỗ trống.

만들어 보세요!

질문에 대한 나만의 스토리를 만들 수 있는 공간으로, 응용 표현을 이용해서 자유롭게 빈칸을 채워 봅니다.

Từ vựng

Là phần cho bạn biết những từ vựng đa dạng xuất hiện trong bài trả lời.

단어

본문에 나오는 다양한 단어를 알려 줍니다.

Cách diễn đạt có thể ứng dụng

Đưa ra những cách diễn đạt bạn có thể ứng dụng vào chỗ trống.

응용 표현들

빈칸에 바로 적용할 수 있는 응용 표현을 제시합니다.

Ngữ pháp

Bạn hãy học ngữ pháp cơ bản và hình thái cấu trúc. Thông qua phần này, khả năng diễn đạt tự nhiên và tạo câu của bạn sẽ tiến bộ hơn.

문법 익히기

기초 문법과 구조 형태 등을 학습합니다. 자연스러운 표현과 언어 구사 능력이 올라 갑니다.

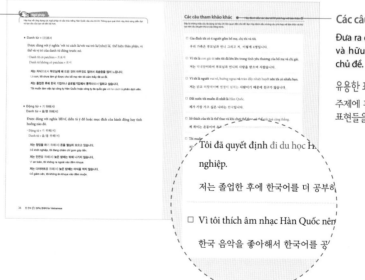

Các câu tham khảo khác

Đưa ra các câu văn đa dạng và hữu ích liên quan đến chủ đề.

유용한 표현사전

주제에 관한 다양하고 유용한 표현들을 보여줍니다.

Bố cục và đặc điểm của quyển sách này

(이 책의 구성과 특징)

Combo câu hỏi ứng dụng (콤보 응용 편)

Câu trả lời mẫu

Đưa ra những bài trả lời mẫu đa dạng về câu hỏi combo theo chủ đề.

모범 답변

주제에 맞는 콤보형 질문에 대한 다양한 모범 답변을 보여줍니다.

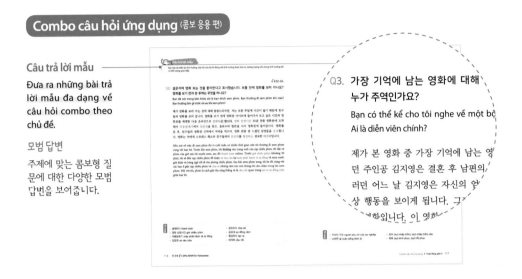

Roleplay 10 (롤플레이 10)

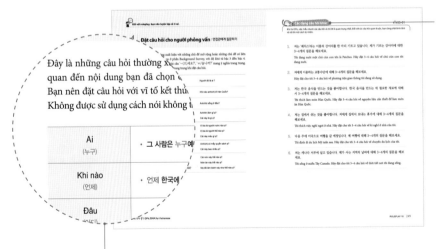

Các dạng câu hỏi khác

Bạn hãy thử làm quen và học đi học lại nhiều dạng câu hỏi đa dạng liên quan đến chủ đề.

다양한 질문 유형

주제에 대한 다양한 질문 유형들을 반복해서 익히고 학습해 보세요.

Giải thích câu hỏi của chủ đề

Gồm những câu hỏi Roleplay có tần suất ra đề cao và đưa ra hướng dẫn trọng tâm cho phần Roleplay. Bạn hãy tham khảo nội dung hướng dẫn và tạo câu trả lời.

주제 문항 설명

출제 빈도가 높은 롤플레이 문항들로 구성되어 있으며, 롤플레이를 위한 핵심 가이드를 제시해 줍니다. 가이드 내용을 참고해서 답변을 구성해 보세요.

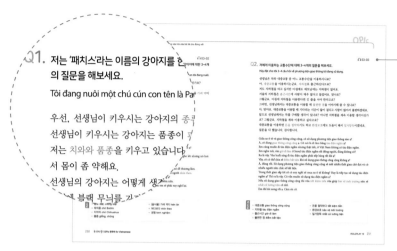

Câu trả lời mẫu

Đưa ra câu trả lời mẫu cho các câu hỏi có tần suất ra đề cao thuộc các chủ đề đa dạng. Bạn hãy thử luyện tập đóng vai cho phù hợp với tình huống giả tưởng được đưa ra.

모범 답변

출제 빈도가 높은 문항들로, 다양한 주제별 모범 답변을 보여줍니다. 제시된 가상의 상황에 맞게 상황극을 연습해 보세요.

Câu hỏi đột xuất 10 (돌발 질문 10)

Câu trả lời mẫu

Đưa ra câu trả lời mẫu cho các câu hỏi đa dạng có tần suất ra đề cao, xuất hiện đột xuất không liên quan đến các chủ đề mà bạn đã chọn. Bạn hãy thử chuẩn bị trước để không bị bối rối dù câu hỏi không liên quan đến chủ đề đã chọn.

모범 답변

출제 빈도가 높은 문항들로, 주제와 관계없는 돌발 질문에 대한 다양한 질문의 모범 답변을 보여줍니다. 연관성 없는 질문이라도 당황하지 않도록 미리 준비해 보세요.

Phương pháp tải file MP3 (MP3 다운로드 방법)

Có thể tải miễn phí file MP3 của giáo trình này ở trang **www.eckbooks.kr.**
Quét mã QR để di chuyển đến trang tải xuống.

본 교재의 MP3 파일은 www.eckbooks.kr에서 무료로 다운로드 받을 수 있습니다.
QR 코드를 찍으면 다운로드 페이지로 이동합니다.

| Contents |

////////////////////////////////////

Combo câu hỏi cơ bản (콤보 기초 편)

1. Cuộc sống học đường (학교생활)

2. Cuộc sống công sở (직장 생활)

3. Giới thiệu gia đình và hàng xóm (가족 및 이웃)

Combo câu hỏi ứng dụng (콤보 응용 편)

Roleplay 10 (롤플레이 10)

Câu hỏi đột xuất 10 (돌발 질문 10)

● Bí quyết thi OPIc thành công
OPIc 합격을 위한 노하우

I. Chuẩn bị hoàn hảo phần 'Tự giới thiệu' thật tự nhiên bằng bài tự thuật mang tính logic
논리적 서술로 자연스러운 '자기소개' 완벽 대비

2. Hướng dẫn chọn Background Survey mang tính chiến lược
Background Survey를 전략적으로 선택하기 위한 길잡이

3. Tổng hợp câu trả lời mẫu theo cấp IL-IM để giải quyết các câu hỏi combo
콤보 문제 해결을 위한 IL~IM 등급 모범 답변 수록

4. Hướng dẫn chuẩn bị Roleplay
롤플레이(Roleplay) 한 번에 준비하기

● Bí quyết phát âm tiếng Hàn Quốc
한국어 발음 노하우

I. Quy tắc trọng tâm trong phát âm tiếng Hàn Quốc
한국어 발음 핵심 규칙

2. TIP phát âm dành cho người học là người Việt Nam
베트남 학습자를 위한 발음 TIP

한 번에 끝!

OPIc

한국어 for Vietnamese

OPIc là gì?

OPIc là bài đánh giá khả năng nói ngoại ngữ phù hợp với thí sinh theo phương thức phỏng vấn ảo 1:1 được tiến hành thông qua máy tính, đo lường mức độ sử dụng ngoại ngữ hiệu quả và phù hợp trong đời sống thực tế.

Bài kiểm tra OPIc đưa ra câu hỏi dựa trên chủ đề phù hợp với lĩnh vực quan tâm của thí sinh thông qua khảo sát cá nhân. Ngoài ra, đây cũng là bài đánh giá phù hợp với trình độ của thí sinh vì thí sinh có thể tự chọn độ khó của câu hỏi. Đây là hình thức đánh giá tương đối tự do, thí sinh chỉ cần hoàn thành phần thi trong thời lượng giới hạn (40 phút) mà không bị giới hạn thời gian cho từng câu hỏi. Vì vậy, thí sinh có thể điều chỉnh thời gian trả lời và có thể nghe lại một lần nữa nếu không nghe được câu hỏi. Thêm vào đó, đây là hình thức đánh giá có lợi cho thí sinh vì có thể điều chỉnh lại độ khó của câu hỏi ở giữa bài thi.   [* Áp dụng khi thi ở Hàn Quốc]

Các bậc đánh giá OPIc

Cấp (level)		Nội dung
Advanced	**AL** (Advanced Low)	Có thể trả lời hoàn hảo và tự nhiên, trò chuyện và thảo luận tự do về chủ đề. Có thể sử dụng nhiều từ vựng đa dạng để nói những điều còn thiếu sót, có thể giải thích và trả lời về vấn đề ngay cả trong tình huống phức tạp chưa quen thuộc.
Intermediate	**IH** (Intermediate High)	Có thể sử dụng từ vựng và ngữ pháp đa dạng. Có thể tích cực nói về nhiều chủ đề và tự thuật một cách logic hơn. Cũng có thể trả lời những câu hỏi bất ngờ một cách tự nhiên.
	IM1, IM2, IM3 (Intermediate Mid)	Không những có thể trả lời về chủ đề thường ngày mà còn những câu hỏi quen thuộc với bản thân. Cố gắng sử dụng nhiều từ vựng và ngữ pháp đa dạng.
	IL (Intermediate Low)	Có thể nói về chủ đề hàng ngày bằng ngữ pháp được sắp xếp mạch lạc. Có thể trả lời về chủ đề mà bản thân thích.
Novice	**NH** (Novice High)	Có thể trả lời các câu hỏi về thông tin cá nhân. Ngoài ra có thể trả lời các câu hỏi đơn giản về đời sống hàng ngày.
	NM (Novice Mid)	Hình thái câu sử dụng đơn giản và có thể liệt kê một vài từ vựng nhưng có giới hạn.
	NL (Novice Low)	Chỉ có thể nói được một vài từ vựng.

1. Chuẩn bị hoàn hảo phần 'Tự giới thiệu' thật tự nhiên bằng bài tự thuật mang tính logic

Q Phải chuẩn bị câu trả lời mang tính logic cho phần giới thiệu bản thân như thế nào?

A Giới thiệu bản thân luôn là hạng mục có tần suất ra đề cao nhất trong câu hỏi đầu tiên. Sau khi xem xét tính đa dạng trong nghề nghiệp của thí sinh, chúng tôi đã chia phần giới thiệu bản thân ra thành hai phần cho học sinh và người đi làm. Hãy thử thay thế các cách diễn đạt phù hợp với hoàn cảnh của bạn và chuẩn bị nội dung giới thiệu bản thân.

2. Hướng dẫn chọn Background Survey mang tính chiến lược

Q Nên chọn hạng mục nào trong bản khảo sát?

A Khi lựa chọn hạng mục trong bản khảo sát, điều quan trọng là phải lựa chọn một cách có chiến lược các hạng mục liên quan nhau.
Để giúp bạn lựa chọn hợp lý, chúng tôi đã chuẩn bị xu hướng ra đề và mẹo đạt điểm cao theo từng chủ đề.

3. Tập hợp câu trả lời mẫu theo cấp IL-IM để giải quyết các câu hỏi combo

Q Tôi không biết phải chuẩn bị cho câu hỏi combo thế nào cả.

A Chúng tôi đã chuẩn bị sẵn câu trả lời mẫu sử dụng từ vựng và ngữ pháp của cấp IL~IM và các mẫu câu hỏi đa dạng thường được ra đề, để bạn có thể trả lời mà không bối rối trước bất kỳ câu hỏi nào.

4. Hướng dẫn chuẩn bị Roleplay

Q Rất khó để chuẩn bị Roleplay.

A Đây là một trong những phần mà hầu hết các thí sinh đều cảm thấy bối rối. Ở phần Roleplay này bạn cần phải diễn xuất một chút. Vì vậy, chúng tôi đã chuẩn bị các câu hỏi có tần suất ra đề cao và các câu trả lời mẫu theo hình thức vấn đáp để bạn có thể tự tin luyện tập.

Q   Để được cấp IM, phải chọn độ khó như thế nào?

A   IM là trình độ trung cấp nên nếu muốn đạt cấp IM, bạn nên chọn độ khó từ cấp độ 3 trở lên.

Q   Thời gian trả lời cho từng dạng câu hỏi thế nào là phù hợp?

A   Tổng thời gian thi là 40 phút, nếu trừ thời gian nghe câu hỏi thì bạn nên trả lời trong khoảng 1 phút 30 giây đến 2 phút cho từng câu hỏi. Không có thời gian giới hạn ở phần trả lời cho mỗi câu hỏi khi thi ở Hàn Quốc nhưng ở Việt Nam, nếu đơn vị tổ chức sử dụng nền tảng nước ngoài thì sẽ có thời gian giới hạn cho phần trả lời của mỗi câu hỏi và thời gian được hiển thị trên màn hình nên bạn cần trả lời trong thời gian giới hạn.

Q   Giữa ngữ pháp và tính lưu loát thì phần nào quan trọng hơn?

A   Vì là bài kiểm tra nói nên tính lưu loát quan trọng hơn ngữ pháp. Khi trả lời, nên tập trung vào ngữ điệu hoặc phát âm và tốc độ nói. Tuy nhiên, hãy chú ý để ngữ pháp không sai quá nhiều.

Q   Tôi có thể xem các hạng mục của bản khảo sát OPIc tiếng Hàn Quốc ở đâu?

A   Bạn có thể vào trang chủ của cuộc thi OPIc (http://www.opic.or.kr → Giới thiệu cuộc thi → OPIc là gì? → tiếng Hàn Quốc) để xem bản khảo sát và bài kiểm tra mẫu.

❶ Ghi âm câu trả lời của mình

Sau khi ghi âm lại phần luyện tập trả lời của bản thân mỗi ngày, điều quan trọng là phải nghe lại nhiều lần và kiểm tra những phát âm chưa được tự nhiên và khả năng truyền đạt nội dung của bản thân.

❷ Tận dụng 200% đặc điểm của cuộc thi OPIc

OPIc không phải là cuộc thi đánh giá tính chân thực. Vì vậy, bạn có thể nhận được điểm số cao bằng cách tạo ra nội dung mang vài yếu tố giả tưởng để trả lời câu hỏi tốt hơn.

❸ Lựa chọn hạng mục Background Survey một cách tinh tế

Câu hỏi thi OPIc dựa trên sự lựa chọn của thí sinh. Điều quan trọng là phải tận dụng lợi thế của việc thí sinh có thể dự đoán được phạm vi bài kiểm tra ở một mức độ nào đó để lựa chọn Background Survey mang tính chiến lược. Để chuẩn bị cho câu hỏi combo, cần phải lựa chọn chủ đề tương tự nhau và chuẩn bị nội dung câu hỏi trùng lặp nhau.

❹ Tận dụng kỹ thuật kể chuyện

Về cơ bản, trong cuộc thi OPIc cần xây dựng nội dung trả lời có bố cục. Nếu bạn có thể sáng tạo câu chuyện có cấu trúc rõ ràng ở mức độ nào đó, ngay cả khi bạn mắc lỗi về ngữ pháp, phát âm thì bạn vẫn có thể đạt được cấp IL-IM một cách dễ dàng. Hãy thử luyện tập tạo ra câu chuyện mạch lạc và giảm thiểu những sai lầm cơ bản.

Đề thi OPIc thường gồm <12~15 câu hỏi>.

1 Tự giới thiệu (1 câu)

Đây là loại câu hỏi bắt buộc, xuất hiện đầu tiên và yêu cầu thí sinh giới thiệu bản thân. Bạn nên suy nghĩ kỹ về hạng mục Background Survey mà bạn đã lựa chọn và trả lời một cách nhất quán.

2 Câu hỏi liên quan đến bản khảo sát (6~9 câu)

Đây là câu hỏi được đưa ra dựa trên hạng mục Background Survey do thí sinh lựa chọn. Hầu hết đều được ra đề dưới dạng combo, vì vậy điều quan trọng là dự đoán các câu hỏi đa dạng có thể được đưa ra cho hạng mục mà bạn lựa chọn và chuẩn bị câu trả lời. Vì các từ đồng nghĩa xuất hiện cùng lúc trong câu hỏi được đưa ra nên tốt nhất bạn nên học từ đồng nghĩa và từ gần nghĩa.

3 Roleplay (2~3 câu)

Đây là câu hỏi mà thí sinh sẽ đóng vai phù hợp với hoàn cảnh nhất định. Tuy nhiên, đây là câu hỏi yêu cầu khả năng diễn xuất và thể hiện cảm xúc ở một mức độ nào đó vì giám khảo không xuất hiện để đóng vai cùng thí sinh. Đây là phần thi không dễ dàng vì thí sinh có thể bị căng thẳng, nhưng cần phải luyện tập nhiều để có thể trả lời một cách tự nhiên như tình huống thực tế. Sau khi nắm bắt chính xác yêu cầu của câu hỏi, nếu thí sinh có thể trả lời thì sẽ đạt được điểm cao.

4 Câu hỏi đột xuất (3~5 câu)

Đây là câu hỏi được đưa ra đột xuất, không có trong hạng mục Background Survey mà thí sinh đã chọn. Bạn có thể cảm thấy khó, nhưng nếu đặt mục tiêu IL trở lên, bạn nên sử dụng từ vựng và cách diễn đạt xúc tích tập trung vào các chủ đề có tần suất ra đề cao để trả lời một cách mạch lạc.

✎ Trình tự bài thi OPIc /

● Hướng dẫn 🕐 20 phút

> Trả lời khảo sát ▶ Chọn mức độ khó đúng với trình độ bản thân ▶

> Kiểm tra trước chức năng nghe và ghi âm câu trả lời ▶

> Hướng dẫn cấu trúc màn hình, phương pháp nghe và trả lời, luyện tập trả lời

● Phần thi chính 🕐 40 phút

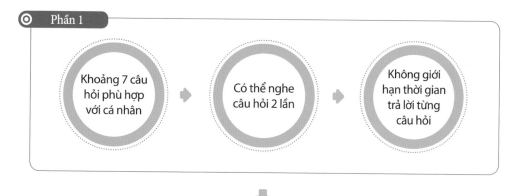

Phần 1

Khoảng 7 câu hỏi phù hợp với cá nhân ▶ Có thể nghe câu hỏi 2 lần ▶ Không giới hạn thời gian trả lời từng câu hỏi

⬇

Điều chỉnh độ khó

⬇

Phần 2

Khoảng 7 câu hỏi phù hợp với cá nhân ▶ Có thể nghe câu hỏi 2 lần ▶ Không giới hạn thời gian trả lời từng câu hỏi

※ Phần 2 được tiến hành giống như phần 1 và dựa trên độ khó được điều chỉnh.

Bí quyết phát âm tiếng Hàn Quốc
(한국어 발음 노하우)

① Quy tắc trọng tâm trong phát âm tiếng Hàn Quốc
(한국어 발음 핵심 규칙)

1. Quy tắc bật hơi (격음화)

Âm bình thường [ㄱ, ㄷ, ㅂ, ㅈ] gặp âm [ㅎ] sẽ phát âm thành âm bật hơi [ㅋ, ㅌ, ㅍ, ㅊ].

> ㄱ + ㅎ (or ㅎ + ㄱ) : [ㅋ]   특히 [트키]
>
> ➡ 그녀는 커피를 좋아한다. 특히[트키] 아침에 마시는 커피를 가장 좋아한다.

> ㄷ + ㅎ (or ㅎ + ㄷ) : [ㅌ]   많다 [만타]
>
> ➡ 나는 졸업 후에 해보고 싶은 일이 너무 많다[만타].

> ㅂ + ㅎ (or ㅎ + ㅂ) : [ㅍ]   넓히다 [널피다]
>
> ➡ 책상과 책상 사이가 너무 좁아서 간격을 조금 넓히는[널피는] 것이 좋겠다.

> ㅈ + ㅎ (or ㅎ + ㅈ) : [ㅊ]   많지 [만치]
>
> ➡ 그 음식은 매우 맛있지만, 양이 많지[만치] 않아서 항상 아쉽다.

2. Quy tắc âm run (유음화)

Do ảnh hưởng của âm run [ㄹ] mà [ㄴ] đứng ở phía trước hoặc phía sau sẽ được phát âm thành âm run [ㄹ].

Lưu ý [ㄹ] + [ㄹ] thì phát âm như [L] trong tiếng Việt Nam.

> ㄴ + ㄹ : [ㄹㄹ]   한라산 [할라산]   곤란하다 [골란하다]   관리 [괄리]
>
> ➡ 내년에는 한라산[할라산]을 등반할 예정이다.
>   어려운 질문이라서 답변하기 곤란하다[골란하다].
>   언니는 피부 관리[괄리]를 잘해서 나보다도 어려 보인다.

> ㄹ + ㄴ : [ㄹㄹ]   실내 [실래]   길눈 [길룬]   실낱 [실랄]
>
> ➡ 그 호텔 로비의 실내[실래] 조명은 밝고 화려해서 고급스러운 느낌을 준다.
>   나는 길눈[길룬]이 밝아서 한 번 가 본 길도 잘 기억한다.
>   사방에 실낱[실랄]이 흩어져 있다.

3. Quy tắc âm mũi hóa (비음화)

Do ảnh hưởng của âm mũi [ㅁ, ㄴ, ㅇ], các âm [ㄱ, ㄷ, ㅂ] sẽ được phát âm thành âm mũi.

ㄱ + ㅁ : [ㅇㅁ]　　　한국말 [한궁말]

➡ 나는 K-Pop을 좋아하면서 한국말[한궁말]을 배우기 시작했다.

ㄷ + ㅁ : [ㄴㅁ]　　　콧물 [콛물] → [콘물]

➡ 아이는 콧물[콘물]을 흘리며 서럽게 울었다.

ㅂ + ㄴ : [ㅁㄴ]　　　입는다 [임는다]

➡ 한국의 겨울은 영하까지 내려가기 때문에 사람들은 두꺼운 코트나 패딩을 입는다[임는다].

4. Quy tắc âm căng (경음화)

[ㄱ, ㄷ, ㅂ, ㅅ, ㅈ] khi đứng sau [ㄱ, ㄷ, ㅂ] thì được phát âm thành âm căng [ㄲ, ㄸ, ㅃ, ㅆ, ㅉ].

ㄱ, ㄷ, ㅂ + ㄱ : [ㄱ, ㄷ, ㅂ + ㄲ]　　　학교 [학꾜]

➡ 동생은 저녁부터 고열이 나서 다음 날 학교[학꾜]에 가지 못했다.

ㄱ, ㄷ, ㅂ + ㄷ : [ㄱ, ㄷ, ㅂ + ㄸ]　　　식당 [식땅]

➡ 그 식당[식땅]은 맛있고 가격도 저렴해서 항상 사람이 많다.

ㄱ, ㄷ, ㅂ + ㅂ : [ㄱ, ㄷ, ㅂ + ㅃ]　　　국밥 [국빱]

➡ 어머니는 국밥[국빱]을 가장 좋아하신다.

ㄱ, ㄷ, ㅂ + ㅅ : [ㄱ, ㄷ, ㅂ + ㅆ]　　　낚시 [낙씨]

➡ 제 취미는 낚시[낙씨]입니다. 그래서 주말마다 낚시[낙씨]를 하러 떠납니다.

ㄱ, ㄷ, ㅂ + ㅈ : [ㄱ, ㄷ, ㅂ + ㅉ]　　　숙제 [숙쩨]

➡ 어제 영화를 보느라 숙제[숙쩨]를 하지 못했습니다.

5. Quy tắc âm ngạc (구개음화)

Nếu có âm [이] sau patchim [ㄷ, ㅌ] thì được phát âm thành [ㅈ, ㅊ].

* ㅣ : nguyên âm ngạc　　　ㅈ, ㅊ : phụ âm ngạc

ㄷ + 이 : [지]　　　굳이 [구지]　　　해돋이 [해도지]　　　맏이 [마지]

➡ 그 얘기를 굳이[구지] 지금 하는 이유를 모르겠다. 그는 날 싫어하는 걸까?
　　새해 아침, 우리는 산 정상에서 해돋이[해도지]를 감상했다.
　　나는 맏이[마지]로써 집안의 크고 작은 일을 도맡아 해왔다.

ㅌ + 이 : [치]   같이 [가치]   끝이 [끄치]

⇒ 그 영화가 재미있다는 얘기를 많이 들어서 애인과 꼭 같이 [가치] 보러 가고 싶었다.

모든 일에는 끝이 [끄치] 있다. 그래서 후회가 없도록 최선을 다해야 한다.

② TIP phát âm dành cho người học là người Việt Nam

(베트남 학습자를 위한 발음 TIP)

● Khi phát âm những từ vựng được cấu thành bởi phụ âm và nguyên âm đôi(ㅑ, ㅕ, ㅛ, ㅠ), người học người Việt Nam có khuynh hướng phát âm nguyên âm đôi thành nguyên âm [ㅏ, ㅓ, ㅗ, ㅜ]. Hãy chú ý khi phát âm nguyên âm đôi.

뺨 [뺨]	(○)	[빰]	(×)
경제 [경제]	(○)	[겅제]	(×)
학교 [학꾜]	(○)	[하고] or [하꼬]	(×)
규칙 [규칙]	(○)	[구칙]	(×)

● Tiếng Hàn Quốc không có dấu nhưng vì tiếng Hàn Quốc là ngôn ngữ có ngữ điệu nên nếu biết quy tắc ngữ điệu, chúng ta có thể phát âm tự nhiên hơn.

① Nên phát âm mạnh tại các trợ từ trong câu : ~에서, ~에, ~은/는, ~이/가

② Phát âm ngắn khi gặp các đuôi câu thuộc câu trích dẫn : ~라고 말했다, ~냐고 물었다

③ Nên phát âm mạnh tại các liên từ : 그런데, 그러나, 하지만

④ Đối với các dạng vĩ tố kết thúc câu '~다, ~는다' trong văn viết, khi phát âm nên xuống giọng đồng thời phát âm ngắn.

⑤ Khi phát âm những âm bậc hơi(ㅋ, ㅌ, ㅍ, ㅊ), âm căng(ㄲ, ㄸ, ㅃ, ㅆ, ㅉ) và âm ma sát(ㅅ, ㅆ, ㅎ) nên phát âm với giọng cao.

⑥ Đối với những phụ âm(ㄱ, ㄴ, ㄷ, ㄹ, ㅁ, ㅂ, ㅇ, ㅈ) nên phát âm với giọng thấp .

⑦ Khi phát âm bắt đầu bằng những âm thường thì nên phát âm theo nguyên tắc LHLH (Thấp – Cao – Thấp – Cao)

어머니 : 어↘머↗니↘

⑧ Nếu bắt đầu bằng âm bật hơi, âm căng hoặc âm ma sát thì phát âm theo nguyên tắc HHLH (Cao– Cao – Thấp– Cao).

한국어 : 한↗국↗어↘

• Bản kế hoạch học tập hoàn thành trong 3 tuần •

Đây là bản kế hoạch học tập lí tưởng hoàn thành trong 3 tuần để chuẩn bị cho cuộc thi OPIc tiếng Hàn Quốc cấp IL-IM. Nếu bạn chuẩn bị tỉ mỉ từng bước theo bản kế hoạch này, bạn có thể chuẩn bị hoàn hảo cho cuộc thi OPIc tiếng Hàn Quốc cấp IL-IM. Bạn cũng có thể tự chuẩn bị bản kế hoạch học tập khác phù hợp với bản thân. Ngoài ra, hãy thử chuẩn bị trước nội dung trả lời cho các "Câu hỏi đột xuất" thông qua việc ôn tập thường xuyên nếu bạn có thời gian.

Tuần	Ngày		Nội dung	Đã học ☑	Trang đã học	Ôn tập ☑	Trang đã ôn tập
Tuần 1	Ngày 1	1. Cuộc sống học đường	· Giới thiệu bản thân (học sinh) · Giới thiệu chuyên ngành và trường học	☐ ☐	_____	☐ ☐	_____
	Ngày 2		· Giới thiệu giáo sư · Quá trình đi học·tan học	☐ ☐	_____	☐ ☐	_____
	Ngày 3	2. Cuộc sống công sở	· Giới thiệu bản thân (người đi làm) · Giới thiệu công việc và công ty	☐ ☐	_____	☐ ☐	_____
	Ngày 4		· Giới thiệu cấp trên và đồng nghiệp · Chương trình đào tạo của công ty	☐ ☐	_____	☐ ☐	_____
	Ngày 5	3. Giới thiệu gia đình và hàng xóm	· Giới thiệu gia đình · Công việc nhà	☐ ☐	_____	☐ ☐	_____
	Ngày 6		· Giới thiệu nhà · Giới thiệu khu vực sinh sống và hàng xóm	☐ ☐	_____	☐ ☐	_____
Tuần 2	Ngày 7	4. Hoạt động giải trí	· Xem phim · Xem biểu diễn	☐ ☐	_____	☐ ☐	_____
	Ngày 8		· Đi biển · Đi công viên	☐ ☐	_____	☐ ☐	_____
	Ngày 9	5. Sở thích và mối quan tâm	· Thưởng thức âm nhạc · Hát một mình hoặc đồng ca	☐ ☐	_____	☐ ☐	_____
	Ngày 10		· Nấu ăn · Nuôi thú cưng	☐ ☐	_____	☐ ☐	_____
	Ngày 11	6. Thể dục thể thao	· Đi bộ/Chạy bộ · Tập gym	☐ ☐	_____	☐ ☐	_____
	Ngày 12		· Đi xe đạp · Cầu lông	☐ ☐	_____	☐ ☐	_____
	Ngày 13	7. Du lịch	· Du lịch trong nước · Du lịch nước ngoài	☐ ☐	_____	☐ ☐	_____
	Ngày 14		· Công tác trong nước/nước ngoài · Kì nghỉ ở nhà	☐ ☐	_____	☐ ☐	_____
Tuần 3	Ngày 15	· ROLEPLAY 10		☐	_____	☐	_____
	Ngày 16	· Câu hỏi đột xuất 10		☐	_____	☐	_____
	Ngày 17	Ôn tập chương 1~2					
	Ngày 18	Ôn tập chương 3~4					
	Ngày 19	Ôn tập chương 5~7					
	Ngày 20	Ôn tập Roleplay, Câu hỏi đột xuất					
	Ngày 21	Ôn tập toàn bộ và sắp xếp lại nội dung chính					

Background Survey

Câu hỏi sẽ được đưa ra dựa trên chủ đề thí sinh đã lựa chọn. Trong cuộc thi tiếng Hàn Quốc, cần lưu ý vì có những hạng mục hơi khác với tiếng Anh và cũng có những câu hỏi bất ngờ được đưa ra không dựa trên chủ đề thí sinh đã lựa chọn.

Background Survey 샘플 화면

Background Survey # 샘플 테스트의 서베이 항목과 실제 테스트의 서베이 항목이 다를 수 있습니다.

Các câu hỏi phù hợp với cá nhân sẽ được đưa ra dựa trên phần trả lời Background Survey này. Bạn hãy đọc kĩ câu hỏi và trả lời.

1 현재 귀하는 어느 분야에 종사하고 계십니까?
  - ○ 사업/회사
  - ○ 재택근무/재택 사업
  - ○ 교사/교육자
  - ○ 일 경험 없음

2 현재 귀하는 학생이십니까?
  - ○ 예
  - ○ 아니요

3 현재 귀하는 어디에 살고 계십니까?
  - ○ 개인주택이나 아파트에 홀로 거주
  - ○ 친구나 룸메이트와 함께 주택이나 아파트에 거주
  - ○ 가족(배우자/자녀/기타 가족 일원)과 함께 주택이나 아파트에 거주
  - ○ 학교 기숙사
  - ○ 군대 막사

   – 아래의 설문에서 총 12개 이상의 항목을 선택하십시오.

4 귀하는 여가 활동으로 주로 무엇을 하십니까? (두 개 이상 선택)
  - ○ 영화 보기
  - ○ 클럽/나이트클럽 가기
  - ○ 공연 보기
  - ○ 콘서트 보기
  - ○ 박물관 가기
  - ○ 공원 가기
  - ○ 캠핑하기
  - ○ 해변 가기
  - ○ 스포츠 관람

Đây là bài test mẫu được cung cấp trên trang chủ chính thức của OPIc. Nếu bạn đánh dấu các hạng mục trả lời cho câu hỏi khảo sát trước khi bắt đầu thi như mẫu này, các câu hỏi thi sẽ được đưa ra phù hợp với bạn.

✱ Đây là danh sách chủ đề được lựa chọn nhiều nhất trong số các chủ đề được đưa ra trong Background Survey. Hãy chọn chủ đề và thử chuẩn bị thi theo chủ đề đã chọn.

Background Survey 주제별 List

Chương 1 **Cuộc sống học đường** 학교생활	☐ Giới thiệu bản thân (học sinh) 자기소개(학생) ☐ Giới thiệu chuyên ngành và trường học 전공 및 학교 소개	☐ Giới thiệu giáo sư 교수님 소개 ☐ Quá trình đi học · tan học 등·하교 과정
Chương 2 **Cuộc sống công sở** 직장 생활	☐ Giới thiệu bản thân (người đi làm) 자기소개(직장인) ☐ Giới thiệu công việc và công ty 직장 업무 및 회사 소개	☐ Giới thiệu cấp trên và đồng nghiệp 직장 상사 및 동료 소개 ☐ Chương trình đào tạo của công ty 회사의 양성 프로그램
Chương 3 **Giới thiệu gia đình và hàng xóm** 가족 및 이웃	☐ Giới thiệu gia đình 가족 소개 ☐ Công việc nhà 집안일	☐ Giới thiệu nhà 집 소개 ☐ Giới thiệu khu vực sinh sống và hàng xóm 동네 및 이웃 소개
Chương 4 **Hoạt động giải trí** 여가 활동	☐ Xem phim 영화 보기 ☐ Xem biểu diễn 공연 보기	☐ Đi biển 해변 가기 ☐ Đi công viên 공원 가기
Chương 5 **Sở thích và mối quan tâm** 취미와 관심사	☐ Thưởng thức âm nhạc 음악 감상하기 ☐ Hát một mình hoặc đồng ca 혼자 노래/합창하기	☐ Nấu ăn 요리하기 ☐ Nuôi thú cưng 애완동물 기르기
Chương 6 **Thể dục thể thao** 운동	☐ Đi bộ/Chạy bộ 걷기/조깅 ☐ Tập gym 헬스	☐ Đi xe đạp 자전거 타기 ☐ Cầu lông 배드민턴
Chương 7 **Du lịch** 여행	☐ Du lịch trong nước 국내 여행 ☐ Du lịch nước ngoài 해외여행	☐ Công tác trong nước/nước ngoài 국내/해외 출장 ☐ Kì nghỉ ở nhà 집에서 보내는 휴가

• Trình tự học

Từ vựng gợi nhớ ▶ Các dạng câu hỏi khác ▶ Câu trả lời theo cấu trúc trọng tâm ▶

Hãy tạo thử nội dung! ▶ Ngữ pháp ▶ Các câu tham khảo khác

Đây là phần tạo câu chuyện phù hợp với bản thân, dựa theo câu trả lời mẫu cho các loại câu hỏi theo chủ đề có tần suất ra đề cao. Hãy thay các cách diễn đạt phù hợp vào chỗ trống và chuẩn bị trước để có thể tự tin trả lời câu hỏi một cách tự nhiên.

Combo câu hỏi cơ bản

Chương 1

Cuộc sống học đường (학교생활)

Mục tiêu học tập
Xu hướng ra đề

Câu hỏi đầu tiên xuất hiện trong phần thi OPIc tiếng Hàn Quốc chính là câu hỏi về chủ đề 'Giới thiệu bản thân'. Đây là phần thi đơn giản nhưng rất quan trọng. Đơn giản vì đây là nội dung quen thuộc, thí sinh chỉ cần sử dụng những ngữ pháp, từ vựng đơn giản là có thể hoàn thành phần thi này. Tuy nhiên đây là phần thi quan trọng, do nó có thể ảnh hưởng đến ấn tượng đầu tiên của giám khảo dành cho thí sinh, nên cần chú ý từ cách diễn đạt, phát âm đến sự tự tin. Thí sinh nên chuẩn bị trước để giới thiệu về nơi sống, tính cách, sở thích … Trong phần Background Survey, nếu thí sinh chọn là 'Học sinh' thì đề thi có khuynh hướng sẽ hỏi về những kỷ niệm của thí sinh về cuộc sống học đường như giới thiệu thầy cô giáo, trường học.

• Bí quyết đạt điểm cao cho từng chủ đề

Bài 1 **Giới thiệu bản thân (học sinh)** (자기소개(학생))	✹ Gây ấn tượng tốt bằng cách phát âm tốt, cách diễn đạt tự nhiên, cách sử dụng ngữ pháp đúng và phong thái tự tin. ✹ Giới thiệu đầy đủ thông tin cá nhân: tên, tuổi, nghề nghiệp, gia đình, sở thích, ước mơ. # Nếu có thể, cố gắng giải thích thêm về thông tin cung cấp. Ví dụ, khi giới thiệu về sở thích, ước mơ nên nói thêm về lý do có sở thích và ước mơ đó.
Bài 2 **Giới thiệu chuyên ngành và trường học** (전공 및 학교 소개)	✹ Nên tìm hiểu trước tên chuyên ngành bằng tiếng Hàn Quốc cho chuẩn xác. ✹ Giới thiệu chuyên ngành và lý do lựa chọn chuyên ngành đó. ✹ Giới thiệu môn học yêu thích và lý do yêu thích môn học đó. # Thí sinh có thể liên hệ chuyên ngành đã chọn và công việc tương lai muốn làm.
Bài 3 **Giới thiệu giáo sư** (교수님 소개)	✹ Giới thiệu tên, tuổi, ngoại hình, tính cách của giáo sư. ✹ Giới thiệu ấn tượng đầu tiên về giáo sư và buổi học cùng giáo sư. ✹ Nói lên những tình cảm hoặc sự ngưỡng mộ dành cho giáo sư.
Bài 4 **Quá trình đi học · tan học** (등·하교 과정)	✹ Giới thiệu một ngày đi học và tan học của bạn theo mốc thời gian cụ thể. ✹ Cảm nhận của bạn về cuộc sống học đường. ✹ Lời khuyên dành cho các em khóa sau.

✽ Đây là những loại câu hỏi có tần suất ra đề cao nếu bạn chọn mục tương ứng trong Background Survey. Trong cuộc thi đánh giá khả năng ngoại ngữ theo kiểu phỏng vấn, quan trọng nhất là nắm bắt nhanh ý đồ của câu hỏi mà giám khảo hỏi, vì vậy hãy làm quen với các loại câu hỏi đa dạng theo chủ đề.

Nắm bắt nhanh dạng câu hỏi theo từng chủ đề

Bài 1 **Giới thiệu bản thân (học sinh)** (자기소개(학생))	• 이제 인터뷰를 시작하겠습니다. 자신에 대해 이야기해 주세요. - Giờ chúng ta sẽ bắt đầu phỏng vấn nhé. Hãy giới thiệu một chút về bạn.
Bài 2 **Giới thiệu chuyên ngành và trường học** (전공 및 학교 소개)	• 귀하가 다니는 학교와 전공에 대해 이야기해 주세요. 귀하의 전공은 무엇인가요? 왜 그 전공을 선택했나요? 귀하는 어느 학교에 다니나요? 학교는 어디인가요? 다니는 학교를 소개해 주세요. - Bạn hãy nói về trường học và chuyên ngành mà bạn đang theo học. Chuyên ngành của bạn là gì? Tại sao bạn chọn chuyên ngành đó? Bạn học trường nào? Trường của bạn ở đâu? Bạn hãy giới thiệu về trường bạn đang học.
Bài 3 **Giới thiệu giáo sư** (교수님 소개)	• 좋아하는 교수님을 처음 만났을 때에 대해 말해 주세요. 기억에 남는 교수님의 첫인상은 어땠나요? - Hãy nói về lần đầu tiên bạn gặp giáo sư bạn yêu thích. Ấn tượng đầu tiên về giáo sư mà bạn còn nhớ là gì?
Bài 4 **Quá trình đi học · tan học** (등·하교 과정)	• 학교에서 보통 몇 시부터 몇 시까지 공부하나요? 학교에서 하는 일은 무엇인지 이야기해 주세요. - Mỗi ngày bạn thường học ở trường từ mấy giờ đến mấy giờ? Hãy nói cho tôi biết những việc bạn làm ở trường là gì.

Giới thiệu bản thân (học sinh)

Trước khi trả lời câu hỏi liên quan, hãy nhớ lại các từ vựng trọng tâm và sắp xếp nội dung câu trả lời trong đầu.

Q 이제 인터뷰를 시작하겠습니다. 자신에 대해 이야기해 주세요.

Giờ chúng ta sẽ bắt đầu phỏng vấn nhé. Hãy giới thiệu một chút về bạn.

  **Từ vựng gợi nhớ**

성명 họ tên

이름 tên

나이 tuổi

꿈 ước mơ

취미 sở thích

여가 활동 hoạt động giải trí

성격 tính cách

장점 ưu điểm

단점 khuyết điểm

직업 nghề nghiệp

전공 chuyên ngành

거주지 nơi cư trú

수도 thủ đô

가족 구성원 thành viên gia đình

부모님 bố mẹ

누나, 언니 chị gái

남동생 em trai

Các dạng câu hỏi khác

🎧 01-02

Khi thi OPIc, việc hiểu nhanh các câu hỏi và trả lời là quan trọng nhất. Đối với các câu hỏi quen thuộc, bạn càng phải bình tĩnh và trả lời một cách tự nhiên. Hãy liên tục làm quen và luyện tập các dạng câu hỏi liên quan đến chủ đề.

1. 자기소개를 해 주세요.

   Bạn hãy giới thiệu bản thân.

2. 자기소개를 해 주실 수 있나요?

   Bạn có thể giới thiệu bản thân không?

3. 자기소개부터 시작해 볼까요?

   Chúng ta bắt đầu từ phần giới thiệu bản thân nhé?

4. 먼저 자기소개 부탁드립니다.

   Trước tiên, bạn hãy giới thiệu bản thân.

5. 자신에 대해 이야기해 주세요.

   Bạn hãy nói về bản thân mình.

6. 자기소개를 해 주시겠어요?

   Bạn sẽ giới thiệu bản thân chứ?

Câu trả lời theo cấu trúc trọng tâm

🎧01-03

Hãy thử chia nội dung trả lời trọng tâm cho các câu hỏi theo chủ đề thường xuất hiện thành các bước và luyện tập. Bạn có thể sử dụng 'Cách diễn đạt có thể ứng dụng' và tạo ra câu chuyện của riêng mình.

Chào hỏi (인사)	안녕하세요. 제 이름은 '투짱'입니다. 저는 20살입니다.
Trường, chuyên ngành (학교, 전공)	저는 반랑대학교 2학년 학생입니다. 제 전공은 '한국어학'입니다. 한국어 전공을 선택한 이유는 한국 음악을 매우 좋아하기 때문입니다.
Gia đình (가족)	저는 부모님 그리고 언니와 호찌민에서 살고 있습니다. 아버지는 사업가이시고 엄마는 주부시고 언니는 회사원입니다. 부모님은 항상 저를 응원해 주십니다.
Sở thích (취미)	제 취미는 영화 보기입니다. 요즘은 한국어를 더 잘하기 위해 한국 드라마를 자주 봅니다.
Tính cách (성격)	제 성격의 장점은 늘 긍정적으로 생각하고 활발하며 남을 배려해 주는 것이라고 생각합니다. 하지만 생각이 너무 많아서 기회를 놓친 경우도 있었습니다. 그래서 지금은 이 단점을 바꾸려고 노력하고 있습니다.
Ước mơ (꿈)	제 꿈은 통역사가 되는 것입니다. 졸업한 후에 한국 기업이나 글로벌 기업에서 통역사로서 일하고 싶기 때문입니다. 이러한 꿈을 이루기 위해 저는 매일 한국어를 열심히 공부하고 있습니다.

Xin chào Thầy/Cô. Em tên là Thu Trang. Em 20 tuổi. Em là sinh viên năm thứ 2 của Trường Đại học Văn Lang. Chuyên ngành của em là tiếng Hàn Quốc. Lý do em chọn chuyên ngành tiếng Hàn Quốc là vì em rất thích âm nhạc Hàn Quốc. Em đang sống cùng bố mẹ và chị gái tại Hồ Chí Minh. Bố em là doanh nhân, mẹ em là nội trợ và chị em là nhân viên công ty. Bố mẹ luôn luôn ủng hộ em. Sở thích của em là xem phim. Để giỏi tiếng Hàn Quốc hơn, dạo này em thường xem phim truyền hình Hàn Quốc. Em nghĩ ưu điểm của em là luôn luôn suy nghĩ tích cực, hoạt bát và quan tâm người khác. Thế nhưng, vì em suy nghĩ rất nhiều nên đã có trường hợp em bỏ lỡ cơ hội. Vì vậy, bây giờ em đang nỗ lực để thay đổi khuyết điểm này. Ước mơ của em là trở thành phiên dịch viên. Vì sau khi tốt nghiệp em muốn làm việc tại công ty Hàn Quốc hoặc công ty đa quốc gia với vai trò là một phiên dịch viên. Để đạt được ước mơ này, mỗi ngày em đang học tiếng Hàn Quốc chăm chỉ.

Từ vựng

- □ 회사원 nhân viên công ty
- □ 긍정적 tích cực
- □ 활발하다 hoạt bát
- □ 배려하다 quan tâm

- □ 기회를 놓치다 bỏ lỡ cơ hội
- □ 통역사 phiên dịch viên
- □ 글로벌 기업 công ty đa quốc gia

Hãy tạo thử nội dung!

Hãy tạo ra câu chuyện của riêng bạn.

안녕하세요. 제 이름은 ' Tên '입니다. 저는 Tuổi 살입니다. 저는 Tên trường Năm học 학생입니다. 제 전공은 ① ' Chuyên ngành '입니다. ① 전공을 선택한 이유는 Điều yêu thích 을 매우 좋아하기 때문입니다. 저는 ② Gia đình 그리고 ② 와 Nơi sống 에서 살고 있습니다. ② 는 ③ Nghề nghiệp 이시고 ② 는 ③ 시고 ② 는 ③ 입니다. 부모님은 항상 저를 응원해 주십니다. 제 취미는 ④ Sở thích 입니다. Hoạt động liên quan đến sở thích . 제 성격의 장점은 늘 ⑤ Tính cách 며 ⑤ 것이라고 생각합니다. 하지만 ⑤ 서 기회를 놓친 경우도 있었습니다. 그래서 지금은 이 단점을 바꾸려고 노력하고 있습니다. 제 꿈은 ③ 가 되는 것입니다. 졸업한 후에 Nghề nghiệp muốn làm 일하고 싶기 때문입니다. 이러한 꿈을 이루기 위해 저는 매일 Môn học 를 열심히 공부하고 있습니다.

Xin chào Thầy/Cô. Em tên là . Em tuổi. Em là sinh viên của . Chuyên ngành của em là ① . Lý do em chọn chuyên ngành ① là vì em rất thích . Em đang sống cùng ② và ② tại . ② em là ③ , ② em là ③ và ② em là ③ . Bố mẹ luôn luôn ủng hộ em. Sở thích của em là ④ . Em nghĩ ưu điểm của em là luôn luôn ⑤ và ⑤ . Thế nhưng, vì em ⑤ nên đã có trường hợp em bỏ lỡ cơ hội. Vì vậy, bây giờ em đang nỗ lực để thay đổi khuyết điểm này. Ước mơ của em là trở thành ③ . Vì sau khi tốt nghiệp em muốn làm việc . Để đạt được ước mơ này, mỗi ngày em đang học chăm chỉ.

Cách diễn đạt có thể ứng dụng

Hãy tìm cách diễn đạt phù hợp với bản thân và điền vào chỗ trống ở bên trên.

① Chuyên ngành (전공)	• 경영학 kinh doanh • 국제무역학 thương mại quốc tế • 마케팅학 tiếp thị • 정보통신학/미디어학 thông tin truyền thông • 회계학 kế toán
② Gia đình (가족)	• 할아버지 ông • 할머니 bà • 누나, 언니 chị gái • 형, 오빠 anh trai • 남동생 em trai • 여동생 em gái
③ Nghề nghiệp (직업)	• 공무원 viên chức • 교사 giáo viên • 의사 bác sĩ • 운전기사 tài xế • 간호사 y tá • 기술자 kỹ sư • 프리랜서 người làm việc tự do
④ Sở thích (취미)	• 악기 연주하기 biểu diễn nhạc cụ • 애완동물 기르기 nuôi thú cưng • 그림 그리기 vẽ tranh • 춤추기 nhảy múa • 음악 감상하기 thưởng thức âm nhạc • 운동하기 chơi thể thao
⑤ Tính cách (성격)	장점 : 다정다감하다 tình cảm • 정직하다 chính trực • 열정적이다 nhiệt tình 단점 : 까칠하다 khó tính • 참을성이 없다 thiếu kiên nhẫn • 성급하다 nóng vội

 **Ngữ pháp**

Hãy học rồi ứng dụng các ngữ pháp và cấu trúc tiếng Hàn Quốc vào câu trả lời. Thông qua quá trình này, khả năng diễn đạt và tạo câu của bạn sẽ tiến bộ hơn.

● **Danh từ + (으)로서**

Được dùng với ý nghĩa 'với tư cách là/với vai trò là/(như) là', thể hiện thân phận, vị thế và vị trí của danh từ đứng trước nó.

* Danh từ có patchim + 으로서
  Danh từ không có patchim + 로서

> 저는 자식으로서 부모님께 해 드린 것이 아무것도 없어서 죄송함을 많이 느낍니다.
>
> Là con, tôi chưa làm gì được cho bố mẹ nên tôi cảm thấy rất có lỗi.

> 저는 졸업한 후에 한국 기업이나 글로벌기업에서 통역사로서 일하고 싶습니다.
>
> Tôi muốn làm việc tại công ty Hàn Quốc hoặc công ty đa quốc gia với tư cách là phiên dịch viên.

● **Động từ + 기 위해(서)**
  Danh từ + 을/를 위해(서)

Được dùng với nghĩa 'để/vì', diễn tả ý đồ hoặc mục đích của hành động hay tình huống nào đó.

* Động từ + 기 위해(서)
  Danh từ + 을/를 위해(서)

> 저는 창업을 하기 위해(서) 돈을 열심히 모으고 있습니다.
>
> Để khởi nghiệp, tôi đang chăm chỉ gom góp tiền.

> 저는 안전을 위해(서) 늦은 밤에는 밖에 나가지 않습니다.
>
> Vì an toàn, tôi không ra ngoài vào đêm khuya.

> 저는 다이어트를 위해(서) 늦은 밤에는 야식을 먹지 않습니다.
>
> Để giảm cân, tôi không ăn khuya vào đêm muộn.

Các câu tham khảo khác

Hãy đánh dấu các câu trả lời phù hợp với bản thân. ☑

Đây là những mẫu câu đa dạng và hữu ích liên quan đến chủ đề. Bạn hãy đánh dấu những câu phù hợp với bản thân và thử tạo nên câu chuyện thú vị của riêng mình.

☐ Gia đình tôi có 4 người gồm bố mẹ, chị tôi và tôi.

우리 가족은 부모님과 언니 그리고 저, 이렇게 4명입니다.

☐ Vì tôi là con gái út nên tôi đã lớn lên trong tình yêu thương của bố mẹ và chị gái.

저는 막내딸이라서 부모님과 언니의 사랑을 받으며 자랐습니다.

☐ Vì tôi là người vui vẻ, hướng ngoại và tràn đầy nhiệt huyết nên tôi có nhiều bạn.

저는 밝고 외향적이며 열정이 넘치는 사람이기 때문에 친구가 많습니다.

☐ Đất nước tôi muốn đi nhất là Hàn Quốc.

제가 가장 가고 싶은 나라는 한국입니다.

☐ Sở thích của tôi là thể thao và khi chơi thể thao có thể giải toả căng thẳng.

제 취미는 운동이며 운동할 때 스트레스를 해소할 수 있습니다.

☐ Tôi muốn dạy tiếng Hàn Quốc cho nhiều người.

저는 많은 사람들에게 한국어를 가르치고 싶습니다.

☐ Tôi đã quyết định đi du học Hàn Quốc để học thêm tiếng Hàn Quốc sau khi tốt nghiệp.

저는 졸업한 후에 한국어를 더 공부하기 위해서 한국으로 유학을 가기로 했습니다.

☐ Vì tôi thích âm nhạc Hàn Quốc nên tôi đã bắt đầu học tiếng Hàn Quốc.

한국 음악을 좋아해서 한국어를 공부하기 시작했습니다.

Giới thiệu
chuyên ngành và trường học

Trước khi trả lời câu hỏi liên quan, hãy nhớ lại các từ vựng trọng tâm và sắp xếp nội dung câu trả lời trong đầu.

Q 귀하가 다니는 학교와 전공에 대해 이야기해 주세요. 귀하의 전공은 무엇인가요? 왜 그 전공을 선택했나요? 귀하는 어느 학교에 다니나요? 학교는 어디인가요? 다니는 학교를 소개해 주세요.

Bạn hãy nói về trường học và chuyên ngành mà bạn đang theo học. Chuyên ngành của bạn là gì? Tại sao bạn chọn chuyên ngành đó? Bạn học trường nào? Trường của bạn ở đâu? Bạn hãy giới thiệu về trường bạn đang học.

 **Từ vựng gợi nhớ**

학교명 tên trường

위치 vị trí

특징 đặc điểm

전공 과목에 대한 생각
suy nghĩ về môn học
chuyên ngành
재미있다 thú vị
유익하다 hữu ích

전공 chuyên ngành

학과 khoa

전공을 선택한 이유
lý do chọn chuyên ngành

과목 môn học
좋아하는 과목 môn học yêu thích

Khi thi OPIc, việc hiểu nhanh các câu hỏi và trả lời là quan trọng nhất. Đối với các câu hỏi quen thuộc, bạn càng phải bình tĩnh và trả lời một cách tự nhiên. Hãy liên tục làm quen và luyện tập các dạng câu hỏi liên quan đến chủ đề.

1. 귀하의 전공은 무엇인가요? 왜 그 전공을 선택했나요? 졸업하려면 무슨 과목을 들어야 하나요?

   Chuyên ngành của bạn là gì? Tại sao bạn chọn chuyên ngành đó? Nếu muốn tốt nghiệp bạn phải học môn gì?

2. 설문지에 대학생이라고 했습니다. 지금 듣고 있는 과목이나 예전에 들었던 과목은 무엇인가요? 그 과목에 대해서 자세히 이야기해 주세요.

   Trong bản khảo sát, bạn đã nói bạn là sinh viên. Môn học mà bạn đang học hoặc đã học trước đây là gì? Hãy nói cụ thể về môn học đó.

3. 학교에서 들었던 과목 중에서 어떤 과목을 가장 좋아하나요? 그 과목을 좋아하는 이유는 무엇인가요? 그 과목을 가르쳐 주신 교수님은 어떤 방식으로 수업을 진행하나 요? 수업 시간의 활동을 자세히 이야기해 주세요.

   Bạn thích môn nào nhất trong những môn đã học ở trường? Lý do thích môn học đó là gì? Giáo sư dạy môn đó tiến hành lớp học theo phương thức nào? Hãy kể cụ thể những hoạt động diễn ra trong giờ học.

4. 지난 학기에 수강했던 과목들은 무엇인가요? 왜 그 과목들을 선택했나요? 그 과목들 이 귀하의 공부에 어떤 도움을 주었나요?

   Những môn bạn đã học vào học kì vừa qua là gì? Tại sao bạn chọn những môn học đó? Những môn học đó đã giúp gì cho việc học của bạn?

5. 수업 시간에 기억에 남는 일이 있었나요? 그 일에 대해서 자세히 이야기해 보세요.

   Có việc gì đáng nhớ đã xảy ra trong giờ học của bạn không? Hãy kể cụ thể về việc đó.

Hãy thử chia nội dung trả lời trọng tâm cho các câu hỏi theo chủ đề thường xuất hiện thành các bước và luyện tập. Bạn có thể sử dụng 'Cách diễn đạt có thể ứng dụng' và tạo ra câu chuyện của riêng mình.

Giới thiệu trường học (학교 소개)	저는 반랑대학교에 다닙니다. 반랑대학교는 베트남 호찌민 시내에 위치해 있습니다. 우리 학교의 캠퍼스는 아주 넓고 아름답습니다. 특히 학교 안에 전국 대회를 위한 큰 수영장이 있습니다.
Giới thiệu chuyên ngành (전공 소개)	제 전공은 '한국학'입니다. 한국어를 배운지도 2년이 되었습니다. 한국학을 전공하면서 한국의 역사, 지리, 문화, 경제, 정치 등과 같은 다양한 분야를 배웠습니다.
Lý do chọn chuyên ngành (전공을 선택한 이유)	제가 이 전공을 선택한 이유는 고등학교 때부터 한국 문화를 좋아해 왔고 앞으로 한국학 전문가가 되고 싶기 때문입니다.
Môn học yêu thích (좋아하는 과목)	저는 학부 4년 동안 많은 전공과목을 배워야 합니다. 그중에 어떤 과목은 재미있고 유익하지만 어떤 과목은 조금 지루합니다. 지금까지 제가 가상 좋아하는 과목은 한국 전통예술입니다.
Lý do yêu thích môn học (과목을 좋아하는 이유)	왜냐하면 그 과목의 교수님은 수업이 재미있고 전공에 더 흥미를 느낄 수 있게 해 주기 때문입니다.

Em đang học ở Trường Đại học Văn Lang. Trường Đại học Văn Lang nằm ở trung tâm thành phố Hồ Chí Minh. Cơ sở của trường em rất rộng và đẹp. Đặc biệt trong trường có hồ bơi lớn dành cho các cuộc thi quốc gia. Chuyên ngành của em là Hàn Quốc học. Em đã học tiếng Hàn Quốc được 2 năm. Trong khi học ngành Hàn Quốc học, em được học nhiều lĩnh vực khác nhau như lịch sử, địa lý, văn hoá, kinh tế, chính trị v.v của Hàn Quốc. Lý do em chọn chuyên ngành này là vì em yêu thích văn hóa Hàn Quốc từ khi học phổ thông và em muốn trở thành chuyên gia Hàn Quốc học trong tương lai. Trong suốt 4 năm tại Khoa, em phải học rất nhiều môn học chuyên ngành. Trong những môn đó, có môn thú vị và hữu ích nhưng cũng có môn hơi chán. Đến giờ, môn học em thích nhất là môn Nghệ thuật truyền thống Hàn Quốc. Vì buổi học rất thú vị và giáo sư của môn học này giúp em cảm nhận được sự thú vị của ngành học.

Từ vựng

□ 캠퍼스 cơ sở	□ 전공과목 môn học chuyên ngành
□ 대회 cuộc thi, đại hội	□ 유익하다 hữu ích
□ 한국학 전문가 chuyên gia Hàn Quốc học	

Hãy tạo ra câu chuyện của riêng bạn.

저는 <u>Tên trường</u> 에 다닙니다. <u>Tên trường</u> 는 <u>Vị trí của trường</u> 에 위치해 있습니다. 우리 학교의 캠퍼스는 아주 넓고 아름답습니다. 특히 학교 안에 ① <u>Đặc điểm của trường</u> 이 있습니다. 제 전공은 ②'<u>Chuyên ngành</u>'입니다. <u>Môn học</u>를 배운지도 2년이 되었습니다. ② <u>Môn học</u>을 전공하면서 <u>Môn học</u> 과 같은 다양한 분야를 배웠습니다. 제가 이 전공을 선택한 이유는 고등학교 때부터 <u>Điều yêu thích</u>를 좋아해 왔고 앞으로 ③ <u>Nghề nghiệp</u> 가 되고 싶기 때문입니다. 저는 학부 4년 동안 많은 전공과목을 배워야 합니다. 그중에 어떤 과목은 재미있고 유익하지만 어떤 과목은 조금 지루합니다. 지금까지 제가 가장 좋아하는 과목은 ④ <u>Môn học yêu thích</u> 입니다. 왜냐하면 그 과목의 교수님은 수업이 재미있고 ⑤ <u>Lý do yêu thích</u> 때문입니다.

Em đang học ở _____. _____ nằm ở _____. Cơ sở của trường em rất rộng và đẹp. Đặc biệt trong trường có ① _____. Chuyên ngành của em là ② _____. Em đã học ② _____ được 2 năm. Trong khi học ngành ② _____, em được học nhiều lĩnh vực khác nhau như _____. Lý do em chọn chuyên ngành này là vì em yêu thích _____ từ khi học phổ thông và em muốn trở thành ③ _____ trong tương lai. Trong suốt 4 năm tại Khoa, em phải học rất nhiều môn học chuyên ngành. Trong những môn đó, có môn thú vị và hữu ích nhưng cũng có môn hơi chán. Đến giờ, môn học em thích nhất là môn ④ _____. Vì buổi học rất thú vị và ⑤ _____.

Cách diễn đạt có thể ứng dụng

Hãy tìm cách diễn đạt phù hợp với bản thân và điền vào chỗ trống ở bên trên.

① Đặc điểm của trường (학교 특이점)	• 축구장 sân bóng đá • 대형 공연장 sân khấu lớn • 아름다운 분수대 đài phun nước đẹp
② Chuyên ngành (전공)	• 교육학 giáo dục • 한국어학 tiếng Hàn Quốc • 한국 역사학 lịch sử Hàn Quốc
③ Nghề nghiệp (직업)	• 통역사 phiên dịch viên • 한국어 교사 giáo viên tiếng Hàn Quốc • 연구자 người nghiên cứu
④ Môn học yêu thích (좋아하는 과목)	• 한국 전통문화 văn hóa truyền thống Hàn Quốc • 비즈니스 한국어 tiếng Hàn thương mại • 국제 경영 kinh doanh quốc tế • 국제 무역 thương mại quốc tế
⑤ Lý do yêu thích (좋아하는 이유)	• 취업에 도움이 되다 giúp ích cho xin việc • 유익한 지식이 많다 có nhiều kiến thức bổ ích • 일상생활에 실제로 적용할 수 있다 có thể áp dụng thực tế vào cuộc sống hàng ngày

Hãy học rồi ứng dụng các ngữ pháp và cấu trúc tiếng Hàn Quốc vào câu trả lời. Thông qua quá trình này, khả năng diễn đạt và tạo câu của bạn sẽ tiến bộ hơn.

● **Động từ** + 은/ㄴ 지 + **thời gian** + 되었다/넘었다/지났다

Diễn tả thời gian từ khi chủ ngữ thực hiện một hành động nào đó cho đến hiện tại.

＊Động từ có patchim + 은 지 + thời gian + 되었다/넘었다/지났다
Động từ không có patchim + ㄴ 지 + thời gian + 되었다/넘었다/지났다

저는 호찌민시에 산 지 2년이 넘었습니다.
Tôi đã sống ở Thành phố Hồ Chí Minh hơn 2 năm.

저는 댄스동아리에 가입한 지 3주가 되었습니다.
Tôi đã tham gia câu lạc bộ nhảy được 3 tuần.

● **Danh từ** + 이/가 되다

Được dùng với ý nghĩa 'trở thành', diễn tả sự thay đổi của sự vật, hiện tượng từ trạng thái này sang trạng thái khác, thường được dùng kết hợp với vĩ tố kết thúc câu '-고 싶다' thể hiện mong muốn của người nói (ngôi thứ nhất và ngôi thứ hai), có thể dịch là 'đại từ nhân xưng + muốn trở thành + danh từ'.

＊Danh từ có patchim + 이 되다
Danh từ không có patchim + 가 되다

제 동생은 모델이 되고 싶어 해요.
Em tôi muốn trở thành người mẫu.

제 꿈은 통역사가 되는 것입니다.
Ước mơ của tôi là trở thành phiên dịch viên.

Các câu tham khảo khác

Đây là những mẫu câu đa dạng và hữu ích liên quan đến chủ đề. Bạn hãy đánh dấu những câu phù hợp với bản thân và thử tạo nên câu chuyện thú vị của riêng mình.

☐ Trường tôi có thư viện hiện đại với nhiều sách và tài liệu tham khảo.

우리 학교에는 책과 참고 자료가 많은 현대적인 도서관이 있습니다.

☐ Vì dạo này tôi đang chuẩn bị thi tốt nghiệp nên rất bận.

저는 요즘 졸업시험을 준비하느라 많이 바쁩니다.

☐ Tôi đang viết luận văn tốt nghiệp nên dạo này luôn luôn bận và căng thẳng.

저는 졸업논문을 쓰고 있어서 요즘 늘 바쁘고 스트레스를 받고 있습니다.

☐ Để tốt nghiệp tôi phải hoàn thành 132 tín chỉ.

저는 졸업을 하기 위해 총 132학점을 이수해야 합니다.

☐ Tôi học chuyên ngành Hàn Quốc học và trong lớp của chúng tôi hầu như không có học sinh nam.

저는 한국학을 전공하고 있는데, 우리 반에는 남학생이 별로 없습니다.

☐ Nếu học xong năm thứ 2, tôi có thể đi Hàn Quốc với tư cách là sinh viên trao đổi.

2학년을 마치면 한국에 교환학생으로 갈 수 있습니다.

☐ Tôi thích nhất là tiết học Văn hóa truyền thống Hàn Quốc của Giáo sư Lee Ji-young.

저는 이지영 교수님의 한국 전통문화 수업을 가장 좋아합니다.

☐ Giáo sư Lee Ji-young luôn giúp chúng tôi phát huy tính sáng tạo.

이지영 교수님은 항상 우리가 창의력을 발휘하는 데 도움을 주십니다.

Giới thiệu giáo sư

Trước khi trả lời câu hỏi liên quan, hãy nhớ lại các từ vựng trọng tâm và sắp xếp nội dung câu trả lời trong đầu.

Q 좋아하는 교수님을 처음 만났을 때에 대해 말해 주세요. 기억에 남는 교수님의 첫인상은 어땠나요?

Hãy nói về lần đầu tiên bạn gặp giáo sư bạn yêu thích. Ấn tượng đầu tiên về giáo sư mà bạn còn nhớ là gì?

 **Từ vựng gợi nhớ**

과목명 tên môn học

경제학 입문 nhập môn kinh tế học

한국문학 văn học Hàn Quốc

데이터 베이스 관리 quản lý cơ sở dữ liệu

성격 tính cách

마음이 따뜻하다
tấm lòng ấm áp

엄격하다
nghiêm khắc

외모 ngoại hình

피부가 하얗다 da trắng

몸매가 날씬하다
dáng người thon thả

코가 높다 mũi cao

첫인상 ấn tượng đầu tiên

미소가 밝다 nụ cười rạng ngời

목소리가 따뜻하다 giọng nói ngọt ngào

눈빛이 따뜻하다 ánh mắt ấm áp

 **Các dạng câu hỏi khác**

🎧 01-08

Khi thi OPIc, việc hiểu nhanh các câu hỏi và trả lời là quan trọng nhất. Đối với các câu hỏi quen thuộc, bạn càng phải bình tĩnh và trả lời một cách tự nhiên. Hãy liên tục làm quen và luyện tập các dạng câu hỏi liên quan đến chủ đề.

1. 가장 좋아하는 교수님은 어떤 분이신가요? 수업 시간에 교수님은 무슨 활동을 하시나요? 그 교수님이 하시는 수업 활동 중 가장 기억에 남는 활동을 자세히 이야기해 보세요.

Giáo sư mà bạn thích nhất là người thế nào? Trong giờ học giáo sư thực hiện những hoạt động gì? Bạn hãy kể chi tiết hoạt động mà bạn nhớ nhất trong số những hoạt động giáo sư đã thực hiện trên lớp.

2. 가장 좋아하는 교수님을 소개해 보세요. 그 교수님은 무슨 과목을 가르치셨나요? 그리고 그 교수님을 좋아하는 이유를 말해 보세요.

Bạn hãy giới thiệu giáo sư bạn thích nhất. Giáo sư đó đã dạy môn học gì? Và bạn hãy thử nói lý do bạn thích giáo sư đó.

3. 가장 좋아하는 교수님의 첫인상을 말해 보세요. 가장 좋아하는 교수님의 첫 수업은 어땠나요? 그 교수님의 첫 수업에 대해 자세히 이야기해 보세요.

Bạn hãy thử nói ấn tượng đầu tiên của giáo sư mà bạn thích nhất. Buổi học đầu tiên của giáo sư bạn thích nhất thế nào? Bạn hãy kể chi tiết về buổi học đầu tiên của giáo sư đó.

4. 좋아하는 교수님의 수업은 일주일에 몇 번 하나요? 교수님의 수업 활동을 자세히 이야기해 보세요.

Lớp học của giáo sư mà bạn thích một tuần mấy buổi? Bạn hãy kể chi tiết hoạt động lớp học của giáo sư.

5. 가장 좋아하는 교수님과의 좋은 추억이 있나요? 있다면, 그 추억에 관해 자세히 이야기해 보세요.

Bạn có kỷ niệm đẹp cùng với giáo sư bạn thích nhất không? Nếu có, bạn hãy kể chi tiết về kỷ niệm đó.

Câu trả lời theo cấu trúc trọng tâm

Hãy thử chia nội dung trả lời trọng tâm cho các câu hỏi theo chủ đề thường xuất hiện thành các bước và luyện tập. Bạn có thể sử dụng 'Cách diễn đạt có thể ứng dụng' và tạo ra câu chuyện của riêng mình.

Giới thiệu giáo sư (교수님 소개)	제가 가장 좋아하는 교수님의 이름은 '투짱'이며 베트남 사람입니다. 그 교수님의 연세는 45세이시고 한국학 입문이라는 과목을 가르치십니다.
Ấn tượng đầu tiên (첫 인상)	저는 1학년 때 그 교수님을 처음 뵈었습니다. 그때 교수님의 밝은 미소는 지금도 잊을 수 없습니다.
Tính cách (성격)	교수님은 친절하고 따뜻한 마음을 가지신 분입니다. 그리고 매우 세심한 분이셔서 우리의 과제를 꼼꼼히 봐 주십니다. 게다가, 유머감각도 있어서 수업은 항상 웃음이 가득합니다.
Ngoại hình (외모)	교수님은 40세가 넘었지만 매우 젊어 보이십니다. 외모는 피부가 하얗고 몸매가 날씬하며 머리는 자연스러운 곱슬머리입니다.
Suy nghĩ của tôi (나의 생각)	제 생각에 교수님은 매우 세련되고 현명한 분이며, 저는 그런 교수님을 존경합니다. 교수님 덕분에 저는 그 과목을 더 좋아하게 되었습니다.

Tên của giáo sư mà tôi thích là 'Thu Trang' và giáo sư là người Việt Nam. Vị giáo sư ấy 45 tuổi và dạy môn Nhập môn Hàn Quốc học. Tôi gặp giáo sư lần đầu tiên vào năm nhất. Bây giờ tôi vẫn không thể nào quên nụ cười rạng ngời của giáo sư lúc ấy. Giáo sư là người thân thiện và có tấm lòng ấm áp. Và vì là người rất kĩ tính nên xem bài tập cho chúng tôi rất tỉ mỉ. Hơn nữa giáo sư còn có tính hài hước nên buổi học luôn đầy ắp tiếng cười. Giáo sư đã hơn 40 tuổi nhưng trông rất trẻ. Về ngoại hình thì giáo sư có làn da trắng, dáng người thon thả, mái tóc quăn tự nhiên. Trong suy nghĩ của tôi, giáo sư là người rất lịch thiệp, thông thái và tôi kính trọng những giáo sư như thế. Nhờ giáo sư tôi đã thích môn học đó hơn.

Từ vựng

- 친절하다 thân thiện
- 따뜻한 마음 tấm lòng ấm áp
- 세심하다 tỉ mỉ
- 꼼꼼히 kĩ tính
- 유머감각도 있다 có tính hài hước
- 가득하다 tràn đầy
- 곱슬머리 tóc quăn
- 존경하다 kính trọng

Hãy tạo ra câu chuyện của riêng bạn.

제가 가장 좋아하는 교수님의 이름은 ' Tên giáo sư '이며 ① Quốc gia 사람입니다. 그 교수님의 연세는 Tuổi 세이시고 ② Môn học 이라는 과목을 가르치십니다. 저는 Năm học 학년 때 교수님을 처음 뵈었습니다. 그때 교수님의 ③ Ấn tượng đầu tiên 는 지금도 잊을 수 없습니다. 교수님은 ④ Tính cách 분입니다. 그리고 ④ . 게다가, 유머감각도 있어서 수업은 항상 웃음이 가득합니다. 교수님은 Tuổi 세가 넘었지만 매우 젊어 보이십니다. 외모는 ⑤ Ngoại hình . 제 생각에 교수님은 매우 세련되고 현명한 분이며, 저는 그런 교수님을 존경합니다. 교수님 덕분에 저는 그 과목을 더 좋아하게 되었습니다.

Tên của giáo sư mà tôi thích là ' ' và giáo sư là người ① . Vị giáo sư ấy   tuổi và dạy môn ② . Tôi gặp giáo sư lần đầu tiên vào năm   . Bây giờ tôi vẫn không thể nào quên ③   của giáo sư lúc ấy. Giáo sư là người ④   . Và ④   . Hơn nữa giáo sư còn có tính hài hước nên buổi học luôn đầy ắp tiếng cười. Giáo sư đã hơn   tuổi nhưng trông rất trẻ. Về ngoại hình thì ⑤   . Trong suy nghĩ của tôi, giáo sư là người rất lịch thiệp, thông thái và tôi kính trọng những giáo sư như thế. Nhờ giáo sư tôi đã thích môn học đó hơn.

Hãy tìm cách diễn đạt phù hợp với bản thân và điền vào chỗ trống ở bên trên.

① Quốc gia (국가)	• 한국 Hàn Quốc • 중국 Trung Quốc • 일본 Nhật Bản • 미국 Mỹ • 캐나다 Canada • 호주 Úc • 영국 Anh • 인도 Ấn Độ	
② Môn học (과목)	• 경제학 입문 nhập môn kinh tế học • 한국문학 văn học Hàn Quốc • 회계 kế toán • 경영정보시스템 hệ thống thông tin quản trị kinh doanh • 데이터 베이스 관리 quản lý cơ sở dữ liệu • 생산관리 quản lý sản xuất	
③ Ấn tượng đầu tiên (첫인상)	• 친절함 sự thân thiện • 따뜻한 목소리 giọng nói ngọt ngào • 따뜻한 눈빛 ánh mắt ấm áp	
④ Tính cách (성격)	• 엄격하다 nghiêm khắc • 학생의 의견을 잘 들어주다 lắng nghe ý kiến của học sinh • 학생을 잘 이끌다/지도하다 dẫn dắt/hướng dẫn học sinh rất tốt	
⑤ Ngoại hình (외모)	체형, 키 : 뚱뚱하다 béo • 키가 크다 cao • 키가 작다 thấp • 날씬하다 mảnh mai • 마르다 gầy 얼굴 : 얼굴이 둥글다 mặt tròn • 얼굴이 각지다 mặt góc cạnh 눈 : 쌍꺼풀 mắt hai mí • 외꺼풀 mắt một mí 코 : 코가 높다 mũi cao • 코가 낮다 mũi thấp 입 : 입술이 두껍다 môi dày • 입술이 얇다 môi mỏng • 입이 크다 miệng to 머리 : 생머리 tóc tự nhiên • 단발머리 tóc ngang vai • 긴 머리 tóc dài • 곱슬머리 tóc xoăn 　　　파마머리 tóc uốn • 염색머리 tóc nhuộm	

 **Ngữ pháp**

Hãy học rồi ứng dụng các ngữ pháp và cấu trúc tiếng Hàn Quốc vào câu trả lời. Thông qua quá trình này, khả năng diễn đạt và tạo câu của bạn sẽ tiến bộ hơn.

● **Động từ/Tính từ + 지만**

'~지만 ~' là liên từ dùng để liên kết nội dung của hai vế có ý nghĩa trái ngược nhau. Trong trường hợp chủ ngữ giống nhau, chủ ngữ sau có thể giản lược.

저는 방금 밥을 먹었지만 또 배가 고파요.
Tôi vừa ăn cơm nhưng bây giờ lại đói.

그녀의 외모는 예쁘지만 성격은 안 좋아요.
Ngoại hình của cô ấy đẹp nhưng tính cách thì không tốt.

● **Động từ + 은/ㄴ 덕분에**
  Danh từ + 덕분에

'덕분에' đứng sau danh từ và động từ, là một liên từ được dùng để diễn tả một kết quả tốt nào đó có được nhờ vào sự giúp đỡ hoặc ân huệ nào đó.

* Động từ có patchim + 은 덕분에
  Động từ không có patchim + ㄴ 덕분에
  Danh từ + 덕분에

따뜻한 옷을 입은 덕분에 감기에 걸리지 않았습니다.
Nhờ mặc đồ ấm nên tôi đã không bị cảm.

교수님께서 잘 가르쳐 주신 덕분에 한국어 실력이 많이 늘었습니다.
Nhờ giáo sư đã giảng dạy tận tình nên năng lực tiếng Hàn Quốc của em đã tăng rất nhiều.

부모님 덕분에 저는 한국으로 유학을 갈 수 있었습니다.
Nhờ bố mẹ, tôi đã có thể đi du học Hàn Quốc.

Đây là những mẫu câu đa dạng và hữu ích liên quan đến chủ đề. Bạn hãy đánh dấu những câu phù hợp với bản thân và thử tạo nên câu chuyện thú vị của riêng mình.

☐ Giáo sư rất hiền và luôn lắng nghe ý kiến của chúng tôi.

교수님은 아주 상냥하고 우리의 의견을 잘 들어 주십니다.

☐ Giáo sư có dáng người thon thả, hơi cao và có mái tóc xoăn ngắn.

교수님은 날씬하고 키가 약간 큰 편이며 머리는 짧은 곱슬머리입니다.

☐ Môn của giáo sư 1 tuần chỉ có 1 buổi.

교수님 수업은 일주일에 한 번만 있습니다.

☐ Lớp học của giáo sư rất hay và nhiều thông tin hữu ích.

⤳ hữu ích 유익하다 / thông tin 정보 / nhiều 많다

교수님 수업은 재미있고 유익한 정보가 많습니다.

☐ Thông qua lớp học của giáo sư, chúng em có nhiều cơ hội trải nghiệm văn hóa Hàn Quốc.

⤳ trải nghiệm 체험하다 / cơ hội 기회

교수님 수업을 통해서 한국 문화를 체험할 기회가 많았습니다.

☐ Giáo sư thỉnh thoảng chia sẻ những kinh nghiệm thú vị có được khi sống tại Hàn Quốc.

교수님은 가끔 한국에서 생활하면서 얻은 재미있는 경험을 얘기해 주십니다.

☐ Giáo sư không những yêu thích công việc giảng dạy học sinh mà còn yêu thích việc nghiên cứu văn hóa truyền thống của Hàn Quốc.

교수님은 학생들을 교육하시는 것뿐만 아니라 한국 전통문화를 연구하시는 것도 좋아하십니다.

⤳ nghiên cứu 연구하다
văn hóa truyền thống của Hàn Quốc 한국 전통문화

☐ Giáo sư là người luôn động viên và khích lệ để chúng em có thể cố gắng thêm.

⤳ khích lệ 격려하다 / để có thể cố gắng thêm 더욱 힘을 낼 수 있게

교수님은 항상 저희를 응원해 주시고 더욱 힘을 낼 수 있게 격려해 주시는 분입니다.

🎧 01-10

Quá trình đi học·tan học

Trước khi trả lời câu hỏi liên quan, hãy nhớ lại các từ vựng trọng tâm và sắp xếp nội dung câu trả lời trong đầu.

Q 학교에서 보통 몇 시부터 몇 시까지 공부하나요? 학교에서 하는 일은 무엇인지 이야기해 주세요.

Mỗi ngày bạn thường học ở trường từ mấy giờ đến mấy giờ? Hãy nói cho tôi biết những việc bạn làm ở trường là gì.

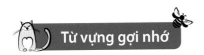

Từ vựng gợi nhớ

등교 전 trước khi đến trường

기상 시간 giờ thức dậy

운동하다 tập thể dục

샤워하다 tắm

아침 식사 ăn sáng

등교 방법 cách đến trường

등교 시간 giờ đi học

걷다 đi bộ

오토바이 xe máy

버스 xe buýt

수업 준비
chuẩn bị cho buổi học

수업 시간 giờ học

점심시간 giờ ăn trưa

방과 후 sau khi tan học

영어학원 trung tâm tiếng Anh

카페 quán cà phê

아르바이트 việc làm thêm

Khi thi OPIc, việc hiểu nhanh các câu hỏi và trả lời là quan trọng nhất. Đối với các câu hỏi quen thuộc, bạn càng phải bình tĩnh và trả lời một cách tự nhiên. Hãy liên tục làm quen và luyện tập các dạng câu hỏi liên quan đến chủ đề.

1. 귀하가 학교에서 보내는 하루를 이야기해 주세요. 학교에서 수업이 없을 때 주로 무엇을 하나요? 어디에서 공부하나요? 보통 수업이 몇 시쯤 끝나나요? 수업이 끝난 후에는 보통 무엇을 하나요?

   Bạn hãy kể về một ngày của bạn ở trường. Khi không có buổi học ở trường bạn chủ yếu làm gì? Bạn học ở đâu? Bình thường lớp học kết thúc mấy giờ? Sau khi kết thúc buổi học bạn thường làm gì?

2. 귀하는 몇 시쯤 학교에 가나요? 보통 무엇을 타고 학교에 가나요? 그 교통수단을 선택한 이유를 자세히 말해 주세요.

   Bạn đi học lúc mấy giờ? Bình thường bạn đi gì đến trường? Bạn hãy nói cụ thể lý do bạn chọn phương tiện đó.

3. 집에서 학교까지 어떻게 가는지 이야기해 주세요. 그리고 집에서 학교까지 얼마나 걸리나요? 어떤 교통수단을 이용하면 학교에 더 빨리 갈 수 있나요?

   Bạn hãy kể bạn đi từ nhà đến trường như thế nào. Từ nhà đến trường mất bao lâu? Sử dụng phương tiện gì thì đến trường nhanh hơn?

4. 대학 생활 첫날에 대해 자세히 이야기해 주세요. 귀하에게 대학교의 첫인상은 어땠나요? 지금까지 기억에 남는 대학교 첫인상을 자세히 말해 주세요.

   Hãy kể chi tiết về ngày đầu tiên sinh hoạt tại trường. Đối với bạn ấn tượng đầu tiên về trường đại học như thế nào? Hãy nói ấn tượng đầu tiên về trường đại học còn đọng lại trong ký ức của bạn đến giờ.

5. 귀하는 신입생을 위한 오리엔테이션에 참가한 적이 있나요? 신입생을 위한 선물을 받았나요? 그 선물은 무엇이었나요? 그 오리엔테이션에서 새로운 친구를 만났나요?

   Bạn có từng tham gia buổi giới thiệu dành cho sinh viên năm nhất không? Bạn có nhận quà dành cho sinh viên năm nhất không? Món quà đó là gì? Bạn có quen bạn mới tại buổi giới thiệu đó không?

Hãy thử chia nội dung trả lời trọng tâm cho các câu hỏi theo chủ đề thường xuất hiện thành các bước và luyện tập. Bạn có thể sử dụng 'Cách diễn đạt có thể ứng dụng' và tạo ra câu chuyện của riêng mình.

Trước khi đến trường (등교 전)	저는 보통 매일 아침 5시에 일어나서 30분 정도 운동을 합니다. 그리고 샤워하고 아침을 먹고 6시에 학교에 갑니다.
Thời gian và cách đến trường (등교 방법과 시간)	저는 학교까지 오토바이를 타고 갑니다. 집에서 학교까지는 오토바이로 15분 정도 걸립니다.
Hoạt động tại trường (학교 생활)	학교에 도착한 후에는 보통 수업 준비를 합니다. 오전 수업은 11시 50분에 끝납니다. 점심시간에는 주로 학교 식당에서 친구들과 같이 점심을 먹고, 학교 식당 옆에 있는 카페에서 밀크티를 마십니다. 오후 수업은 오후 1시에 시작해서 6시에 끝납니다. 오후 수업을 마친 후에는 도서관에 가서 과제를 합니다. 특별한 일이 없을 때는 보통 저녁 8시쯤 집으로 돌아갑니다.
Sau khi tan học (방과 후)	수요일과 금요일에는 오후 수업이 없어서 영어학원에 갑니다. 학원 수업이 끝나고 저녁에는 카페에서 아르바이트를 합니다.
Kết thúc (마무리)	저의 하루는 여러 가지 일로 매우 바쁘지만, 이런 삶이 매우 보람 있다고 생각하며 매일 노력하고 있습니다.

Em thường thức dậy lúc 5 giờ sáng mỗi ngày rồi tập thể dục khoảng 30 phút. Và em tắm, ăn sáng rồi đi đến trường lúc 6 giờ. Em đi xe máy đến trường. Từ nhà em đến trường mất khoảng 15 phút bằng xe máy. Sau khi đến trường, em thường chuẩn bị cho lớp học. Lớp học buổi sáng kết thúc lúc 11 giờ 50 phút. Vào giờ ăn trưa, em thường đi ăn trưa cùng các bạn ở căng tin trường, rồi uống trà sữa ở quán cà phê cạnh căng tin. Lớp học buổi chiều bắt đầu từ 1 giờ và kết thúc lúc 6 giờ. Sau khi lớp học buổi chiều kết thúc, em đi thư viện làm bài tập. Nếu không có lí do gì đặc biệt, thông thường em sẽ về nhà lúc 8 giờ tối. Thứ Tư và thứ Sáu em không có lớp học buổi chiều nên em đi đến trung tâm tiếng Anh. Sau khi kết thúc buổi học, vào buổi tối, em làm thêm ở quán cà phê. Một ngày của em rất bận rộn với nhiều việc, nhưng em nghĩ cuộc sống như thế này rất có ý nghĩa và em đang cố gắng từng ngày.

Từ vựng

- 운동하다 tập thể dục
- 샤워하다 tắm
- 오토바이 xe máy
- 끝나다, 마치다 kết thúc
- 학교 식당 căng tin trường

- 영어학원 trung tâm tiếng Anh
- 삶 cuộc sống
- 보람이 있다 có ý nghĩa
- 노력하다 cố gắng

Hãy tạo ra câu chuyện của riêng bạn.

저는 보통 매일 아침 ⟨Giờ⟩ 시에 일어나서 30분 정도 ① ⟨Việc làm trước khi đến trường⟩ . 그리고 ①
고 ⟨Giờ⟩ 에 학교에 갑니다. 저는 학교까지 ⟨Phương tiện giao thông⟩ 를 타고 갑니다. 집에서 학교까지는
⟨Phương tiện giao thông⟩ 로 ⟨Thời gian⟩ 정도 걸립니다. 학교에 도착한 후에는 보통 ② ⟨Hoạt động ở trường⟩ . 오전
수업은 11시 50분에 끝납니다. 점심시간에는 주로 학교 식당에서 친구들과 같이 점심을 먹고, ②
. 오후 수업은 오후 1시에 시작해서 6시에 끝납니다.
오후 수업을 마친 후에는 ② . 특별한 일이 없을 때는 보통 저녁 ⟨Giờ⟩ 쯤
집으로 돌아갑니다. ③ ⟨Thứ⟩ 에는 오후 수업이 없어서 ② . 학원 수업이
끝나고 저녁에는 ④ ⟨Việc làm thêm⟩ . 저의 하루는 여러 가지 일로 매우 바쁘지만, 이
런 삶이 매우 보람이 있다고 생각하며 매일 노력하고 있습니다.

Em thường thức dậy lúc ⟨ ⟩ giờ sáng mỗi ngày rồi ① khoảng 30 phút. Và em ① rồi
đi đến trường lúc ⟨ ⟩. Em đi ⟨ ⟩ đến trường. Từ nhà em đến trường mất khoảng ⟨ ⟩ bằng
⟨ ⟩. Sau khi đến trường, em thường ② . Lớp học buổi sáng kết thúc lúc 11 giờ 50
phút. Vào giờ ăn trưa, em thường đi ăn trưa cùng các bạn ở căng tin trường, rồi ②
. Lớp học buổi chiều bắt đầu từ 1 giờ và kết thúc lúc 6 giờ. Sau khi lớp học buổi chiều kết
thúc, em ② . Nếu không có lí do gì đặc biệt, thông thường em sẽ về nhà lúc ⟨ ⟩ tối.
③ em không có lớp học buổi chiều nên em ② . Sau khi kết thúc
buổi học, vào buổi tối, em ④ . Một ngày của em rất bận rộn với nhiều việc, nhưng
em nghĩ cuộc sống như thế này rất có ý nghĩa và em đang cố gắng từng ngày.

Cách diễn đạt có thể ứng dụng

Hãy tìm cách diễn đạt phù hợp với bản thân và điền vào chỗ trống ở bên trên.

① Việc làm trước khi đến trường (등교 전 하는 일)	· 산책하다 đi dạo · 요가를 하다 tập yoga · 예습하다 luyện tập trước · 복습하다 ôn tập · 아침 식사를 준비하다 chuẩn bị bữa sáng
② Hoạt động ở trường (학교에서 하는 일)	· 친구와 함께 스터디를 하다 học nhóm với bạn · 다음 날의 수업을 준비하다 chuẩn bị cho tiết học ngày mai · 커피를 마시다 uống cà phê · 동아리 활동을 하다 hoạt động câu lạc bộ · 도서관에서 공부하다 học ở thư viện · 프로젝트를 준비하다 chuẩn bị dự án
③ Thứ (요일)	· 월요일 thứ Hai · 화요일 thứ Ba · 수요일 thứ Tư · 목요일 thứ Năm · 금요일 thứ Sáu · 토요일 thứ Bảy · 일요일 Chủ nhật
④ Việc làm thêm (아르바이트)	· 과외를 하다 dạy kèm · 음식점에서 서빙을 하다 phục vụ ở quán ăn · 편의점에서 아르바이트를 하다 làm thêm ở cửa hàng tiện lợi

Hãy học rồi ứng dụng các ngữ pháp và cấu trúc tiếng Hàn Quốc vào câu trả lời. Thông qua quá trình này, khả năng diễn đạt và tạo câu của bạn sẽ tiến bộ hơn.

● **Danh từ + 와/과 같이(=함께)**

'와/과' là trợ từ đồng thời được sử dụng với mục đích liên kết danh từ và nếu kết hợp với phụ từ '같이' sẽ được sử dụng với ý nghĩa 'cùng với'.

＊Danh từ có patchim + 과 같이(=함께)
　Danh từ không có patchim + 와 같이(=함께)

> 저는 보통 도서관에서 투짱 씨와 같이(=함께) 과제를 합니다.
> Tôi thường làm bài tập cùng (với) Thu Trang ở thư viện.

> 주말에는 동생과 같이(=함께) 운동하러 갑니다.
> Cuối tuần tôi đi tập thể dục cùng (với) em tôi.

● **Động từ + 은/ㄴ 후에**
　Danh từ + 후에

'~은/ㄴ 후에 ~' diễn tả một hành động được xuất hiện sau khi một hành động hay một việc nào đó đã kết thúc và được dùng với ý nghĩa 'sau khi'. Trường hợp 「danh từ + 후에 ~」 thì được dịch sang tiếng Việt là 「Sau + danh từ ~」.

＊Động từ có patchim + 은 후에
　Động từ không có patchim + ㄴ 후에
　Danh từ + 후에

> 밥을 먹은 후에 숙제를 합니다.
> Sau khi ăn cơm, tôi làm bài tập.

> 학교에 도착한 후에 바로 수업을 듣습니다.
> Sau khi đến trường, tôi nghe giảng ngay.

> 10분 후에 다시 전화 주세요.
> Sau 10 phút, hãy gọi lại cho tôi.

Đây là những mẫu câu đa dạng và hữu ích liên quan đến chủ đề. Bạn hãy đánh dấu những câu phù hợp với bản thân và thử tạo nên câu chuyện thú vị của riêng mình.

☐ Vì mỗi sáng tôi đều tập thể dục sớm và đến trường nên rất bận.

저는 매일 아침 일찍 운동을 하고 학교에 가느라 매우 바쁩니다.

☐ Việc học ở trường vất vả nhưng thú vị.

학교에서 공부하기는 힘들지만 재미있습니다.

☐ Mỗi ngày tôi đều ở trường cả ngày từ sáng đến tối.

저는 매일 아침부터 저녁까지 하루 종일 학교에 있습니다.

☐ Khi không có tiết học, tôi cùng bạn thân hoạt động câu lạc bộ âm nhạc.

수업이 없을 때 친한 친구와 같이 음악 동아리 활동을 합니다.

☐ Sau khi ăn trưa, tôi thích ngồi trong khuôn viên trường uống cà phê.

점심 식사 후, 캠퍼스에 앉아서 커피 마시는 것을 좋아합니다.

☐ Thư viện trường tôi là nơi rất thích hợp để tự học.

우리 학교 도서관은 혼자 공부하기에 아주 적합한 장소입니다.

☐ Tôi làm thêm để kiếm tiền tiêu vặt.

저는 용돈을 벌기 위해 아르바이트를 합니다.

☐ Vừa đi học vừa đi làm thêm rất vất vả nhưng tôi nghĩ đó là một trải nghiệm tốt.

학교에 다니면서 아르바이트를 하는 것은 너무 힘들지만 좋은 경험이라고 생각합니다.

Cuộc sống công sở (직장 생활)

Mục tiêu học tập Xu hướng ra đề	Nếu chọn mục 'Nghề nghiệp/Công ty, 'Đi làm' trong phần Background Survey, khi giới thiệu bản thân cần nêu rõ các thông tin như họ tên, tuổi, gia đình, sở thích, nghề nghiệp, chuyên ngành và các nội dung liên quan đến công việc hiện tại. Đối với những câu hỏi khó, có thể yêu cầu miêu tả về một ngày làm việc ở công ty hoặc kể lại ngày đầu tiên đi làm của bạn. Vì vậy nên chuẩn bị kĩ về nội dung giới thiệu công việc đang phụ trách, những kinh nghiệm bản thân tích lũy được trong suốt quá trình làm việc hoặc cảm nghĩ của bản thân về nơi làm việc hiện tại và đồng nghiệp.

• Bí quyết đạt điểm cao cho từng chủ đề

Bài 1 Giới thiệu bản thân (người đi làm) (자기소개(직장인))	★ Gây ấn tượng tốt bằng cách phát âm tốt, cách diễn đạt tự nhiên, cách sử dụng ngữ pháp đúng và phong thái sự tin. ★ Giới thiệu đầy đủ thông tin cá nhân: tên, tuổi, gia đình, sở thích, nghề nghiệp, chuyên ngành, lĩnh vực công ty đang làm việc, ước mơ. # Nếu có thể cố gắng giải thích thêm về thông tin cung cấp. Ví dụ khi giới thiệu về nghề nghiệp nên nói thêm về lý do tại sao bạn chọn nghề nghiệp này.
Bài 2 Giới thiệu công việc và công ty (직장 업무 및 회사 소개)	★ Nên tìm hiểu trước tên công ty, cấp bậc, tên chuyên ngành bằng tiếng Hàn Quốc cho chuẩn xác. ★ Giới thiệu về đặc tính của công ty bạn đang làm và cảm nhận về công ty. ★ Giới thiệu về công việc đang phụ trách và cảm nhận về công việc đó. # Nên nói thêm về điều cảm nhận được, về đặc điểm của công ty và công việc.
Bài 3 Giới thiệu cấp trên và đồng nghiệp (직장 상사 및 동료 소개)	★ Giới thiệu về lãnh đạo và đồng nghiệp trong công ty. ★ Nêu lên mối quan hệ giữa bản thân với lãnh đạo và đồng nghiệp trong công ty ★ Nêu nói lên nhận xét của bạn về lãnh đạo và đồng nghiệp.
Bài 4 Chương trình đào tạo của công ty (회사의 양성 프로그램)	★ Giới thiệu về chương trình đào tạo của công ty và nêu cảm nhận của bạn về những chương trình đó.

✦ Đây là những loại câu hỏi có tần suất ra đề cao nếu bạn chọn mục tương ứng trong Background Survey. Trong cuộc thi đánh giá khả năng ngoại ngữ theo kiểu phỏng vấn, quan trọng nhất là nắm bắt nhanh ý đồ của câu hỏi mà giám khảo hỏi, vì vậy hãy làm quen với các loại câu hỏi đa dạng theo chủ đề.

Nắm bắt nhanh dạng câu hỏi theo từng chủ đề

Bài 1 **Giới thiệu bản thân (người đi làm)** (자기소개 (직장인))	• 지금부터 인터뷰 시험을 시작하겠습니다. 귀하에 대해 소개해 주세요. 　- Bây giờ chúng ta bắt đầu cuộc phỏng vấn. Hãy giới thiệu một chút về bạn.
Bài 2 **Giới thiệu công việc và công ty** (직장 업무 및 회사 소개)	• 귀하는 직업을 가지고 있다고 말했습니다. 귀하가 다니는 회사에 대해 이야기해 주세요. 회사는 언제 설립되었나요? 회사는 어떤 제품이나 서비스를 제공하나요? 회사를 자세히 소개해 주세요. 　- Bạn đã nói trong khảo sát là bạn có việc làm. Hãy nói về công ty bạn đang làm. Công ty được thành lập khi nào? Công ty cung cấp dịch vụ hay sản phẩm nào? Hãy giới thiệu công ty bạn một cách chi tiết.
Bài 3 **Giới thiệu cấp trên và đồng nghiệp** (직장 상사 및 동료 소개)	• 귀하의 동료나 상사에 대해 이야기해 주세요. 그분은 어떻게 생겼나요? 성격이 어떤가요? 그분과 보통 어떤 일을 하나요? 　- Hãy nói cho tôi nghe về đồng nghiệp hoặc cấp trên của bạn. Người đó trông như thế nào? Tính cách thế nào? Bạn thường làm việc gì với người đó?
Bài 4 **Chương trình đào tạo của công ty** (회사의 양성 프로그램)	• 귀하의 회사에는 직원 교육 프로그램이 있나요? 있다면 어떤 교육 프로그램인가요? 그 프로그램에 대해 이야기해 주세요. 　- Ở công ty của bạn có chương trình đào tạo cho nhân viên không? Nếu có, đó là những chương trình đào tạo nào? Hãy nói cho tôi nghe về các chương trình đào tạo đó.

Bài 1

🎧 01-13

Giới thiệu bản thân (người đi làm)

Trước khi trả lời câu hỏi liên quan, hãy nhớ lại các từ vựng trọng tâm và sắp xếp nội dung câu trả lời trong đầu.

Q 지금부터 인터뷰 시험을 시작하겠습니다. 귀하에 대해 소개해 주세요.

Bây giờ chúng ta bắt đầu cuộc phỏng vấn. Hãy giới thiệu một chút về bạn.

Từ vựng gợi nhớ

성명 họ tên

이름 tên

나이 tuổi

직업 nghề nghiệp

직위 chức vụ

부서 bộ phận

하는 일 việc làm

가족 소개 giới thiệu gia đình

남편 chồng

아내 vợ

미혼 người chưa kết hôn

거주지 nơi cư trú

취미 sở thích

성격 tính cách

장점 ưu điểm

단점 khuyết điểm

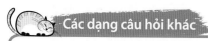

Khi thi OPIc, việc hiểu nhanh các câu hỏi và trả lời là quan trọng nhất. Đối với các câu hỏi quen thuộc, bạn càng phải bình tĩnh và trả lời một cách tự nhiên. Hãy liên tục làm quen và luyện tập các dạng câu hỏi liên quan đến chủ đề.

1. 자기소개를 해 주세요.

   Bạn hãy giới thiệu bản thân.

2. 자기소개를 해 주실 수 있나요?

   Bạn có thể giới thiệu bản thân không?

3. 자기소개부터 시작해 볼까요?

   Chúng ta bắt đầu từ phần giới thiệu bản thân nhé?

4. 먼저 자기소개 부탁드립니다.

   Trước tiên, bạn hãy giới thiệu bản thân.

5. 자신에 대해 이야기해 주세요.

   Bạn hãy nói về bản thân mình.

6. 자기소개를 해 주시겠어요?

   Bạn sẽ giới thiệu bản thân chứ?

Hãy thử chia nội dung trả lời trọng tâm cho các câu hỏi theo chủ đề thường xuất hiện thành các bước và luyện tập. Bạn có thể sử dụng 'Cách diễn đạt có thể ứng dụng' và tạo ra câu chuyện của riêng mình.

Chào hỏi (인사)	안녕하세요. 제 이름은 '꾸억흥'입니다. 올해 35살입니다.
Nghề nghiệp và thời gian làm việc (직업 및 근무 시간)	저는 식품회사에서 마케팅 팀장으로 10년 동안 일하고 있습니다. 상품 마케팅 프로그램 개발은 제가 담당하는 업무들 중 하나입니다. 이 일은 제 적성에 잘 맞아서 매우 만족하고 있습니다.
Giới thiệu gia đình và nơi sống (가족 소개 및 거주지)	저는 아내 그리고 아들과 함께 호찌민에 살고 있습니다. 아내는 고등학교 교사이고 아들은 유치원에 다닙니다. 우리 가족은 매우 화목하고 행복합니다.
Sở thích (취미)	제 취미는 화초를 기르고 좋아하는 차를 마시는 것입니다. 이 취미는 스트레스를 해소하고 마음을 편하게 하는 데 도움을 줍니다.
Tính cách và kế hoạch tương lai (성격 및 장래 계획)	제 장점은 변화를 두려워하지 않고 항상 새로운 것에 도전하는 것을 좋아하기 때문에 은퇴 후에는 아내와 함께 아름다운 정원이 있는 작은 찻집을 운영할 계획입니다.

Xin chào. Tên của tôi là 'Quốc Hưng'. Năm nay tôi 35 tuổi. Tôi làm việc suốt 10 năm tại công ty thực phẩm với vai trò Trưởng phòng Marketing. Phát triển chương trình marketing sản phẩm là một trong những nghiệp vụ mà tôi đang phụ trách. Công việc này phù hợp với tính cách của tôi nên tôi đang rất hài lòng. Tôi đang sống ở Hồ Chí Minh với vợ và con trai. Vợ tôi là giáo viên trung học phổ thông, còn con trai của tôi đang học mẫu giáo. Gia đình chúng tôi rất hòa thuận và hạnh phúc. Sở thích của tôi là trồng cây cảnh và uống món trà yêu thích. Sở thích này giúp giải tỏa căng thẳng và giúp tâm hồn bình an. Vì ưu điểm của tôi là không sợ sự thay đổi và luôn thích thử thách những cái mới nên sau khi về hưu tôi có kế hoạch mở quán trà nhỏ có vườn hoa xinh đẹp cùng với vợ.

Từ vựng

- 식품회사 công ty thực phẩm
- 팀장 trưởng phòng, tổ trưởng
- 마케팅 marketing
- 프로그램 chương trình
- 개발하다 phát triển
- 화목하다 hòa thuận
- 화초를 기르다 trồng cây cảnh
- 차를 마시다 uống trà
- 스트레스 căng thẳng
- 해소하다 giải toả
- 편안하다 bình an
- 도전하다 thử thách

Hãy tạo ra câu chuyện của riêng bạn.

안녕하세요. 제 이름은 ' Tên '입니다. 올해 Tuổi 살입니다. 저는 ① Công ty 에서 ② Bộ phận ③ Chức vụ 으로 Thời gian 동안 일하고 있습니다. ④ Việc làm 은 제가 담당하는 업무들 중 하나입니다. 이 일은 제 적성에 잘 맞아서 매우 만족하고 있습니다. 저는 Thành viên gia đình 과 함께 Nơi sống 에 살고 있습니다. Thành viên gia đình 는 Nghề nghiệp 이고 Thành viên gia đình 은 Nghề nghiệp . 우리 가족은 매우 화목하고 행복합니다. 제 취미는 ⑤ Sở thích 는 것입니다. 이 취미는 스트레스를 해소하고 마음을 편하게 하는 데 도움을 줍니다. 제 장점은 ⑥ Tính cách 기 때문에 은퇴 후에는 Thành viên gia đình 와 함께 아름다운 정원 있는 작은 찻집을 운영할 계획입니다.

Xin chào. Tên của tôi là '   '. Năm nay tôi   tuổi. Tôi làm việc suốt   tại ①   với vai trò ③   ②   . ④   là một trong những nghiệp vụ mà tôi đang phụ trách. Công việc này phù hợp với tính cách của tôi nên tôi đang rất hài lòng. Tôi đang sống ở   với   và   .   tôi là   , còn   của tôi   . Gia đình chúng tôi rất hòa thuận và hạnh phúc. Sở thích của tôi là ⑤   . Sở thích này giúp giải tỏa căng thẳng và giúp tâm hồn bình an. Vì ưu điểm của tôi là ⑥   nên sau khi về hưu tôi có kế hoạch mở quán trà nhỏ có vườn hoa xinh đẹp cùng với   .

Cách diễn đạt có thể ứng dụng

Hãy tìm cách diễn đạt phù hợp với bản thân và điền vào chỗ trống ở bên trên.

① Công ty (회사)	• 무역회사 công ty thương mại • 유통회사 công ty phân phối • 서비스 회사 công ty dịch vụ
② Bộ phận (부서)	• 인사부 bộ phận nhân sự • 총무부 bộ phận hành chính tổng hợp • 영업부 bộ phận kinh doanh
③ Chức vụ (직위)	• 사원 nhân viên • 대리 trợ lý • 부장 trưởng bộ phận • 차장 phó trưởng bộ phận
④ Việc làm (하는 일)	• 인사 관리 quản lý nhân sự • 재무 관리 quản lý tài vụ • 상품 개발 phát triển sản phẩm
⑤ Sở thích (취미)	• 캠핑하다 cắm trại • 소풍 가다 đi dã ngoại • 박물관에 가다 đi bảo tàng • 공연을 보러 가다 đi xem biểu diễn • 음악을 듣다 nghe nhạc
⑥ Tính cách (성격)	• 차분하다 điềm tĩnh • 활동적이다 năng động • 창의적이다 sáng tạo • 활발하다 hoạt bát

Hãy học rồi ứng dụng các ngữ pháp và cấu trúc tiếng Hàn Quốc vào câu trả lời. Thông qua quá trình này, khả năng diễn đạt và tạo câu của bạn sẽ tiến bộ hơn.

● **Danh từ** + (들) 중 하나

「Danh từ + (들) 중 하나」được dùng với ý nghĩa 'một trong những'. Trong đó '하나' nghĩa là 'một', '중' nghĩa là 'trong' và '들' nghĩa là 'những'. Trong tiếng Hàn Quốc, biểu hiện số nhiều trong văn nói như '들' thường được giản lược.

떡국은 제가 좋아하는 한국 음식(들) 중 하나입니다.
Canh bánh gạo là một trong (những) món ăn Hàn Quốc mà tôi thích.

베트남은 동남아 지역의 국가(들) 중 하나입니다.
Việt Nam là một trong (những) quốc gia thuộc khu vực Đông Nam Á.

● **Động từ/Tính từ** + 기 때문에
Danh từ + 때문에

「Động từ/Tính từ + 기 때문에」được dùng với ý nghĩa 'Vì … nên', diễn tả vế đầu là nguyên nhân của vế sau, đồng thời ở vế sau không được dùng câu mệnh lệnh hoặc câu đề nghị.

∗ Động từ/Tính từ + 기 때문에
  Danh từ + 때문에

사고로 길이 막혔기 때문에 늦었습니다.
Vì tắc đường do tai nạn nên tôi đã đến trễ.

수지 씨는 성격이 좋기 때문에 인기가 많습니다.
Vì tính cách của Su-ji tốt nên được nhiều người yêu mến.

날씨 때문에 약속이 취소되었습니다.
Vì thời tiết nên cuộc hẹn đã bị huỷ.

Các câu tham khảo khác

Hãy đánh dấu các câu trả lời phù hợp với bản thân. ☑

Đây là những mẫu câu đa dạng và hữu ích liên quan đến chủ đề. Bạn hãy đánh dấu những câu phù hợp với bản thân và thử tạo nên câu chuyện thú vị của riêng mình.

☐ Tôi sẽ bắt đầu phần giới thiệu của mình.

제 소개를 시작하겠습니다.

☐ Tôi vẫn chưa kết hôn.

저는 아직 결혼을 안 했습니다.

☐ Tôi dự định kết hôn vào năm sau.

저는 내년에 결혼하려고 합니다.

☐ Tôi là trưởng nam(trưởng nữ) trong 3 anh chị em.

저는 3남매 중 장남(장녀)입니다.

☐ Vì công việc tôi đang làm phù hợp với tính cách của tôi nên tôi rất thích.

지금 하는 일이 제 적성에 잘 맞아서 좋습니다.

☐ Tôi muốn cống hiến ở công ty đến khi có thể.

제가 할 수 있는 한 끝까지 회사에 헌신하고 싶습니다.

☐ Tôi muốn giỏi tiếng Hàn Quốc hơn.

저는 한국어를 더 잘하고 싶습니다.

☐ Vào năm sau tôi có kế hoạch chuyển việc sang công ty phân phối.

내년에 저는 유통회사로 이직할 계획입니다.

Bài 2

 🎧 01-16

Giới thiệu công việc và công ty

Trước khi trả lời câu hỏi liên quan, hãy nhớ lại các từ vựng trọng tâm và sắp xếp nội dung câu trả lời trong đầu.

Q 귀하는 직업을 가지고 있다고 말했습니다. 귀하가 다니는 회사에 대해 이야기해 주세요. 회사는 언제 설립되었나요? 회사는 어떤 제품이나 서비스를 제공하나요? 회사를 자세히 소개해 주세요.

Bạn đã nói trong khảo sát là bạn có việc làm. Hãy nói về công ty bạn đang làm. Công ty được thành lập khi nào? Công ty cung cấp dịch vụ hay sản phẩm nào? Hãy giới thiệu công ty bạn một cách chi tiết.

 **Từ vựng gợi nhớ**

회사명 tên công ty

회사 종류 loại hình công ty

합자회사 công ty liên doanh

직원 수 số lượng nhân viên

규모 quy mô

비전 tầm nhìn

전략 chiến lược

설립연도 năm thành lập

생산 sản xuất

유통 phân phối

영업 bán hàng

상품 sản phẩm

전자 부품 linh kiện điện tử

서비스 제공 cung cấp dịch vụ

Khi thi OPIc, việc hiểu nhanh các câu hỏi và trả lời là quan trọng nhất. Đối với các câu hỏi quen thuộc, bạn càng phải bình tĩnh và trả lời một cách tự nhiên. Hãy liên tục làm quen và luyện tập các dạng câu hỏi liên quan đến chủ đề.

1. 귀하는 직업을 가지고 있다고 말했습니다. 회사는 어떤 분야에서 활동하나요? 회사에 대해 자세히 이야기해 주세요.

   Bạn đã cho biết bạn có việc làm. Công ty của bạn hoạt động trong lĩnh vực nào? Hãy kể chi tiết về công ty.

2. 귀하의 회사가 생산하는 제품을 소개해 주세요. 그것은 무엇인가요? 어떻게 생겼나요? 무엇을 위해 사용되나요? 어떤 특징을 가지고 있나요?

   Hãy giới thiệu sản phẩm công ty bạn sản xuất. Đó là gì? Nó trông thế nào? Nó được dùng để làm gì? Nó có điểm đặc trưng gì?

3. 회사에서 어떤 일을 하나요? 일하는 동안 어려움이나 문제를 겪은 적이 있나요? 겪고 있는 어려움이나 문제를 어떻게 해결했나요? 그 해결 방법을 자세히 말해 주세요.

   Bạn làm việc gì ở công ty? Trong quá trình làm việc, bạn đã từng gặp khó khăn hay vấn đề chưa? Bạn đã giải quyết những khó khăn hoặc vấn đề gặp phải như thế nào? Bạn hãy nói rõ về phương pháp giải quyết đó.

4. 현재 다니는 회사로 첫 출근한 날에 관해서 자세히 이야기해 주세요. 그것은 언제였나요? 그날에 무슨 일을 했나요? 누구를 만났나요?

   Hãy kể cụ thể về ngày đầu tiên đi làm của bạn ở công ty hiện tại. Đó là khi nào? Bạn đã làm việc gì vào ngày đó? Bạn đã gặp ai?

5. 귀하가 일하는 사무실을 자세히 이야기해 주세요. 사무실에서 가장 좋은 점이나 불편한 점은 무엇인가요? 사무실에서의 불편한 점을 바꿀 수 있다면 귀하는 무엇을 할 겁니까?

   Hãy kể chi tiết về văn phòng nơi bạn đang làm việc. Điều bạn thích nhất hoặc thấy bất tiện nhất ở văn phòng là gì? Nếu có thể thay đổi những điều bất tiện ở văn phòng thì bạn sẽ làm gì?

Hãy thử chia nội dung trả lời trọng tâm cho các câu hỏi theo chủ đề thường xuất hiện thành các bước và luyện tập. Bạn có thể sử dụng 'Cách diễn đạt có thể ứng dụng' và tạo ra câu chuyện của riêng mình.

Tên, vị trí công ty (회사명, 위치)	저는 ABC 식품회사에서 일하고 있습니다. 저희 회사는 호찌민시 1군에 있는 ABC 건물 9층에 위치해 있습니다.
Giới thiệu năm thành lập, quy mô, tầm nhìn (설립연도, 규모, 비전)	저희 회사는 1998년에 설립되었습니다. 처음에는 직원이 5명 밖에 안 되는 작은 회사였는데 2015년부터 대만 회사와 합병하여 약 300여 명의 큰 합자회사로 성장하였습니다. 저희 회사의 목표는 유럽시장으로 진출하는 것입니다.
Giới thiệu sản phẩm, dịch vụ (회사의 상품 및 서비스 소개)	저희 회사는 말린 망고, 용안, 고구마 등과 같이 베트남에서 생산한 농산물을 활용한 건조제품을 제조하고 있습니다. 이 제품들은 현재 전국 소매점이나 슈퍼마켓에 납품되고 있습니다.
Suy nghĩ của tôi (나의 생각)	저희 회사는 급여나 복지, 근무 환경, 잠재력이 아주 좋습니다. 저는 지금 회사에서 오래도록 일하며 회사의 발전에 기여하고 싶습니다.

Tôi đang làm việc ở công ty thực phẩm ABC. Công ty tôi nằm ở tầng 9 của tòa nhà ABC tại quận 1 thành phố Hồ Chí Minh. Công ty được thành lập năm 1998. Lúc đầu đó là một công ty nhỏ chỉ có 5 nhân viên nhưng từ năm 2015 chúng tôi đã hợp tác với công ty Đài Loan và bây giờ đang phát triển với tư cách là công ty liên doanh với khoảng 300 nhân viên. Mục tiêu của công ty tôi là tiến vào thị trường Châu Âu. Công ty tôi đang sản xuất các sản phẩm sấy khô sử dụng các nông sản được sản xuất tại Việt Nam như xoài sấy, nhãn sấy, khoai lang sấy. Hiện tại những sản phẩm này có mặt tại các cửa hàng bán lẻ hoặc siêu thị khắp cả nước. Công ty tôi thì lương, phúc lợi, môi trường làm việc, tiềm năng rất tốt. Tôi muốn làm việc ở công ty bây giờ lâu dài đồng thời góp phần vào việc phát triển công ty.

Từ vựng

- 식품회사 công ty thực phẩm
- 설립되다 được thành lập
- 합자회사 công ty liên doanh
- 목표 mục tiêu
- 시장 thị trường
- 말린 망고 xoài sấy
- 말린 용안 nhãn sấy
- 말린 고구마 khoai lang sấy

- 제품 sản phẩm
- 소매점 cửa hàng bán lẻ
- 급여 lương
- 복지 phúc lợi
- 근무 환경 môi trường làm việc
- 잠재력 tiềm năng
- 기여하다 góp phần

Hãy tạo ra câu chuyện của riêng bạn.

저는 ___Tên công ty___ 에서 일하고 있습니다. 저희 회사는 ① ___Vị trí công ty___ 에 위치해 있습니다. 저희 회사는 ___Năm___ 년에 설립되었습니다. 처음에는 직원이 ___Số người___ 명 밖에 안 되는 작은 회사였는데 ② ___Quy mô công ty___ .
저희 회사의 목표는 ③ ___Mục tiêu và tầm nhìn___ 는 것입니다. 저희 회사는 ④ ___Sản phẩm, dịch vụ___ 하고 있습니다. 이 제품들은 현재 ⑤ ___Nơi giao nhận___ 에 납품되고 있습니다. 저희 회사는 ⑥ ___Suy nghĩ về công ty___ . 저는 지금 회사에서 오래도록 일하며 회사의 발전에 기여하고 싶습니다.

Tôi đang làm việc ở _____. Công ty tôi nằm ở ① _____. Công ty được thành lập năm ___. Lúc đầu đó là một công ty nhỏ chỉ có ___ nhân viên nhưng ② _____. Mục tiêu của công ty tôi là ③ _____. Công ty tôi đang sản xuất ④ _____. Hiện tại những sản phẩm này có mặt tại các ⑤ _____. Công ty tôi thì ⑥ _____. Tôi muốn làm việc ở công ty bây giờ lâu dài đồng thời góp phần vào việc phát triển công ty.

Hãy tìm cách diễn đạt phù hợp với bản thân và điền vào chỗ trống ở bên trên.

① Vị trí công ty (회사 위치)	• 호찌민시 인근 gần thành phố Hồ Chí Minh • 호찌민시 외곽 ngoại ô thành phố Hồ Chí Minh • 지방 địa phương/tỉnh • 시내 nội thành • 시외 ngoại thành
② Quy mô công ty (회사 규모)	• 지금은 100명이 넘는 회사가 되었다 bây giờ trở thành công ty hơn 100 người • 지금 한국의 각 지방에는 지사가 다 있다 bây giờ tại mọi vùng của Hàn Quốc đều có chi nhánh
③ Mục tiêu và tầm nhìn (목표, 비전)	• 천만 달러 이상의 매출에 도달하다 đạt doanh số trên 10 triệu đô la • 매출이 5년 뒤에 2배로 증가하다 tăng doanh số gấp đôi sau 5 năm • 친환경 기업이 되다 trở thành doanh nghiệp thân thiện với môi trường
④ Sản phẩm, dịch vụ (상품, 서비스)	• 전자 부품 linh kiện điện tử • 친환경 농산물 nông sản sạch • 고객 관리 시스템 hệ thống quản lý khách hàng • 수산물 수출 xuất khẩu thủy hải sản
⑤ Nơi giao nhận (납품 장소)	• 전국 백화점 trung tâm thương mại trên toàn quốc • 각종 인터넷 쇼핑몰 trung tâm mua sắm các loại
⑥ Suy nghĩ về công ty (회사에 대한 생각)	• 사장님이 직원들을 가족처럼 대해 준다 giám đốc đối xử với nhân viên như gia đình • 회사가 근무 환경 개선에 많은 노력을 기울인다 Công ty nỗ lực rất nhiều trong việc cải thiện môi trường làm việc

Hãy học rồi ứng dụng các ngữ pháp và cấu trúc tiếng Hàn Quốc vào câu trả lời. Thông qua quá trình này, khả năng diễn đạt và tạo câu của bạn sẽ tiến bộ hơn.

● **Động từ + 어/아/여서**

「Động từ + 어/아/여서」được dùng với ý nghĩa 'và/rồi', diễn tả thứ tự của hành động được thực hiện. Không được thay đổi thứ tự của hành động ở vế trước và vế sau.

저는 공장에 가서 원료를 다시 확인하겠습니다.
Tôi đến xưởng và sẽ kiểm tra lại nguyên liệu.

저희 회사는 신기술을 적용해서 더 좋은 상품을 만들었습니다.
Công ty chúng tôi đã ứng dụng kỹ thuật mới rồi làm ra những sản phẩm tốt hơn.

● **Động từ + (으)며**

「Động từ+(으)며」được dùng với ý nghĩa 'đồng thời/vừa … vừa', diễn tả các hành động đang cùng diễn ra trong cùng một thời điểm.

＊ Động từ có patchim + (으)며
Động từ không có patchim + 며

저는 동료들에게 항상 웃으며 인사합니다.
Tôi luôn luôn vừa cười vừa chào đồng nghiệp

우리 회사는 시장을 확장하며 신제품을 개발하고 있습니다.
Công ty tôi mở rộng thị trường đồng thời phát triển sản phẩm mới.

Các câu tham khảo khác

Hãy đánh dấu các câu trả lời phù hợp với bản thân. ☑

Đây là những mẫu câu đa dạng và hữu ích liên quan đến chủ đề. Bạn hãy đánh dấu những câu phù hợp với bản thân và thử tạo nên câu chuyện thú vị của riêng mình.

☐ Ngày đầu tiên làm việc tôi đã rất hồi hộp và bối rối.

출근 첫날은 매우 긴장되고 혼란스러웠습니다.

☐ Gần đây, công ty tôi vừa chuyển đến tòa nhà to hơn và mới xây.

저희 회사는 최근에 더 크고 새로 지은 건물로 이사했습니다.

☐ Trong công ty tôi có không gian nghỉ cho nhân viên.

저희 회사에는 직원을 위한 휴식공간이 있습니다.

☐ Ở tầng một của công ty tôi có nhà ăn cho nhân viên nên rất tiện lợi.

저희 회사 1층에는 직원 전용 식당이 있어서 매우 편리합니다.

☐ Tôi phụ trách mua nguyên liệu.

저는 원료구매를 담당합니다.

☐ Gần đây vì tôi và đồng nghiệp hiểu lầm nhau nên đã có bất đồng.

최근에 저는 동료와 서로 오해가 있어서 갈등이 있었습니다.

☐ Năm nay doanh số của công ty tôi rất được kì vọng.

올해 저희 회사의 매출은 매우 기대됩니다.

☐ Công ty chúng tôi đang lên kế hoạch cho chương trình tu nghiệp ở nước ngoài dành cho nhân viên bộ phận sản xuất.

↶ chương trình 프로그램 / tu nghiệp ở nước ngoài 해외연수

저희 회사는 생산부서 직원들을 위한 해외연수 프로그램을 계획하고 있습니다.

Giới thiệu cấp trên và đồng nghiệp

Trước khi trả lời câu hỏi liên quan, hãy nhớ lại các từ vựng trọng tâm và sắp xếp nội dung câu trả lời trong đầu.

Q 귀하의 동료나 상사에 대해 이야기해 주세요. 그분은 어떻게 생겼나요? 성격이 어떤가요? 그분과 보통 어떤 일을 하나요?

Hãy nói cho tôi nghe về đồng nghiệp hoặc cấp trên của bạn. Người đó trông như thế nào? Tính cách thế nào? Bạn thường làm việc gì với người đó?

 **Từ vựng gợi nhớ**

동료 đồng nghiệp

상사 cấp trên

이름 및 직위 tên và chức vị

첫인상 ấn tượng đầu tiên
차갑다 lạnh lùng
성질이 급하다 nóng nảy
조용하다 trầm lặng, lặng lẽ

성격 tính cách
깔끔하다 gọn gàng
창의적이다 sáng tạo
성실하다 cần mẫn

상사를 존경하다 ngưỡng mộ cấp trên
감사하게 생각하다 cảm thấy biết ơn
동료들과 사이좋게 지내다 hòa hợp với đồng nghiệp

Khi thi OPIc, việc hiểu nhanh các câu hỏi và trả lời là quan trọng nhất. Đối với các câu hỏi quen thuộc, bạn càng phải bình tĩnh và trả lời một cách tự nhiên. Hãy liên tục làm quen và luyện tập các dạng câu hỏi liên quan đến chủ đề.

1. 상사에 대해 묘사해 주세요. 상사는 어떤 사람인가요?

   Bạn hãy miêu tả về cấp trên của bạn. Cấp trên là người thế nào?

   ----

2. 귀하가 상사를 처음 만난 것은 언제였나요? 상사에 대한 첫인상은 어땠나요?
   상세히 이야기해 주세요.

   Lần đầu tiên bạn gặp cấp trên của bạn là khi nào? Ấn tượng đầu tiên của bạn về cấp trên là gì? Hãy nói cho tôi nghe chi tiết về việc đó.

   ----

3. 귀하는 상사와 함께 일한 적이 있나요? 어떤 일을 같이 했나요? 상사와 같이 일하면서
   배운 점은 무엇인가요?

   Bạn có từng làm việc với cấp trên không? Bạn đã làm việc gì cùng với cấp trên? Khi làm việc với cấp trên, bạn đã học được điều gì?

   ----

4. 상사 또는 동료와 문제가 있던 적이 있었나요? 무슨 일이 일어났나요? 귀하는 어떻게
   해결했나요? 결과는 어땠나요? 자세히 이야기해 주세요.

   Bạn đã từng có vấn đề với cấp trên hoặc đồng nghiệp không? Đã có chuyện gì xảy ra? Bạn đã giải quyết thế nào? Kết quả thế nào? Hãy nói cho tôi nghe chi tiết.

   ----

5. 동료들 중 귀하가 가장 좋아하는 사람은 누구인가요? 그 사람은 어떤 사람인가요?
   가장 좋아하는 동료에 대해 자세히 이야기해 주세요.

   Trong các đồng nghiệp, bạn thích ai nhất? Người đó là người thế nào? Hãy nói chi tiết về đồng nghiệp mà bạn thích nhất.

Hãy thử chia nội dung trả lời trọng tâm cho các câu hỏi theo chủ đề thường xuất hiện thành các bước và luyện tập. Bạn có thể sử dụng 'Cách diễn đạt có thể ứng dụng' và tạo ra câu chuyện của riêng mình.

Tên và chức vị (이름 및 직위)	제 상사를 소개하겠습니다. 제 직속 상사의 이름은 응웬 반 썬이며, 나이는 50세입니다. 그분은 생산부서의 부장님입니다.
Lần đầu tiên gặp (첫 만남)	그분은 저의 첫 상사이며, 5년 전에 처음 만났습니다.
Ngoại hình (외모)	그분은 165cm 정도의 보통 키에 피부는 갈색이며 얼굴이 동그랗습니다.
Ấn tượng đầu tiên (첫 인상)	그분을 처음 만났을 때, 말씀이 별로 없**거니와** 한 번도 웃지 않아서 조금 무섭다고 생각했습니다. 그런 무서운 상사와 앞으로 일하**느니** 차라리 이직하는 게 낫겠다고 생각할 정도였습니다.
Tính cách (성격)	하지만 같이 일하면서 제 생각은 달라졌습니다. 그분은 카리스마가 넘치지만 정이 많고, 늘 부하직원들의 의견에 귀를 기울여 주는 분이었습니다.
Quan hệ với cấp trên (상사와의 관계)	일 때문에 스트레스를 받거나 어려운 문제가 생길 때마다 저는 조언을 구하기 위해 항상 그분을 찾아갑니다. 그럴 때마다 그분은 항상 제 의견을 먼저 들어주고 나서 매우 창의적이고 독특한 아이디어를 제시해 줍니다. 저는 부장님이 좋은 리더라고 생각하기 때문에 항상 존경하는 마음을 가지고 있습니다.

Tôi sẽ giới thiệu về cấp trên của tôi. Cấp trên trực tiếp của tôi tên là Nguyễn Văn Sơn, 50 tuổi. Bác ấy là Trưởng bộ phận sản xuất. Bác ấy là cấp trên đầu tiên của tôi và tôi đã gặp bác ấy lần đầu tiên vào 5 năm trước. Bác ấy có chiều cao trung bình, khoảng 1 mét 65, da nâu và khuôn mặt tròn. Lần đầu gặp, bác ấy hầu như không nói gì, thêm vào đó lại không cười một lần nào nên tôi hơi sợ. Tôi nghĩ nếu làm việc với cấp trên đáng sợ như thế thì thà rằng chuyển việc còn tốt hơn. Nhưng sau khi làm việc chung với bác ấy, suy nghĩ của tôi đã thay đổi. Bác ấy là người đanh thép nhưng rất tình cảm, và luôn lắng nghe ý kiến của nhân viên cấp dưới. Khi tôi bị căng thẳng vì công việc hoặc phát sinh những vấn đề khó khăn, tôi tìm đến bác ấy để nhận lời khuyên. Mỗi lúc như thế, bác ấy luôn nghe ý kiến của tôi trước, sau đó đưa ra những ý tưởng rất sáng tạo và độc đáo. Vì tôi nghĩ Trưởng bộ phận là một người lãnh đạo giỏi nên tôi luôn luôn tôn trọng bác ấy.

 Từ vựng

- 상사 cấp trên
- 생산부서의 부장 Trưởng bộ phận sản xuất
- 갈색 피부 da nâu
- 동그란 얼굴 khuôn mặt tròn
- 이직하다 chuyển việc
- 카리스마가 넘치다 đanh thép

- 부하직원들의 의견에 귀를 기울여 주다 lắng mghe ý kiến của nhân viên cấp dưới
- 귀를 기울이다 lắng nghe
- 조언을 구하다 nhận lời khuyên
- 아이디어를 제시하다 đưa ra ý tưởng

Hãy tạo ra câu chuyện của riêng bạn.

제 상사를 소개하겠습니다. 제 직속 상사의 이름은 Tên 이며, 나이는 Tuổi 세입니다. 그분은 Chức vụ của cấp trên 입니다. 그분은 저의 첫 상사이며, Số năm 년 전에 처음 만났습니다. 그분은 Chiều cao 정도의 Chiều cao 에 Ngoại hình. 그분을 처음 만났을 때, ① Ấn tượng đầu tiên 서 조금 무섭다고 생각했습니다. 그런 무서운 상사와 앞으로 일하니 차라리 이직하는 게 낫겠다고 생각할 정도였습니다. 하지만 같이 일하면서 제 생각은 달라졌습니다. 그분은 ② Cảm nhận sau đó. 일 때문에 스트레스를 받거나 어려운 문제가 생길 때마다 저는 조언을 구하기 위해 항상 그분을 찾아갑니다. 그럴 때마다 그분은 항상 제 의견을 먼저 들어주고 나서 매우 창의적이고 독특한 아이디어를 제시해 줍니다. 저는 Cấp trên 이 좋은 리더라고 생각하기 때문에 항상 존경하는 마음을 가지고 있습니다.

Tôi sẽ giới thiệu về cấp trên của tôi. Cấp trên trực tiếp của tôi tên là _____, ___ tuổi. Bác ấy là _____. Bác ấy là cấp trên đầu tiên của tôi và tôi đã gặp bác ấy lần đầu tiên vào ___ năm trước. Bác ấy _____, khoảng _____, _____. Lần đầu gặp, bác ấy ① _____ nào nên tôi hơi sợ. Tôi nghĩ nếu làm việc với cấp trên đáng sợ như thế thì thà rằng chuyển việc còn tốt hơn. Nhưng sau khi làm việc chung với bác ấy, suy nghĩ của tôi đã thay đổi. Bác ấy ② _____. Khi tôi bị căng thẳng vì công việc hoặc phát sinh những vấn đề khó khăn, tôi tìm đến bác ấy để nhận lời khuyên. Mỗi lúc như thế, bác ấy luôn nghe ý kiến của tôi trước, sau đó đưa ra những ý tưởng rất sáng tạo và độc đáo. Vì tôi nghĩ _____ là một người lãnh đạo giỏi nên tôi luôn luôn tôn trọng bác ấy.

Hãy tìm cách diễn đạt phù hợp với bản thân và điền vào chỗ trống ở bên trên.

① Ấn tượng đầu tiên (첫인상)	• 냉담하다, 차갑다 lạnh lùng • 성질이 급하다 nóng nảy • 예민하다 nhạy cảm • 조용하다 trầm lặng, lặng lẽ
② Cảm nhận sau đó (이후 느낌)	• 마음 따뜻하고 정이 많은 분이다 là người ấm áp và nhiều tình cảm • 배려심이 깊고 배울 점이 많은 분이다 là người quan tâm đến người khác và có nhiều điều đáng học hỏi

 **Ngữ pháp**

Hãy học rồi ứng dụng các ngữ pháp và cấu trúc tiếng Hàn Quốc vào câu trả lời. Thông qua quá trình này, khả năng diễn đạt và tạo câu của bạn sẽ tiến bộ hơn.

● **Động từ/Tính từ + 거니와**

「Động từ/Tính từ + 거니와」được dùng với ý nghĩa '~ thêm vào đó', diễn tả sự bổ sung nội dung cho mệnh đề trước.

이 회사는 복지도 좋거니와 급여도 높습니다.
Công ty này phúc lợi cũng tốt thêm vào đó lương cũng cao.

이 학생은 공부도 잘 하거니와 예의도 아주 바릅니다.
Học sinh này học giỏi thêm vào đó rất lễ phép.

이 상품은 가격도 싸거니와 품질도 좋습니다.
Sản phẩm này giá cũng rẻ thêm vào đó chất lượng cũng tốt.

● **Động từ + 느니**

「Động từ + 느니」được dùng với ý nghĩa 'Nếu ~ thì thà rằng', diễn tả nội dung mệnh đề phía sau sẽ tốt hơn, phù hợp hơn, được ưu tiên lựa chọn hơn mệnh đề phía trước.

성격이 안 좋은 사람과 결혼하느니 혼자 살겠습니다.
Nếu kết hôn với người tính tình không tốt thì thà rằng sống một mình.

제 동생이 요리해 준 음식을 먹느니 차라지 굶는 게 낫겠습니다.
Nếu ăn món ăn em tôi nấu thì thà rằng nhịn đói còn tốt hơn.

Các câu tham khảo khác

Hãy đánh dấu các câu trả lời phù hợp với bản thân. ☑

Đây là những mẫu câu đa dạng và hữu ích liên quan đến chủ đề. Bạn hãy đánh dấu những câu phù hợp với bản thân và thử tạo nên câu chuyện thú vị của riêng mình.

☐ Cấp trên của tôi là người có năng lực lãnh đạo rất tốt.

제 상사는 훌륭한 리더십을 가진 사람입니다.

☐ Đồng nghiệp của tôi là người có tài thuyết trình.

제 동료는 발표에 재능이 있는 사람입니다.

☐ Trông cô ấy rất sành điệu và phong cách rất đẹp.

그녀는 세련되고 스타일이 멋져 보입니다.

☐ Anh ấy tuy nhỏ tuổi nhưng kinh nghiệm nhiều hơn tôi nên có nhiều điểm để học hỏi.

그는 비록 나이는 어리지만 저보다 경력이 많아서 배울 점이 많습니다.

☐ Lời nói của anh ấy luôn có sức thuyết phục.

그의 말은 항상 설득력이 있습니다.

☐ Tôi nghĩ mình là người may mắn khi được làm việc với cấp trên như thế.

그러한 상사와 함께 일할 수 있어서 저는 운이 좋은 사람이라고 생각합니다.

☐ Tôi sẽ cố gắng để trở thành người có năng lực như anh ấy.

저는 그 사람처럼 유능한 사람이 되도록 노력할 겁니다.

☐ Tôi hy vọng chúng tôi sẽ có cơ hội thân nhau hơn.

우리가 서로 더 친해질 기회가 있었으면 합니다.

Chương trình đào tạo của công ty

Trước khi trả lời câu hỏi liên quan, hãy nhớ lại các từ vựng trọng tâm và sắp xếp nội dung câu trả lời trong đầu.

Q 귀하의 회사에는 직원 교육 프로그램이 있나요? 있다면 어떤 교육 프로그램인가요? 그 프로그램에 대해 이야기해 주세요.

Ở công ty của bạn có chương trình đào tạo cho nhân viên không? Nếu có, đó là những chương trình đào tạo nào? Hãy nói cho tôi nghe về các chương trình đào tạo đó.

 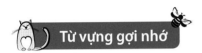 **Từ vựng gợi nhớ**

해외 단기연수 프로그램
chương trình tu nghiệp ngắn hạn ở nước ngoài
우수직원 교육 프로그램
chương trình đạo tào cho nhân viên xuất sắc

3일 동안 진행되다
được tổ chức trong 3 ngày
일주일 동안 진행되다
được tổ chức trong 1 tuần

본사로 직원을 보내다
gửi nhân viên qua trụ sở chính
공장을 방문하다
thăm nhà máy / xưởng

사내 규정 quy định trong công ty
복리 후생 제도 chế độ phúc lợi
직원 평가 đánh giá nhân viên

Khi thi OPIc, việc hiểu nhanh các câu hỏi và trả lời là quan trọng nhất. Đối với các câu hỏi quen thuộc, bạn càng phải bình tĩnh và trả lời một cách tự nhiên. Hãy liên tục làm quen và luyện tập các dạng câu hỏi liên quan đến chủ đề.

1. 회사에서 참여했던 교육연수 프로그램에 대해 자세히 이야기해 주세요.

Hãy kể chi tiết về chương trình đào tạo mà bạn đã tham gia ở công ty.

....

2. 처음 회사에 입사했을 때 교육연수 프로그램에 참여했던 경험에 대해 이야기해 주세요. 그것은 무슨 교육연수 프로그램이었나요? 그 연수 기간은 얼마나 됐나요? 그 교육 연수 프로그램에서 기억할 만한 것이 있나요?

Hãy nói về kinh nghiệm đã tham gia vào chương trình đào tạo khi bạn mới vào công ty. Đó là chương trình đào tạo gì? Thời gian đào tạo là bao lâu? Có gì đáng nhớ trong chương trình đào tạo đó?

....

3. 가장 최근에 참여한 회사의 교육 프로그램은 무엇인가요? 참여한 이유는 무엇인가요? 그 교육 프로그램을 통해서 배운 것은 무엇인가요?

Chương trình đào tạo gần đây nhất mà bạn đã tham gia là gì? Lý do bạn tham gia là gì? Bạn đã học được gì qua chương trình đó?

....

4. 회사의 교육 프로그램 중 가장 인상적인 교육 프로그램은 무엇인가요? 인상적인 이유 는 무엇인가요? 다른 교육 프로그램에 비해 특별한 점은 무엇인가요?

Bạn ấn tượng với chương trình đào tạo nào nhất ở công ty? Lý do bạn ấn tượng là gì? Điểm đặc biệt so với những chương trình đào tạo khác là gì?

....

5. 회사의 교육 프로그램 중 귀하가 가장 참여하고 싶은 프로그램은 무엇인가요? 참여하 고 싶은 이유는 무엇인가요? 어떤 내용을 배우고 싶나요? 얼마 동안 배우고 싶나요?

Chương trình đào tạo nào bạn muốn tham gia nhất trong các chương trình đào tạo của công ty? Tại sao bạn muốn học chương trình đào tạo đó? Bạn muốn học về nội dung gì? Bạn muốn học trong bao lâu?

....

Hãy thử chia nội dung trả lời trọng tâm cho các câu hỏi theo chủ đề thường xuất hiện thành các bước và luyện tập. Bạn có thể sử dụng 'Cách diễn đạt có thể ứng dụng' và tạo ra câu chuyện của riêng mình.

Giới thiệu chương trình đào tạo (교육 프로그램 소개)	우리 회사는 진행하고 있는 교육 프로그램이 많습니다. 예를 들어 신입사원 교육 프로그램, 우수직원 교육 프로그램, 해외 단기연수 프로그램 등이 있습니다.
Thời gian đào tạo (교육 기간)	각 프로그램의 교육 기간이 다 다릅니다. 가장 짧은 것은 3일 동안 진행되는 신입사원 교육 프로그램이며, 가장 긴 것은 무려 4주 동안이나 진행되는 해외 단기연수 프로그램입니다.
Đối tượng và nội dung đào tạo (교육 대상 및 내용)	신입사원 교육 프로그램은 신규 채용되는 모든 직원을 위한 것입니다. 이 프로그램을 통해 신입사원들은 사내 규정과 복리 후생 제도, 직원 평가 등의 교육을 받습니다. 그리고 해외 단기연수 프로그램은 한국에 있는 본사로 직원을 보내는 것입니다. 직원이 전문적 교육을 받으며 한국어를 배우고 본사나 공장을 방문할 기회를 제공하는 것입니다.
Suy nghĩ của tôi (나의 생각)	제 생각에는 우리 회사의 모든 교육 프로그램이 직원들에게 유익합니다. 신입사원 교육 프로그램에 참여한 적이 있는데 회사에 대해 더 잘 이해할 수 있을뿐더러 동시에 입사 동기들을 더 잘 알아갈 수 있는 좋은 기회였습니다.

Có nhiều chương trình đào tạo mà công ty tôi đang thực hiện. Ví dụ như chương trình đào tạo cho nhân viên mới, chương trình đào tạo cho nhân viên xuất sắc, chương trình tu nghiệp ngắn hạn ở nước ngoài, v.v. Mỗi chương trình có thời gian đào tạo khác nhau. Ngắn nhất là chương trình đào tạo cho nhân viên mới được tổ chức trong 3 ngày, và dài nhất là chương trình tu nghiệp ngắn hạn ở nước ngoài kéo dài những 4 tuần. Chương trình đào tạo cho nhân viên mới dành cho tất cả nhân viên mới được tuyển dụng. Thông qua chương trình này, nhân viên mới sẽ được học về quy định trong công ty, chế độ phúc lợi, đánh giá nhân viên v.v. Và chương trình tu nghiệp ngắn hạn ở nước ngoài là chương trình gửi nhân viên qua trụ sở chính của công ty ở Hàn Quốc. Nhân viên sẽ được đào tạo chuyên môn, được học tiếng Hàn Quốc và có cơ hội thăm trụ sở chính của công ty hoặc xưởng sản xuất tại Hàn Quốc. Tôi nghĩ tất cả chương trình đào tạo của công ty đều hữu ích cho nhân viên. Tôi đã từng tham gia chương trình đào tạo nhân viên mới và không những có thể hiểu rõ thêm về công ty mà còn là cơ hội tốt có thể làm quen các đồng nghiệp vào công ty cùng đợt với tôi.

Từ vựng
- 신입사원 nhân viên mới
- 해외 단기연수 프로그램 chương trình tu nghiệp ngắn hạn ở nước ngoài
- 우수직원 교육 프로그램 chương trình đào tạo cho nhân viên xuất sắc
- 사내 규정 quy định trong công ty
- 복리 후생 제도 chế độ phúc lợi
- 직원 평가 đánh giá nhân viên
- 본사 trụ sở chính
- 유익하다 hữu ích
- 동기 đồng nghiệp vào công ty cùng đợt

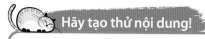

Hãy tạo ra câu chuyện của riêng bạn.

우리 회사는 진행하고 있는 교육 프로그램이 많습니다. 예를 들어 ①   Chương trình đào tạo
등이 있습니다. 각 프로그램의 교육 기간이 다 다릅니다. 가장 짧은 것은 ② Thời gian đào tạo 동안 진행되는 신입사원 교육 프로그램이며, 가장 긴 것은 무려 ②   동안이나 진행되는 해외 단기연수 프로그램입니다. 신입사원 교육 프로그램은 신규 채용되는 모든 직원을 위한 것입니다. 이 프로그램을 통해 신입사원들은 ③   Nội dung đào tạo
등의 교육을 받습니다. 그리고 해외 단기연수 프로그램은 한국에 있는 본사로 직원을 보내는 것입니다. 직원이 전문적 교육을 받으며 한국어를 배우고 본사나 공장을 방문할 기회를 제공하는 것입니다. 제 생각에는 우리 회사의 모든 교육 프로그램이 ④   Suy nghĩ của tôi . 신입사원 교육 프로그램에 참여한 적이 있는데 회사에 대해 더 잘 이해할 수 있을뿐더러 동시에 입사 동기들을 더 잘 알아갈 수 있는 좋은 기회였습니다.

Có nhiều chương trình đào tạo mà công ty tôi đang thực hiện. Ví dụ như ①
, v.v. Mỗi chương trình có thời gian đào tạo khác nhau. Ngắn nhất là chương trình đào tạo cho nhân viên mới được tổ chức trong ② , và dài nhất là chương trình tu nghiệp ngắn hạn ở nước ngoài kéo dài những ② . Chương trình đào tạo cho nhân viên mới dành cho tất cả nhân viên mới được tuyển dụng. Thông qua chương trình này, nhân viên mới sẽ được học về ③
v.v. Và chương trình tu nghiệp ngắn hạn ở nước ngoài là chương trình gửi nhân viên qua trụ sở chính của công ty ở Hàn Quốc. Nhân viên sẽ được đào tạo chuyên môn, được học tiếng Hàn Quốc và có cơ hội thăm trụ sở chính của công ty hoặc xưởng sản xuất tại Hàn Quốc. Tôi nghĩ tất cả chương trình đào tạo của công ty đều ④ . Tôi đã từng tham gia chương trình đào tạo nhân viên mới và không những có thể hiểu rõ thêm về công ty mà còn là cơ hội tốt có thể làm quen các đồng nghiệp vào công ty cùng đợt với tôi.

Cách diễn đạt có thể ứng dụng

Hãy tìm cách diễn đạt phù hợp với bản thân và điền vào chỗ trống ở bên trên.

① Chương trình đào tạo (교육 프로그램)	• 프레젠테이션 스킬 양성 đào tạo kỹ năng thuyết trình • 시간 관리 quản lý thời gian • 직장 내 성희롱 예방교육 giáo dục phòng ngừa quấy rối tại nơi làm việc	
② Thời gian đào tạo (교육 기간)	• 단 하루 chỉ một ngày • 일주일 một tuần • 한 달 một tháng	
③ Nội dung đào tạo (교육 내용)	• 법규 quy định pháp luật • 노동법 luật lao động • 직장 내 에티켓 cách ứng xử tại nơi làm việc	
④ Suy nghĩ của tôi (나의 생각)	• 업무에 도움이 되다 giúp ích cho công việc • 업무 처리 능력을 향상시키는 데 도움이 되다 giúp nâng cao khả năng xử lý công việc	

Hãy học rồi ứng dụng các ngữ pháp và cấu trúc tiếng Hàn Quốc vào câu trả lời. Thông qua quá trình này, khả năng diễn đạt và tạo câu của bạn sẽ tiến bộ hơn.

● **Danh từ + 을/를 통해**

'Danh từ + 을/를 통해' được dùng với ý nghĩa 'thông qua', thể hiện điều gì đã đạt được thông qua đối tượng hay quá trình nào đó.

* Danh từ có patchim + 을 통해
  Danh từ không có patchim + 를 통해

인터넷을 통해 마케팅에 대한 많은 교육 프로그램을 알게 되었습니다.
Thông qua internet, tôi đã biết được nhiều chương trình đào tạo về Marketing.

친구를 통해 이 회사에 지원했습니다.
Thông qua bạn, tôi đã ứng tuyển vào công ty này.

● **Động từ/Tính từ + (으)ㄹ뿐더러**

'Động từ/Tính từ + 뿐더러' được dùng với nghĩa 'không những ~ mà còn', nhằm bổ sung ý nghĩa cho mệnh đề phía trước.

* Động từ/Tính từ có patchim + 을뿐더러
  Động từ/Tính từ không có patchim + ㄹ뿐더러

제 친구는 공부를 하지 않을뿐더러 스포츠도 거의 안 합니다.
Bạn tôi không những không học mà còn hầu như không chơi thể thao.

어제는 비가 왔을뿐더러 바람도 많이 불었습니다.
Hôm qua, trời không những mưa mà còn nhiều gió.

한국 문화 행사에 참가하면 다양한 전통놀이를 체험할뿐더러 맛있는 음식도 무료로 먹을 수 있습니다.
Nếu tham gia sự kiện văn hóa Hàn Quốc, không những được trải nghiệm nhiều trò chơi truyền thống khác nhau mà còn có thể ăn miễn phí các món ăn ngon.

이 옷은 너무 비쌀뿐더러 저와 잘 어울리지 않습니다.
Cái áo này không những đắt mà còn không hợp với tôi.

Đây là những mẫu câu đa dạng và hữu ích liên quan đến chủ đề. Bạn hãy đánh dấu những câu phù hợp với bản thân và thử tạo nên câu chuyện thú vị của riêng mình.

☐ Công ty tôi hầu như không có chương trình đào tạo.

저희 회사에는 교육 프로그램이 거의 없습니다.

☐ Trong thời gian đào tạo tôi cũng phải xử lý công việc.

교육 기간에도 업무처리는 해야 합니다.

☐ Công ty tôi bắt đầu làm việc từ 8 giờ sáng.

저희 회사는 오전 8시부터 업무를 시작합니다.

☐ Thời gian nghỉ trưa là từ 12 giờ đến 1 giờ.

점심 시간은 12시부터 1시까지입니다.

☐ Tôi thường ăn trưa với đồng nghiệp ở nhà ăn của công ty.

저는 보통 회사 구내식당에서 동료와 같이 점심을 먹습니다.

☐ Trong năm nay, do dịch bệnh Corona nên công ty tôi tổ chức nhiều chương trình đào tạo trực tuyến.

올해, 코로나 감염병으로 인해 우리 회사는 많은 교육 프로그램을 온라인으로 진행합니다.

☐ Tôi nghĩ chương trình đào tạo tiếng Hàn Quốc trong công ty rất hữu ích.

저는 사내 한국어 교육 프로그램이 아주 유익하다고 생각합니다.

☐ Thông qua chương trình đào tạo của công ty, tôi đã quen được các đồng nghiệp của phòng ban khác.

회사의 교육 프로그램을 통하여 다른 부서의 동료들을 알게 되었습니다.

Chương

3

Giới thiệu gia đình và hàng xóm

(가족 및 이웃)

Mục tiêu học tập
Xu hướng ra đề

Những câu hỏi liên quan đến chủ đề gia đình, nhà và hàng xóm được xuất hiện thường xuyên. Các bạn nên chuẩn bị sẵn nội dung như miêu tả về nơi ở của bản thân, giới thiệu và miêu tả tính cách của những thành viên trong gia đình và hàng xóm của mình. Bạn cũng nên chuẩn bị những câu chuyện thú vị liên quan đến gia đình hoặc hàng xóm, giúp nội dung thêm sinh động. Trong trường hợp bạn sống một mình, bạn nên nêu lý do bạn sống một mình và cảm nhận của bạn về việc sống một mình.

• Bí quyết đạt điểm cao cho từng chủ đề ⭐

Bài 1 **Giới thiệu gia đình** (가족 소개)	✦ Giới thiệu tuổi, nghề nghiệp, tính cách của từng thành viên trong gia đình ✦ Giới thiệu cảm nhận của bản thân về các thành viên trong gia đình và bầu không khí trong gia đình
Bài 2 **Công việc nhà** (집안일)	✦ Nói về việc phân chia công việc nhà trong gia đình của bạn ✦ Nói về cách sắp xếp thời gian làm việc nhà ✦ Nêu lên cảm nhận của bản thân về công việc nhà: những ưu khuyết điểm khi làm việc nhà
Bài 3 **Giới thiệu nhà** (집 소개)	✦ Giới thiệu vị trí, loại hình, cấu trúc ngôi nhà ✦ Nói cảm nhận của bạn về ngôi nhà ✦ Giới thiệu không gian trong ngôi nhà mà bạn thích nhất và nêu lên lý do bạn yêu thích không gian đó
Bài 4 **Giới thiệu khu vực sinh sống và hàng xóm** (동네 및 이웃 소개)	✦ Giới thiệu sơ lược về vị trí của khu vực bạn sinh sống ✦ Miêu tả những tiện ích và bầu không khí xung quanh ✦ Nêu lên những điểm tốt và những điểm hạn chế và lý do ✦ Kể những việc xảy ra với hàng xóm mà đến giờ bạn vẫn còn nhớ

✱ Đây là những loại câu hỏi có tần suất ra đề cao nếu bạn chọn mục tương ứng trong Background Survey. Trong cuộc thi đánh giá khả năng ngoại ngữ theo kiểu phỏng vấn, quan trọng nhất là nắm bắt nhanh ý đồ của câu hỏi mà giám khảo hỏi, vì vậy hãy làm quen với các loại câu hỏi đa dạng theo chủ đề.

Nắm bắt nhanh dạng câu hỏi theo từng chủ đề

Bài 1 **Giới thiệu gia đình** (가족 소개)	• 귀하의 가족을 소개해 주세요. 가족이 몇 명인가요? 가족 구성원들의 성격은 어떤가요? 가족 구성원들의 성격에 대해 자세히 이야기해 주세요. - Bạn hãy giới thiệu gia đình bạn. Gia đình của bạn có mấy người? Tính cách của các thành viên trong gia đình bạn thế nào? Hãy nói rõ về tính cách của những thành viên trong gia đình.
Bài 2 **Công việc nhà** (집안일)	• 귀하가 집을 깨끗하고 편안하게 유지하는 방법을 알려 주세요. 주로 어떤 집안일을 하나요? - Hãy cho tôi biết phương pháp giữ gìn nhà sạch sẽ và thoải mái của bạn. Bạn thường làm những việc nhà nào?
Bài 3 **Giới thiệu nhà** (집 소개)	• 귀하가 지금 사는 곳에 대해 이야기하고 싶습니다. 집에서 귀하가 가장 좋아하는 방에 대해 이야기해 주세요. 그 방은 어떻게 생겼나요? - Bây giờ tôi muốn nói về nơi bạn đang sinh sống. Hãy nói về căn phòng mà bạn thích nhất trong nhà của bạn. Nó trông như thế nào?
Bài 4 **Giới thiệu khu vực sinh sống và hàng xóm** (동네 및 이웃 소개)	• 귀하가 사는 동네는 어떤가요? 그 동네는 어디에 있나요? 동네에 어떤 시설이 있나요? 귀하의 집 주변에 대해 자세히 이야기해 주세요. - Khu vực bạn đang sống như thế nào? Khu vực đó nằm ở đâu? Có tiện ích nào trong khu vực? Hãy nói cho tôi nghe chi tiết về khu vực xung quanh nhà bạn.

Giới thiệu gia đình

Trước khi trả lời câu hỏi liên quan, hãy nhớ lại các từ vựng trọng tâm và sắp xếp nội dung câu trả lời trong đầu.

Q 귀하의 가족을 소개해 주세요. 가족이 몇 명인가요? 가족 구성원들의 성격은 어떤가요? 가족 구성원들의 성격에 대해 자세히 이야기해 주세요.

Bạn hãy giới thiệu gia đình bạn. Gia đình của bạn có mấy người? Tính cách của các thành viên trong gia đình bạn thế nào? Hãy nói rõ về tính cách của những thành viên trong gia đình.

 **Từ vựng gợi nhớ**

부모님 bố mẹ
오빠/형 anh trai
남동생 em trai

가족 분위기
bầu không khí gia đình
화목하다 hòa thuận
웃음이 가득하다
tràn ngập tiếng cười

직업 nghề nghiệp
사업가 doanh nhân
대학생 sinh viên
학생 học sinh
회사원 nhân viên công ty

성격 tính cách
엄격하다 nghiêm khắc
정이 많다 giàu tình cảm
상냥하다 dịu dàng

Khi thi OPIc, việc hiểu nhanh các câu hỏi và trả lời là quan trọng nhất. Đối với các câu hỏi quen thuộc, bạn càng phải bình tĩnh và trả lời một cách tự nhiên. Hãy liên tục làm quen và luyện tập các dạng câu hỏi liên quan đến chủ đề.

1. 귀하는 가족 중에 누구와 가장 친한가요? 그 사람과 친한 이유는 무엇인가요? 그 사람에 대해 자세히 이야기해 주세요.

Bạn thân nhất với ai trong gia đình bạn? Lý do mà bạn thân nhất với người đó là gì? Hãy nói cho tôi nghe chi tiết về người đó.

- -

2. 가족들과 함께 한 가장 기억에 남는 일에 대해 이야기해 주세요. 그때 귀하와 가족들은 무엇을 했나요? 왜 그 일이 기억에 남나요?

Hãy nói về một kỷ niệm mà bạn nhớ nhất với các thành viên trong gia đình của bạn. Khi đó bạn và gia đình của bạn đã làm gì? Vì sao bạn còn nhớ việc đó?

- -

3. 귀하의 가족은 보수적인가요 개방적인가요? 집안 문제에 대한 결정은 주로 누가 하나요? 가족들과 자주 대화하나요? 보통 어떤 이야기를 하나요?

Gia đình bạn là gia đình truyền thống hay hiện đại? Các vấn đề trong gia đình chủ yếu ai là người quyết định? Bạn có thường trò chuyện với các thành viên gia đình không? Thông thường nói về chuyện gì?

- -

4. 가족과 함께 살고 있나요 아니면 자취를 하나요? 가족 모임은 자주 하나요? 가족에 대해 가장 자랑하고 싶은 것은 무엇인가요? 왜 그것을 자랑하고 싶나요?

Bạn sống chung với gia đình hay sống riêng? Gia đình bạn có thường xuyên gặp nhau không? Điều gì bạn cảm thấy tự hào nhất về gia đình của mình? Tại sao bạn tự hào về điều đó?

- -

5. 가족들 중 귀하가 가장 신뢰하는 사람은 누구인가요? 왜 그 사람을 가장 신뢰하나요? 그 사람에게서 조언을 자주 구하나요? 유익했던 조언은 무엇이었나요?

Trong gia đình, bạn tin tưởng nhất là ai? Tại sao bạn tin tưởng nhất người đó? Bạn có thường xuyên xin lời khuyên từ người đó không? Lời khuyên hữu ích nhất mà bạn đã nhận được từ người đó là gì?

- -

Hãy thử chia nội dung trả lời trọng tâm cho các câu hỏi theo chủ đề thường xuất hiện thành các bước và luyện tập. Bạn có thể sử dụng 'Cách diễn đạt có thể ứng dụng' và tạo ra câu chuyện của riêng mình.

Thành viên gia đình (가족 구성원)	우리 가족을 소개하겠습니다. 우리 가족은 아버지, 어머니, 오빠 그리고 저 이렇게 4인 가족입니다.
Tính cách và nghề nghiệp (성격과 직업)	아버지는 조금 엄격하고 보수적인 성격입니다. 식당 운영으로 항상 바쁘시기 때문에 가족과 함께 보낼 수 있는 시간이 많지 않습니다. 어머니는 주부입니다. 성격이 매우 부드럽고, 정이 많으시며 아버지와 저희 두 남매를 항상 잘 돌봐주십니다. 오빠는 30살이고 회사원입니다. 오빠는 똑똑하고 마음씨가 착한 **데다가** 매우 잘생겼기 때문에 인기가 많습니다.
Bầu không khí gia đình (가족 분위기)	우리 가족은 주말마다 함께 시간을 보내려고 노력합니다. 외식을 하거나 커피를 마시면서 일주일 동안 있었던 일들을 이야기합니다. 힘들고 즐거웠던 일들을 서로 공유**함으로써** 우리는 서로를 더욱 이해하고 사랑하게 되었습니다. 가끔은 서로의 의견이 달라서 갈등도 생기지만 금방 화해하고 다시 웃게 됩니다. 저는 이런 화목한 가족이 있어서 매우 행복합니다.

Tôi xin giới thiệu gia đình tôi. Gia đình tôi có 4 người là bố, mẹ, anh trai và tôi. Bố tôi hơi nghiêm khắc và bảo thủ. Vì luôn bận rộn với việc kinh doanh nhà hàng mà không có nhiều thời gian với gia đình. Mẹ tôi là nội trợ. Tính cách của mẹ tôi rất dịu dàng, giàu tình cảm và luôn luôn chăm sóc bố và hai anh em tôi. Anh trai tôi 30 tuổi, là nhân viên văn phòng. Anh tôi thông minh, tốt bụng **thêm nữa** rất đẹp trai nên được nhiều người yêu mến. Gia đình chúng tôi cố gắng cuối tuần ở cùng nhau. Chúng tôi cùng ăn ngoài hoặc uống cà phê và nói với nhau những việc đã xảy ra trong suốt một tuần. Chúng tôi càng hiểu và yêu thương nhau hơn bởi luôn luôn chia sẻ những việc vất vả và vui vẻ cùng với nhau. Thỉnh thoảng do ý kiến khác nhau nên cũng xảy ra mâu thuẫn nhưng luôn hoà giải ngay và cười đùa cùng nhau. Vì có gia đình hòa thuận thế này nên tôi rất hạnh phúc.

□ 보수적이다 bảo thủ

□ 식당 nhà hàng

□ 돌보다 chăm sóc

□ 마음씨가 착하다 tốt bụng

□ 갈등 mâu thuẫn

□ 화해하다 hoà giải

Hãy tạo ra câu chuyện của riêng bạn.

우리 가족을 소개하겠습니다. 우리 가족은 [Thành viên gia đình] 그리고 저 이렇게 [Số người] 인 가족 입니다. [Thành viên gia đình] 는 [Tính cách] 인 성격입니다. [Nghề nghiệp] 으로 항상 바쁘시기 때문에 가족과 함께 보낼 수 있는 시간이 많지 않습니다. [Thành viên gia đình] 는 [Nghề nghiệp] 입니다. 성격이 [Tính cách] . [Thành viên gia đình] 는 [Tuổi] 살이고 [Nghề nghiệp] 입니다. [Thành viên gia đình] 는 [Tính cách] . 우리 가족은 주 말마다 함께 시간을 보내려고 노력합니다. ① [Hoạt động cuối tuần] 거나 ① 면서 ② [Việc tôi làm với gia đình] . ② 으로써 ③ [Bầu không khí trong gia đình] . 가끔은 서로의 의견이 달라서 갈등도 생기지만 금방 화해하고 다시 웃게 됩니다. 저는 이런 화목한 가족이 있어서 매우 행복합니다.

Tôi xin giới thiệu gia đình tôi. Gia đình tôi có   người là   và tôi.   tôi   . Vì luôn bận rộn với   mà không có nhiều thời gian với gia đình.   tôi là   . Tính cách   .   tôi   tuổi, là   .   tôi   . Gia đình chúng tôi cố gắng cuối tuần ở cùng nhau. Chúng tôi cùng ①   hoặc ①   và ②   . Chúng tôi ③   bởi ②   . Thỉnh thoảng do ý kiến khác nhau nên cũng xảy ra mâu thuẫn nhưng luôn hoà giải ngay và cười đùa cùng nhau. Vì có gia đình hòa thuận thế này nên tôi rất hạnh phúc.

Hãy tìm cách diễn đạt phù hợp với bản thân và điền vào chỗ trống ở bên trên.

① Hoạt động cuối tuần (주말 활동)	• 낚시를 하다 câu cá · 캠핑하다 cắm trại · 수영하다 bơi · 자전거를 타다 đi xe đạp • 드라이브하다 lái xe đi dạo · 북카페를 가다 đi cà phê sách • 영화를 보러 가다 đi xem phim · 등산하러 가다 đi leo núi
② Việc tôi làm với gia đình (가족과 함께 하는 일)	• 서로 모든 일을 털어놓다 thường tâm sự tất cả mọi việc với nhau • 기쁨과 슬픔을 함께 나누다 chia sẻ niềm vui nỗi buồn với nhau • 쌓인 스트레스를 풀어 버리다 giải toả căng thẳng đã chất chứa
③ Bầu không khí trong gia đình (가족 분위기)	• 서로를 더욱 아끼게 되었다 trân trọng lẫn nhau hơn • 서로를 이해하는 마음이 깊어졌다 dần hiểu nhau hơn • 마음이 가벼워졌다 lòng nhẹ nhõm

Hãy học rồi ứng dụng các ngữ pháp và cấu trúc tiếng Hàn Quốc vào câu trả lời. Thông qua quá trình này, khả năng diễn đạt và tạo câu của bạn sẽ tiến bộ hơn.

● **Động từ** + 는 데다가
  Tính từ + (으)ㄴ 데다가

「Động từ + 는 데다가」, 「Tính từ + (으)ㄴ 데다가」 được dùng với ý nghĩa 'thêm vào đó, thêm nữa' và nội dung của vế sau giúp giải thích thêm cho nội dung của vế trước.

＊ Tính từ có patchim + 은 데다가
  Tính từ không có patchim + ㄴ 데다가

요즘 대학생들은 동아리 활동을 적극적으로 참가하는 데다가 다양한 아르바이트도 합니다.
Dạo này sinh viên tích cực tham gia các hoạt động câu lạc bộ, thêm vào đó cũng làm thêm nhiều việc khác nhau.

이 식당은 음식도 맛있는 데다가 가격도 쌉니다.
Quán ăn này món ăn ngon, thêm vào đó giá cũng rẻ.

민호 씨는 성격도 착한 데다가 일도 잘합니다.
Min-ho tính tình hiền, thêm nữa làm việc cũng giỏi.

● **Động từ** + (으)ㅁ으로써

「Động từ + (으)ㅁ으로써」 được dùng với ý nghĩa 'bởi việc, bằng, bởi', diễn tả vế đầu là nguyên nhân của vế sau.

＊ Động từ có patchim + 음으로써
  Động từ không có patchim + ㅁ으로써

모르는 한국어가 있을 때마다 한국어 사전을 열심히 찾음으로써 한국어 어휘력이 늘었습니다.
Vốn từ vựng tiếng Hàn Quốc tăng lên bằng việc chăm chỉ tra từ điển mỗi khi có từ vựng tiếng Hàn Quốc không biết.

온 국민이 노력함으로써 베트남의 경제가 지속적으로 발전됩니다.
Kinh tế Việt Nam liên tục phát triển bởi sự nỗ lực của toàn dân.

Đây là những mẫu câu đa dạng và hữu ích liên quan đến chủ đề. Bạn hãy đánh dấu những câu phù hợp với bản thân và thử tạo nên câu chuyện thú vị của riêng mình.

☐ Gia đình tôi là gia đình 3 người có tôi, vợ tôi và con trai tôi.

우리 가족은 저와 아내 그리고 아들 이렇게 3인 가족입니다.

☐ Gia đình tôi nuôi một chú chó đã được nhiều năm, và nó cũng được xem là một phần của đình tôi.

우리 가족은 오랫동안 강아지 한 마리를 키우고 있는데, 강아지도 가족의 일부라고 생각합니다.

☐ Vợ tôi là người bạn thân duy nhất và cũng là bạn đồng hành của tôi.

아내는 저의 유일한 단짝 친구이자 동반자입니다.

☐ Vợ chồng tôi trò chuyện vào mỗi buổi tối và cố gắng để hiểu nhau hơn.

우리 부부는 매일 저녁 대화를 많이 하며 서로를 이해하기 위해 노력합니다.

☐ Tôi muốn dành nhiều thời gian cho con gái, đến trước khi con lớn và độc lập.

제 딸이 커서 독립하기 전까지 많은 시간을 함께 보내고 싶습니다.

☐ Bố mẹ nhân từ và ấm áp của tôi luôn là tấm gương cho tôi.

자애롭고 따뜻한 저의 부모님은 항상 저에게 모범이 되어 주십니다.

☐ Tính cách của tôi và chị gái khá giống nhau nên chúng tôi thân với nhau từ nhỏ.

저와 언니는 성격이 비슷하기 때문에 어렸을 때부터 친합니다.

☐ Vì anh trai lớn hơn tôi nhiều và kinh nghiệm xã hội cũng nhiều nên anh ấy luôn cho tôi những lời khuyên bổ ích.

형은 저보다 나이가 훨씬 많고 사회 경험도 많기 때문에 항상 저에게 유익한 조언을 해줍니다.

Công việc nhà

Trước khi trả lời câu hỏi liên quan, hãy nhớ lại các từ vựng trọng tâm và sắp xếp nội dung câu trả lời trong đầu.

Q 귀하가 집을 깨끗하고 편안하게 유지하는 방법을 알려 주세요. 주로 어떤 집안일을 하나요?

Hãy cho tôi biết phương pháp giữ gìn nhà sạch sẽ và thoải mái của bạn. Bạn thường làm những việc nhà nào?

 **Từ vựng gợi nhớ**

유지 방법 cách duy trì

청소하다 dọn dẹp

분리수거를 하다 phân loại rác

공동 집안일
công việc nhà chung

같이 하다 cùng nhau làm

번갈아 가며 하다
thay phiên nhau làm

개인별 집안일
công việc nhà của mỗi thành viên

청소기를 돌리다 hút bụi

마당을 쓸다 quét sân

매일 mỗi ngày

일주일에 2번 2 lần một tuần

주말마다 mỗi cuối tuần

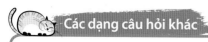
Khi thi OPIc, việc hiểu nhanh các câu hỏi và trả lời là quan trọng nhất. Đối với các câu hỏi quen thuộc, bạn càng phải bình tĩnh và trả lời một cách tự nhiên. Hãy liên tục làm quen và luyện tập các dạng câu hỏi liên quan đến chủ đề.

1. 귀하의 가족 구성원이 담당하는 집안일에 대해 이야기해 주세요. 주로 무슨 일을 하나요?

Bạn hãy nói về công việc nhà mà các thành viên trong gia đình đảm nhận. Bạn chủ yếu làm công việc gì?

2. 귀하는 집안일을 못 한 적이 있나요? 왜 집안일을 못했나요? 어떻게 해결했나요? 구체적으로 이야기해 주세요.

Bạn có từng không thể làm việc nhà không? Vì sao bạn không thể làm việc nhà? Bạn đã xử lý như thế nào? Hãy nói cụ thể về việc đó.

3. 귀하의 가족은 보통 어떤 집안일을 해야 하나요? 각자에게 분담된 집안일은 무엇인 가요?

Có những việc nhà nào gia đình bạn phải làm? Mỗi người được phân công làm những việc nhà nào?

4. 귀하는 매일 어떤 집안일을 하나요? 매일 해야 하는 집안일에 대해 자세히 이야기해 주세요.

Mỗi ngày bạn thường làm những việc nhà nào? Hãy nói cho tôi nghe chi tiết về việc nhà bạn phải làm mỗi ngày.

5. 귀하는 어렸을 때 어떤 집안일을 담당했나요? 무엇을 해야 했나요? 자세히 이야기해 주세요.

Khi còn nhỏ thì bạn đã từng phụ trách những việc nhà nào? Bạn đã phải làm gì? Hãy nói cho tôi nghe chi tiết.

Câu trả lời theo cấu trúc trọng tâm 🎧 01-30

Hãy thử chia nội dung trả lời trọng tâm cho các câu hỏi theo chủ đề thường xuất hiện thành các bước và luyện tập. Bạn có thể sử dụng 'Cách diễn đạt có thể ứng dụng' và tạo ra câu chuyện của riêng mình.

Cách duy trì (유지 방법)	집을 깨끗하고 편안하게 유지하는 방법은 어렵지 않지만 시간이 많이 걸린다고 생각합니다. 우리 가족이 깨끗한 집을 유지하는 방법은 매일 청소하고 사용한 물건은 항상 제자리에 다시 두는 것입니다.
Công việc nhà của mỗi thành viên (개인별 집안일)	가족들은 각자 맡은 집안일을 일정한 시간에 하려고 노력합니다. 아버지는 시간이 별로 없음에도 불구하고 퇴근 후에는 매일 쓰레기를 정리해서 버립니다. 어머니는 요리와 부엌 정리 그리고 설거지를 합니다. 저는 매일 저녁 가족들의 빨래를 담당합니다. 이외에도 시간이 있을 때마다 어머니가 덜 힘들도록 저와 언니가 번갈아 가며 설거지를 도와드립니다.
Công việc nhà chung (공동 집안일)	주말에는 아침마다 온 가족이 청소기 돌리기, 창문 닦기, 이불 빨기, 쓰레기 버리기, 마당 쓸기 등 대청소를 합니다.
Suy nghĩ của tôi (나의 생각)	집안일을 할 때는 힘들지만, 청소를 끝낸 후에 깨끗이 정리된 집을 보면 늘 기분이 좋아집니다.

Tôi nghĩ cách giữ cho nhà sạch sẽ và thoải mái không khó nhưng mất nhiều thời gian. Cách gia đình tôi giữ cho nhà sạch sẽ là dọn dẹp mỗi ngày và luôn để đồ vật trở lại vị trí cũ sau khi sử dụng xong. Các thành viên gia đình tôi cố gắng để làm việc nhà mà mình đảm nhận trong thời gian cố định. Bố tôi dù không có nhiều thời gian nhưng mỗi ngày sau khi về nhà đều dọn và đổ rác. Mẹ tôi nấu ăn, dọn bếp và rửa bát. Tôi phụ trách giặt quần áo của cả gia đình vào mỗi tối. Ngoài ra mỗi khi có thời gian, tôi và chị tôi thay nhau rửa bát để mẹ đỡ vất vả. Vào mỗi sáng cuối tuần, cả gia đình tôi sẽ cùng nhau tổng vệ sinh nhà như hút bụi, lau cửa sổ, giặt chăn, bỏ rác, quét sân v.v… Khi làm việc nhà thì vất vả, nhưng nhìn thấy căn nhà được dọn sạch sẽ sau khi dọn dẹp thì tôi luôn cảm thấy vui.

Từ vựng
- 유지 방법 cách giữ, cách duy trì
- 시간이 많이 걸리다 mất nhiều thời gian
- 일정하다 cố định
- 정리하다 dọn, sắp xếp
- 설거지하다 rửa bát
- 담당하다 đảm nhận
- 청소기를 돌리다 hút bụi
- 이불을 빨다 giặt chăn
- 쓰레기를 버리다 bỏ rác
- 대청소하다 tổng vệ sinh nhà
- 마당을 쓸다 quét sân
- 깨끗이 sạch sẽ

Hãy tạo ra câu chuyện của riêng bạn.

집을 깨끗하고 편안하게 유지하는 방법은 어렵지 않지만 시간이 많이 걸린다고 생각합니다. 우리 가족이 깨끗한 집을 유지하는 방법은 ① Số lần 청소하고 ②   Cách duy trì

                    . 가족들은 각자 맡은 집안일을 일정한 시간에 하려고 노력합니다. Thành viên gia đình 는 시간이 별로 없음에도 불구하고 퇴근 후에는 매일 ③   Các công việc nhà   . Thành viên gia đình 는 ③

                            . 저는 매일 저녁 ③   . 이외에도 시간이 있을 때마다 Thành viên gia đình 가 덜 힘들도록 Thành viên gia đình 가 번갈아 가며 ③   를 도와드립 니다. 주말에는 아침마다 온 가족이 ③

등 대청소를 합니다. 집안일을 할 때는 힘들지만, 청소를 끝낸 후에 깨끗히 정리된 집을 보면 늘 기 분이 좋아집니다.

Tôi nghĩ cách giữ cho nhà sạch sẽ và thoải mái không khó nhưng mất nhiều thời gian. Cách gia đình tôi giữ cho nhà sạch sẽ là dọn dẹp ①   và ②   . Các thành viên gia đình tôi cố gắng để làm việc nhà mà mình đảm nhận trong thời gian cố định.   dù không có nhiều thời gian nhưng mỗi ngày sau khi về nhà đều ③   .   ③

          . Tôi ③   vào mỗi tối. Ngoài ra mỗi khi có thời gian,   thay nhau ③   để   đỡ vất vả. Vào mỗi sáng cuối tuần, cả gia đình tôi sẽ cùng nhau tổng vệ sinh nhà như ③   v.v… Khi làm việc nhà thì vất vả, nhưng nhìn thấy căn nhà được dọn sạch sẽ sau khi dọn dẹp thì tôi luôn cảm thấy vui.

Cách diễn đạt có thể ứng dụng

Hãy tìm cách diễn đạt phù hợp với bản thân và điền vào chỗ trống ở bên trên.

① Số lần (횟수)	• 이틀에 한 번 2 ngày 1 lần • 일주일에 2번 2 lần 1 tuần • 시간 날 때마다 mỗi khi có thời gian • 자주 thường xuyên • 주말마다 mỗi cuối tuần
② Cách duy trì (유지 방법)	• 어지르지 않도록 주의하는 것이다 chú ý để không bị lộn xộn • 정리 정돈을 생활화하는 것이다 tạo thói quen dọn dẹp
③ Các công việc nhà (집안일)	• 바닥을 닦다 lau (sàn) nhà • 장을 보러 가다 đi chợ • 식탁을 치우다 dọn dẹp bàn ăn • (나무, 텃밭 등에) 물을 주다 tưới nước (cho cây, mảnh vườn v.v) • 화장실을 청소하다 dọn dẹp nhà vệ sinh • 매트리스 커버를 갈다 thay drap/ga trải giường • 분리수거를 하다 phân loại rác • 빨래를 널다 phơi quần áo • 빨래를 개다 gấp quần áo

Hãy học rồi ứng dụng các ngữ pháp và cấu trúc tiếng Hàn Quốc vào câu trả lời. Thông qua quá trình này, khả năng diễn đạt và tạo câu của bạn sẽ tiến bộ hơn.

● **Động từ + (으)려고**

「Động từ + (으)려고」 được dùng với ý nghĩa 'để' diễn tả hành động phía trước là mục đích của hành động phía sau.

* Động từ có patchim + (으)려고
  Động từ không có patchim + 려고

저는 유학 장학금을 받으려고 외국어를 열심히 배우고 있습니다.
Tôi đang học ngoại ngữ chăm chỉ để nhận học bổng du học.

저는 집을 깨끗하게 유지하려고 매일 청소합니다.
Tôi dọn dẹp mỗi ngày để giữ nhà cửa sạch sẽ.

● **Động từ/Tính từ + (으)ㅁ에도 불구하고**

「Động từ/Tính từ + (으)ㅁ에도 불구하고」 được dùng với ý nghĩa 'dù', diễn tả hành động ở vế sau xảy ra ngoài dự đoán và không chịu ảnh hưởng của hành động phía trước.

* Động từ/Tính từ có patchim + 음에도 불구하고
  Động từ/Tính từ không có patchim + ㅁ에도 불구하고

동생은 방금 밥을 많이 먹었음에도 불구하고 계속 배가 고프다고 합니다.
Dù em tôi vừa ăn cơm rất nhiều nhưng em ấy cứ nói đói bụng.

민호 씨는 돈이 많음에도 불구하고 동생한테 용돈을 잘 안 줍니다.
Dù Min-ho có nhiều tiền nhưng không thường cho em tiền tiêu vặt.

수진 씨는 2년 동안 한국어를 공부함에도 불구하고 한국말이 아직 서투릅니다.
Dù Su-jin học tiếng Hàn Quốc trong suốt 2 năm nhưng tiếng Hàn Quốc vẫn còn vụng về.

그녀는 몸이 아픔에도 불구하고 대청소를 끝냈습니다.
Dù bị ốm nhưng cô ấy đã hoàn tất việc tổng vệ sinh.

Các câu tham khảo khác

Hãy đánh dấu các câu trả lời phù hợp với bản thân. ☑

Đây là những mẫu câu đa dạng và hữu ích liên quan đến chủ đề. Bạn hãy đánh dấu những câu phù hợp với bản thân và thử tạo nên câu chuyện thú vị của riêng mình.

☐ Vì bố mẹ tôi bận rộn nên tôi phải làm phần lớn việc nhà.

부모님은 바쁘시기 때문에 대부분의 집안일은 제가 해야 합니다.

☐ Vì nhà tôi nuôi chó nên mỗi ngày tôi phải dọn lông chó.

우리 집은 강아지를 키우고 있어서 매일 강아지 털 청소를 해야 합니다.

☐ Mỗi ngày tôi dọn dẹp bằng robot hút bụi.

매일 로봇청소기로 청소를 합니다.

☐ Mẹ tôi đã dạy cho tôi làm việc nhà từ nhỏ.

제가 어렸을 때부터 엄마는 저에게 집안일을 가르쳐 주셨습니다.

☐ Vì công ty thu gom rác đến vào thứ Tư hàng tuần nên tôi phải phân loại rác sẵn vào ngày trước.

쓰레기 수거업체가 매주 수요일에 오기 때문에 전날에 미리 분리수거를 해야 합니다.

☐ Trước đây tôi đã rất ghét dọn dẹp nhà nhưng bây giờ thì tôi thấy đây là việc cần phải làm thường xuyên.

예전에는 청소하는 것이 싫었지만, 지금은 자주 해야 하는 일이라고 생각합니다.

☐ Cuối tuần trước tôi đã bị ốm nên không thể dọn dẹp nhà được, vì thế chị gái đã giúp tôi.

제가 지난 주말에 아파서 청소를 못 했기 때문에 언니가 도와줬습니다.

☐ Nếu không thể làm việc nhà vào cuối tuần vì có hẹn hoặc đi du lịch thì tôi sẽ dành thời gian làm vào thứ Sáu.

만약 주말에 약속이 있거나 여행 때문에 집안일을 못하면, 금요일에 시간 내서 집안일을 합니다.

Giới thiệu nhà

Trước khi trả lời câu hỏi liên quan, hãy nhớ lại các từ vựng trọng tâm và sắp xếp nội dung câu trả lời trong đầu.

Q 귀하가 지금 사는 곳에 대해 이야기하고 싶습니다. 집에서 귀하가 가장 좋아하는 방에 대해 이야기해 주세요. 그 방은 어떻게 생겼나요?

Bây giờ tôi muốn nói về nơi bạn đang sinh sống. Hãy nói về căn phòng mà bạn thích nhất trong nhà của bạn. Nó trông như thế nào?

Từ vựng gợi nhớ

구조 cấu trúc

방 phòng

거실 phòng khách

화장실 nhà vệ sinh

집 종류 loại nhà
위치 vị trí
고층 cao tầng
도시 thành phố
수도 thủ đô

가구 đồ nội thất
식탁 bàn ăn
소파 ghế sofa
침대 giường

이유 lý do
넓다 rộng
밝다 sáng
시원하다 thoáng mát

Khi thi OPIc, việc hiểu nhanh các câu hỏi và trả lời là quan trọng nhất. Đối với các câu hỏi quen thuộc, bạn càng phải bình tĩnh và trả lời một cách tự nhiên. Hãy liên tục làm quen và luyện tập các dạng câu hỏi liên quan đến chủ đề.

1. 귀하가 살고 있는 집을 묘사하세요. 지금 사는 집은 예전에 살았던 집과 어떻게 다른가요?

Hãy mô tả ngôi nhà mà bạn đang sống. Ngôi nhà bạn đang sống khác với ngôi nhà trước đây như thế nào?

2. 귀하의 침실에 대해 이야기해 주세요. 침실 안에는 무엇이 있나요? 귀하의 방에서 볼 수 있는 가구는 무엇인가요?

Hãy nói về phòng ngủ của bạn. Có gì bên trong phòng ngủ? Có đồ nội thất nào có thể thấy trong phòng của bạn?

3. 귀하가 어렸을 때 집에 있던 가구와 지금 가지고 있는 가구의 차이점은 무엇인가요? 자세히 비교해 주세요.

Điểm khác nhau giữa đồ nội thất trong nhà bạn khi bạn còn bé và đồ nội thất bây giờ bạn có là gì? Hãy so sánh chi tiết.

4. 귀하는 지금 살고 있는 집이 마음에 드나요? 집이 마음에 드는 점이나 불편한 점을 이야기해 주세요. 앞으로 어떤 집에서 살기를 원하나요?

Bạn có hài lòng về ngôi nhà bạn đang sống bây giờ không? Hãy nêu những điểm hài lòng hoặc không thoải mái về ngôi nhà của bạn. Trong tương lai, bạn muốn sống ở ngôi nhà thế nào?

5. 주택은 뉴스에서 많이 언급되는 주제가 되고 있습니다. 귀하의 동네 사람들이 자주 이야기하고 있는 주택관련 문제 몇 가지를 이야기해 주세요. 가장 심각한 문제 또는 큰 도전은 무엇인가요? 개인과 조직은 이런 문제를 극복하거나 해결하기 위해 무엇을 하고 있나요?

Nhà ở đang trở thành chủ đề được đề cập nhiều trên bản tin. Hãy nói cho tôi nghe một vài vấn đề liên quan đến nhà ở mà những người trong khu vực bạn sống nói đến nhiều. Cái gì là vấn đề nghiêm trọng nhất hay thử thách lớn nhất? Các cá nhân và tổ chức đang làm gì để khắc phục hoặc giải quyết các vấn đề này?

Câu trả lời theo cấu trúc trọng tâm

🎧 01-33

Hãy thử chia nội dung trả lời trọng tâm cho các câu hỏi theo chủ đề thường xuất hiện thành các bước và luyện tập. Bạn có thể sử dụng 'Cách diễn đạt có thể ứng dụng' và tạo ra câu chuyện của riêng mình.

Loại nhà và vị trí (집 종류와 위치)	제가 살고 있는 집과 가장 좋아하는 방을 소개하겠습니다. 우리 집은 고층 아파트이며 호찌민시 3군에 있습니다.
Cấu trúc (구조)	집 구조는 큰 방, 작은 방, 서재를 포함해서 총 3개의 방이 있고 화장실 2개와 부엌 그리고 거실이 있습니다.
Không gian yêu thích và lý do (좋아하는 공간과 이유)	저는 거실이 넓고 시원하며 푹신한 소파와 큰 TV가 있기 때문에 거실을 가장 좋아합니다. 거실의 큰 창문으로 이른 아침의 맑고 푸른 하늘을 볼 수도 있고 밤에는 불빛으로 빛나는 도시를 감상할 수도 있습니다. 저녁에는 집에 들어오자마자, 거실 소파에 앉아서 피로가 풀릴 때까지 TV를 봅니다.
Cảm nhận (느낌)	아무리 최고급 호텔이라도 편안함은 우리 집만 못하다고 생각합니다. 집은 가장 안전하고 휴식을 취할 수 있는 최고의 공간입니다.

Tôi xin giới thiệu ngôi nhà tôi đang sống và căn phòng tôi thích nhất. Nhà tôi là chung cư cao tầng ở quận 3, thành phố Hồ Chí Minh. Cấu trúc nhà tôi có tổng cộng 3 phòng bao gồm phòng lớn, phòng nhỏ, phòng đọc sách, và có 2 nhà vệ sinh, nhà bếp và phòng khách. Phòng khách mát và rộng đồng thời có ghế sofa êm ái và tivi lớn nên tôi thích phòng khách nhất. Tôi có thể ngắm bầu trời trong xanh vào sáng sớm và ngắm thành phố lung linh bởi ánh đèn vào ban đêm thông qua khung cửa sổ lớn của phòng khách. Vào buổi tối, ngay khi về nhà, tôi ngồi ở ghế sofa phòng khách và xem tivi đến khi hết mệt mỏi. Tôi nghĩ rằng khách sạn cao cấp đến mấy cũng không bình yên bằng nhà của tôi. Nhà là không gian an toàn và tuyệt vời nhất để nghỉ ngơi.

Từ vựng

- 고층 아파트 chung cư cao tầng
- 널찍하다, 넓다 rộng rãi
- 푹신하다 êm ái
- 맑고 푸르다 trong xanh
- 반짝거리다, 빛나다 lung linh

- 피로 mệt mỏi
- 최고급 호텔 khách sạn cao cấp
- 편안함 sự thoải mái
- 휴식을 취하다 nghỉ ngơi
- 공간 không gian

98   한 번에 끝! **OPIc 한국어 for Vietnamese**

Hãy tạo ra câu chuyện của riêng bạn.

제가 살고 있는 집과 가장 좋아하는 방을 소개하겠습니다. 우리 집은 ① <u>Loại nhà</u> 이며 ② <u>Vị trí nhà</u> 에 있습니다. 집 구조는 <u>Cấu trúc của ngôi nhà</u> 이 있습니다. 저는 ③ <u>Không gian yêu thích</u> 이 넓고 시원하며 ④ <u>Đồ nội thất / Đồ điện gia dụng</u> 와 ④ 가 있기 때문에 ③ 을 가장 좋아합니다. ③ 의 큰 창문으로 이른 아침의 맑고 푸른 하늘을 볼 수도 있고 밤에는 불빛으로 빛나는 도시를 감상할 수도 있습니다. 저녁에는 집에 들어오자마자, ⑤ <u>Việc làm vào buổi tối</u> . 아무리 최고급 호텔이라도 편안함은 우리 집만 못하다고 생각합니다. 집은 가장 안전하고 휴식을 취할 수 있는 최고의 공간입니다.

Tôi xin giới thiệu ngôi nhà tôi đang sống và căn phòng tôi thích nhất. Nhà tôi là ① ② . Cấu trúc nhà tôi có . ③ mát và rộng đồng thời có ④ và ④ nên tôi thích ③ nhất. Tôi có thể ngắm bầu trời trong xanh vào sáng sớm và ngắm thành phố lung linh bởi ánh đèn vào ban đêm thông qua khung cửa sổ lớn của ③ . Vào buổi tối, ngay khi về nhà, tôi ⑤ . Tôi nghĩ rằng khách sạn cao cấp đến mấy cũng không bình yên bằng nhà của tôi. Nhà là không gian an toàn và tuyệt vời nhất để nghỉ ngơi.

Hãy tìm cách diễn đạt phù hợp với bản thân và điền vào chỗ trống ở bên trên.

① Loại nhà (집 종류)	• 단독주택 nhà riêng • 원룸 căn hộ studio • 자취방/하숙집 phòng trọ • 기숙사 ký túc xá
② Vị trí nhà (집 위치)	• 남부지방 khu vực miền Nam • 북부지방 khu vực miền Bắc • 중부지방 khu vực miền Trung • 섬 đảo
③ Không gian yêu thích (좋아하는 공간)	• 서재 phòng đọc sách • 안방 phòng ngủ chính • 주방 bếp • 식탁 bàn ăn
④ Đồ nội thất / Đồ điện gia dụng (가구/가전제품)	• 크고 푹신한 침대 giường to và êm ái • 하얀 화장대 bàn trang điểm màu trắng • 좋은 나무로 만든 책상 bàn học/bàn làm việc bằng gỗ tốt • 냉장고 tủ lạnh • 에어컨 máy điều hòa
⑤ Việc làm vào buổi tối (저녁에 하는 일)	• 휴식시간을 즐기다 tận hưởng thời gian nghỉ ngơi • 가족과 함께 시간을 보내다 dành thời gian với gia đình • 음악을 듣다 nghe nhạc • 그림을 그리다 vẽ tranh

 **Ngữ pháp**

Hãy học rồi ứng dụng các ngữ pháp và cấu trúc tiếng Hàn Quốc vào câu trả lời. Thông qua quá trình này, khả năng diễn đạt và tạo câu của bạn sẽ tiến bộ hơn.

● **Động từ + 자마자**

「Động từ + 자마자」 được dùng với ý nghĩa 'ngay khi', diễn tả ngay khi hành động ở vế trước kết thúc thì hành động vế sau được bắt đầu.

> 저는 졸업하자마자 한국 기업으로 취업할 예정입니다.
> Ngay khi tốt nghiệp, tôi dự định sẽ đi làm ở công ty Hàn Quốc.

> 집에 들어오자마자 친구한테 전화를 했습니다.
> Ngay khi về đến nhà, tôi đã gọi điện thoại cho bạn.

● **Danh từ + 만 못하다**

「Danh từ + 만 못하다」 được dùng với ý nghĩa 'không bằng', so sánh danh từ phía trước không bằng danh từ phía sau.

> 짱 씨가 아무리 한국어를 잘하는 사람이라도 한국인만 못합니다.
> Dù Trang là người giỏi tiếng Hàn Quốc đến đâu đi nữa cũng không giỏi bằng người Hàn Quốc.

> 호텔이 아무리 편리하고 예뻐도 자기 집만 못합니다.
> Khách sạn này có tiện lợi và đẹp bao nhiêu đi nữa cũng không bằng nhà của chính mình.

100   한 번에 끝! OPIc 한국어 for Vietnamese

Đây là những mẫu câu đa dạng và hữu ích liên quan đến chủ đề. Bạn hãy đánh dấu những câu phù hợp với bản thân và thử tạo nên câu chuyện thú vị của riêng mình.

☐ Nhà của tôi được trang trí với tông màu sáng mang lại cảm giác nhẹ nhàng.

우리 집은 밝은 톤으로 꾸며져 있어서 경쾌한 느낌을 줍니다.

☐ Nhà của tôi được trang trí theo phong cách tối giản và ấm áp.

↪ tối giản 미니멀하다 / ấm áp 따뜻하다 / phong cách 스타일

우리 집은 미니멀하면서 따뜻한 스타일로 꾸며져 있습니다.

☐ Căn phòng nhỏ xinh của tôi là không gian mà tôi thích và dành nhiều thời gian ở đó nhất.

아담하고 예쁜 제 방은 제가 가장 좋아하고 많은 시간을 보내는 공간입니다.

☐ Tôi thường ngồi ở ban công vào sáng sớm vừa uống cafe vừa ngắm cảnh.

저는 아침 일찍 발코니에 앉아서 커피를 마시며 경치를 감상합니다.

☐ Tôi thích nằm trên giường nghe nhạc và tận hưởng.

저는 침대에 누워서 음악 들으며 즐기는 것을 좋아합니다.

☐ Vì tôi thích nấu ăn nên tôi thích dành thời gian ở trong bếp.

저는 요리를 좋아하기 때문에 부엌에서 시간 보내는 것을 좋아합니다.

☐ Tôi đang sống ở căn hộ studio nên đôi khi cảm thấy ngột ngạt và cô đơn.

저는 원룸에 혼자 살아서 가끔 답답하고 외로움을 느낍니다.

☐ Tôi đang sống cùng bạn ở nhà riêng có hai phòng ở Seoul sau khi đến Hàn Quốc du học.

저는 한국에 유학 온 후, 서울에서 방 2개 있는 단독주택에 친구와 함께 살고 있습니다.

Bài 4

🎧 01-34

Giới thiệu khu vực sinh sống và hàng xóm

Trước khi trả lời câu hỏi liên quan, hãy nhớ lại các từ vựng trọng tâm và sắp xếp nội dung câu trả lời trong đầu.

Q 귀하가 사는 동네는 어떤가요? 그 동네는 어디에 있나요? 동네에 어떤 시설이 있나요? 귀하의 집 주변에 대해 자세히 이야기해 주세요.

Khu vực bạn đang sống như thế nào? Khu vực đó nằm ở đâu? Có tiện ích nào trong khu vực? Hãy nói cho tôi nghe chi tiết về khu vực xung quanh nhà bạn.

Từ vựng gợi nhớ

위치 vị trí
교통이 편리하다 giao thông thuận lợi
버스 정류장이 있다 có trạm xe buýt

편의 시설 tiện ích
마트 siêu thị
버스 정류장 bến xe buýt
학교 trường học
공원 công viên

동네 분위기
bầu không khí nơi sống
조용하다 yên tĩnh
편리하다 tiện lợi
이웃이 매우 다정하다
hàng xóm rất tình cảm

운이 좋았다 may mắn
오랫동안 살고 싶다 muốn sống lâu dài
이상적인 동네 nơi sống lý tưởng

Khi thi OPIc, việc hiểu nhanh các câu hỏi và trả lời là quan trọng nhất. Đối với các câu hỏi quen thuộc, bạn càng phải bình tĩnh và trả lời một cách tự nhiên. Hãy liên tục làm quen và luyện tập các dạng câu hỏi liên quan đến chủ đề.

1. 귀하는 지금 사는 동네가 마음에 드나요? 살고 있는 동네에 관한 장점과 단점을 이야기해 주세요. 동네를 변화시킬 수 있다면 어떤 변화를 원하나요?

   Bạn có hài lòng về khu vực bạn đang sống không? Hãy nói về ưu điểm và khuyết điểm liên quan đến khu vực bạn đang sống. Nếu có thể thay đổi khu vực đó, bạn muốn thay đổi gì?

2. 귀하가 사는 동네는 어떻게 변화 또는 발전했나요? 귀하가 사는 도시는 어떻게 생겼나요? 지금 사는 곳에 대해 이야기해 주세요. 살고 있는 동네에서 좋은 점과 싫은 점을 이야기해 주세요.

   Khu vực bạn đang sống đã thay đổi hoặc phát triển thế nào? Thành phố nơi bạn đang sống trông thế nào? Hãy nói về nơi bây giờ bạn đang sống. Hãy nói cho tôi nghe điều bạn thích và không thích về khu vực bạn đang sống.

3. 귀하가 사는 곳에서 일어났던 일 중 가장 기억에 남는 일에 대해 이야기해 주세요. 그 일은 언제, 어디서 일어났나요? 왜 그 일이 기억에 남거나 재미있었나요?

   Hãy kể về việc bạn nhớ nhất trong số những việc xảy ra ở nơi bạn sống. Việc đó đã xảy ra khi nào, ở đâu? Tại sao việc đó đáng nhớ hoặc thú vị đối với bạn?

4. 귀하가 사는 곳에 대해 이야기해 줄 수 있나요? 현재 사는 곳은 어렸을 때 살던 곳과 어떻게 다른가요? 현재 사는 곳과 전에 살던 곳을 자세히 비교해 보세요.

   Bạn có thể nói cho tôi nghe về nơi bạn đang sống không? Nơi bạn đang sống khác với nơi bạn sống lúc nhỏ thế nào? Hãy so sánh chi tiết nơi bạn đang sống bây giờ và nơi bạn sống trước kia.

5. 지난 5년 또는 10년 동안 귀하가 사는 지역의 주택들이 어떻게 변화했는지 이야기해 주세요. 오늘날의 주택과 어렸을 때 주택의 차이점을 비교해 주세요. 주택들의 변화 경향은 무엇인가요? 자세히 이야기해 주세요.

   Hãy nói cho tôi nghe các ngôi nhà ở khu vực bạn sống đã thay đổi như thế nào trong 5 hoặc 10 năm qua. Hãy so sánh điểm khác nhau của các ngôi nhà hiện nay và những ngôi nhà lúc bạn còn nhỏ. Xu hướng thay đổi của các ngôi nhà là gì? Hãy nói cho tôi nghe chi tiết.

Hãy thử chia nội dung trả lời trọng tâm cho các câu hỏi theo chủ đề thường xuất hiện thành các bước và luyện tập. Bạn có thể sử dụng 'Cách diễn đạt có thể ứng dụng' và tạo ra câu chuyện của riêng mình.

Vị trí (위치)	제가 살고 있는 동네에 대해 이야기하겠습니다. 저는 호찌민시에 **속해 있는** 3군에서 살고 있으며, 이곳은 사무실이나 국가기관이 있는 도시의 중심 지역입니다. 저는 2년 전에 이 동네로 이사 왔습니다.
Tiện ích (편의 시설)	저희 아파트 주변에는 편의시설은 **물론이고** 교통도 편리해서 살기가 매우 편합니다. 아파트 왼쪽에 버스 정류장이 있는데 어디든 갈 수 있는 노선이 많아서 좋습니다. 저희집에서 약 500m 떨어진 곳에는 대형 마트가 있습니다. 그리고 반경 1km 이내에 백화점, 학교, 공원 등이 있습니다.
Bầu không khí của khu vực (동네 분위기)	동네 분위기는 매우 **조용합니다**. 이 동네에 처음 집을 보러 왔을 때, 평화롭고 깨끗한 동네 분위기에 매료되었습니다. 이웃들도 매우 다정하고 친절합니다.
Suy nghĩ của tôi (나의 생각)	이런 이상적인 동네에서 살 수 있어서 정말 운이 좋다고 생각합니다. 저는 앞으로 오랫동안 여기서 살고 싶습니다.

Tôi sẽ nói về khu vực tôi đang sống. Tôi đang sống ở quận 3 thuộc Thành phố Hồ Chí Minh, đây là khu vực trung tâm của thành phố có nhiều văn phòng và cơ quan nhà nước. Tôi đã chuyển đến khu vực này cách đây 2 năm. Tiện ích xung quanh nhà là đương nhiên tốt và giao thông cũng tiện lợi nên cuộc sống rất thoải mái. Bên trái của chung cư có trạm xe buýt, vì có nhiều tuyến xe buýt có thể đi bất cứ nơi đâu nên rất thuận tiện. Cách nhà tôi khoảng 500 mét là siêu thị lớn. Và trong bán kính 1 ki lô mét còn có trung tâm mua sắm, trường học, công viên v.v. Bầu không khí khu này rất yên tĩnh. Lần đầu khi tôi đến xem nhà tại khu này, tôi bị mê hoặc bởi bầu không khí thanh bình và sạch sẽ tại đây. Hàng xóm cũng rất tình cảm và thân thiện. Tôi cảm thấy mình rất may mắn khi có thể sống tại nơi sống lý tưởng như này. Trong tương lai, tôi muốn sống ở đây lâu dài.

Từ vựng

- 도시의 중심 지역
khu vực trung tâm của thành phố
- 노선 tuyến
- 반경 bán kính
- 백화점 trung tâm mua sắm
- 분위기 bầu không khí
- 평화롭다 thanh bình
- 다정하다 tình cảm
- 이상적이다 lý tưởng
- 운이 좋다 may mắn
- 조용하다 yên tĩnh

Hãy tạo ra câu chuyện của riêng bạn.

제가 살고 있는 동네에 대해 이야기하겠습니다. 저는 ① Vị trí nhà 에서 살고 있으며, 이곳은 사무실이나 국가기관이 있는 도시의 중심 지역입니다. 저는 Thời gian 전에 이 동네로 이사 왔습니다. 저희 아파트 주변에는 편의시설은 물론이고 교통도 편리해서 살기가 매우 편합니다. 아파트 ② Phương hướng 에 버스 정류장이 있는데 어디든 갈 수 있는 노선이 많아서 좋습니다. 저희집에서 약 500m 떨어진 곳에는 ③ Tiện ích 가 있습니다. 그리고 반경 1km 이내에 ③ 등이 있습니다. 동네 분위기는 매우 ④ Bầu không khí của khu vực . 이 동네에 처음 집을 보러 왔을 때, ④ 한 동네 분위기에 매료되었습니다. 이웃들도 ⑤ Hàng xóm . 이런 이상적인 동네에서 살 수 있어서 정말 운이 좋다고 생각합니다. 저는 앞으로 오랫동안 여기서 살고 싶습니다.

Tôi sẽ nói về khu vực tôi đang sống. Tôi đang sống ở ① , đây là khu vực trung tâm của thành phố có nhiều văn phòng và cơ quan nhà nước. Tôi đã chuyển đến khu vực này cách đây . Tiện ích xung quanh nhà là đương nhiên tốt và giao thông cũng tiện lợi nên cuộc sống rất thoải mái. ② của chung cư có trạm xe buýt, vì có nhiều tuyến xe buýt có thể đi bất cứ nơi đâu nên rất thuận tiện. Cách nhà tôi khoảng 500 mét là ③ . Và trong bán kính 1 ki lô mét còn có ③ v.v. Bầu không khí khu này rất ④ . Lần đầu khi tôi đến xem nhà tại khu này, tôi bị mê hoặc bởi bầu không khí ④ tại đây. Hàng xóm cũng ⑤ . Tôi cảm thấy mình rất may mắn khi có thể sống tại nơi sống lý tưởng như này. Trong tương lai, tôi muốn sống ở đây lâu dài.

Cách diễn đạt có thể ứng dụng

Hãy tìm cách diễn đạt phù hợp với bản thân và điền vào chỗ trống ở bên trên.

① Vị trí nhà (집 위치)	• 남부지방 khu vực miền Nam • 북부지방 khu vực miền Bắc • 중부지방 khu vực miền Trung
② Phương hướng (방향)	• 앞쪽 phía trước • 뒤쪽 phía sau • 오른쪽 bên phải • 건너편 phía đối diện
③ Tiện ích (편의 시설)	• 극장 rạp chiếu phim/nhà hát • 쇼핑몰 khu mua sắm • 미용실 tiệm làm tóc • 은행 ngân hàng
④ Bầu không khí của khu vực (동네 분위기)	• 고요하다 thanh vắng/tĩnh mịch • 한적하다 tĩnh lặng • 따뜻하다 ấm áp • 시끌벅적하다 náo nhiệt
⑤ Hàng xóm (이웃)	• 서로 자주 도와주다 hay giúp đỡ lẫn nhau • 배려심이 깊다 quan tâm sâu sắc • 정보를 자주 공유해 주다 thường xuyên chia sẻ thông tin • 열정적이다, 적극적이다 nhiệt tình

Hãy học rồi ứng dụng các ngữ pháp và cấu trúc tiếng Hàn Quốc vào câu trả lời. Thông qua quá trình này, khả năng diễn đạt và tạo câu của bạn sẽ tiến bộ hơn.

● **Danh từ** (1) + 에 속해 있는 + **Danh từ** (2)

「Danh từ (1) + 에 속해 있는 + danh từ (2)」được dùng với nghĩa 'thuộc', diễn tả danh từ phía sau thuộc danh từ phía trước.

베트남은 동남아시아에 속해 있는 나라입니다.
Việt Nam là quốc gia thuộc Đông Nam Á.

우리 학교는 호찌민 베트남 국립대학교에 속해 있는 대학교라서 학생들한테 인기가 많습니다.
Trường tôi là trường đại học thuộc Đại học quốc gia Thành phố Hồ Chí Minh nên rất được học sinh yêu thích.

● **Danh từ** (1) + 은/는 물론이고 + **Danh từ** (2) + 도

「Danh từ (1) + 은/는 물론이고 + danh từ (2) + 도」được dùng với ý nghĩa 'là đương nhiên', thể hiện không chỉ danh từ phía trước mà danh từ phía sau có cùng đặc điểm với nhau.

＊Danh từ (1) có patchim + 은 물론이고 + danh từ (2) + 도
　Danh từ (1) không có patchim + 는 물론이고 + danh từ (2) + 도

제 동생은 성격은 물론이고 외모도 잘 생겼습니다.
Em tôi tính cách là đương nhiên (tốt) và ngoại hình cũng rất đẹp trai.

이 카페는 커피는 물론이고 케이크도 너무 맛있습니다.
Quán cà phê này cafe là đương nhiên (ngon) và bánh cũng rất ngon.

Các câu tham khảo khác

Hãy đánh dấu các câu trả lời phù hợp với bản thân. ☑

Đây là những mẫu câu đa dạng và hữu ích liên quan đến chủ đề. Bạn hãy đánh dấu những câu phù hợp với bản thân và thử tạo nên câu chuyện thú vị của riêng mình.

☐ Khu phố tôi đang sống rất sạch sẽ và an ninh nên tôi không lo lắng khi phải về nhà muộn.

제가 사는 동네는 매우 깨끗하고 치안이 좋기 때문에 집에 늦게 들어가야 할 때도 걱정이 안 됩니다.

☐ Trong khu tôi sống các chung cư mới không ngừng được xây dựng.

제가 사는 동네에는 새 아파트가 끊임없이 지어지고 있습니다.

☐ Nơi tôi sống là một khu phố lâu đời nên nơi này có nét quyến rũ rất riêng.

제가 사는 곳은 오래된 동네이기 때문에 나름의 매력이 있습니다.

☐ Các con phố ở nơi tôi sống chật hẹp và phức tạp nên tôi muốn chuyển đến khu vực khác càng sớm càng tốt.

제가 사는 동네는 길이 좁고 복잡해서 빠르면 빠를수록 다른 동네로 이사 가고 싶습니다.

☐ Vì tôi không thường gặp hàng xóm nên không biết rõ về hàng xóm.

저는 이웃을 자주 보지 못해서 이웃에 대해 잘 모릅니다.

☐ Hàng xóm của tôi thường chia cho tôi món ăn ngon mà cô ấy tự nấu nên tôi cũng thường gửi cô ấy rau mà tôi trồng.

nuôi, trồng 키우다
→ rau 채소

제 이웃은 직접 만든 맛있는 음식을 자주 나눠 주기 때문에 저도 제가 키우는 채소를 자주 보내줍니다.

☐ Gần nhà tôi có cả trường mẫu giáo, trường tiểu học và bệnh viện nên rất tiện.

저희 집 근처에는 유치원과 초등학교, 병원이 있어서 아주 편리합니다.

☐ Giá nhà ở khu tôi đang sống không ngừng tăng lên nên nhiều hàng xóm đã trở thành đại gia bất động sản.

bất động sản 부동산 ←

제가 사는 지역의 집값이 끊임없이 오르고 있기 때문에 많은 이웃들이 부동산 부자가 되었습니다.

↳ đại gia, người giàu 부자

• **Trình tự học**

Từ vựng gợi nhớ ▸ Các dạng câu hỏi khác ▸ Ngữ pháp ▸

Câu trả lời mẫu ▸ Các câu tham khảo cấp IL-IM

Phần này gồm các câu trả lời theo hình thức combo cho các câu hỏi thuộc chủ đề có tần suất ra đề cao. Hãy nắm bắt trọng tâm câu hỏi và vận dụng từ vựng cũng như ngữ pháp một cách đa dạng để tạo nên các câu trả lời phù hợp với bản thân.

Combo câu hỏi ứng dụng

Chương

4

Hoạt động giải trí (여가 활동)

Trong phần khảo sát, thí sinh phải chọn ít nhất hai hạng mục liên quan đến hoạt động giải trí. Khi chọn các hạng mục, nếu thí sinh kết nối các chủ đề sở thích và mối quan tâm với tập thể dục, du lịch thì có thể chuẩn bị một cách chiến lược và dễ dàng hơn. Ví dụ, nếu chọn 'Xem phim' trong chủ đề hoạt động giải trí, thì nên chọn 'Nghỉ ở nhà' trong chủ đề du lịch, hoặc nếu chọn 'Đi công viên' trong hoạt động giải trí, thì nên chuẩn bị 'Đi bộ' và 'Chạy bộ' trong chủ đề tập thể dục. Khi chuẩn bị kịch bản, nên chuẩn bị các nội dung về đặc điểm, mô tả và các kinh nghiệm liên quan đến hoạt động giải trí.

• Bí quyết đạt điểm cao cho từng chủ đề

Bài 1 **Xem phim** (영화 보기)	✦ Nơi thường đi xem phim → lý do thích nơi đó và miêu tả → người đi cùng → nói về hoạt động trước và sau khi xem phim ✦ Để cập đến mức độ thường đi xem phim ✦ Thể loại phim thích xem → lý do thích thể loại phim đó → nói về bộ phim đáng nhớ và diễn viên
Bài 2 **Xem biểu diễn** (공연 보기)	✦ Nơi thường đi xem biểu diễn → lý do thích nơi đó và miêu tả → người đi cùng → nói về hoạt động trước và sau khi xem biểu diễn ✦ Để cập đến mức độ thường đi xem biểu diễn ✦ Buổi biểu diễn yêu thích → nói về buổi biểu diễn đó → nói về buổi biểu diễn còn đọng lại trong trí nhớ
Bài 3 **Đi biển** (해변 가기)	✦ Miêu tả bãi biển thường đi hoặc bãi biển yêu thích ✦ Nói về các hoạt động thường làm ở bãi biển ✦ Câu chuyện vui về điều đáng nhớ tại bãi biển → nói về cảm nghĩ
Bài 4 **Đi công viên** (공원 가기)	✦ Miêu tả công viên thường đi hoặc công viên mà bạn thích → lý do thích công viên đó → những việc thường làm khi đi đến công viên đó → nói về hoạt động của mọi người ở công viên ✦ Câu chuyện vui về điều đáng nhớ xảy ra ở công viên → nói về cảm nghĩ

✷ Đây là các loại hình câu hỏi theo dạng combo thường được ra đề nếu bạn chọn hạng mục tương ứng ở Background Survey. Hãy làm quen với các dạng câu hỏi này và luyện tập để có thể hiểu nhanh ý đồ của câu hỏi.

Nắm bắt nhanh dạng câu hỏi theo từng chủ đề

Bài 1 **Xem phim** (영화 보기)	• 귀하는 보통 어떤 장르의 영화를 보나요? 어떤 장르를 좋아하고 어떤 장르를 싫어하나요? 이유는 무엇인가요? - Bạn thường xem thể loại phim nào? Bạn thích thể loại phim nào và ghét thể loại phim nào? Lý do là gì?
Bài 2 **Xem biểu diễn** (공연 보기)	• 어떤 장르의 공연을 좋아하나요? 왜 그 공연을 좋아하나요? - Bạn thích thể loại biểu diễn nào? Vì sao bạn thích buổi biểu diễn đó?
Bài 3 **Đi biển** (해변 가기)	• 귀하의 나라에 있는 특별한 해변에 관해 이야기해 주세요. 그 해변은 어떻게 생겼나요? 사람들은 주로 그곳에서 무엇을 하나요? - Hãy nói cho tôi nghe về bãi biển đặc biệt ở nước của bạn. Bãi biển đó trông như thế nào? Mọi người thường làm gì ở đó?
Bài 4 **Đi công viên** (공원 가기)	• 설문지에 공원에서 산책하는 것을 좋아한다고 표시했습니다. 보통 어느 공원에 가나요? 누구와 같이 그 공원에 가나요? 그 공원에 대해 자세히 이야기해 주세요. - Bạn đã nói trong bản khảo sát là bạn thích đi dạo ở công viên. Bạn thường đi công viên nào? Bạn thường đi công viên đó với ai? Hãy nói chi tiết về công viên đó.

Xem phim

Trước khi trả lời câu hỏi liên quan, hãy nhớ lại các từ vựng trọng tâm và sắp xếp nội dung câu trả lời trong đầu.

Q 귀하는 보통 어떤 장르의 영화를 보나요? 어떤 장르를 좋아하고 어떤 장르를 싫어하나요? 이유는 무엇인가요?

Bạn thường xem thể loại phim nào? Bạn thích thể loại phim nào và ghét thể loại phim nào? Lý do là gì?

Từ vựng gợi nhớ

좋아하는 영화 장르 thể loại phim yêu thích

코미디 phim hài

로맨스 영화 phim lãng mạn

잔잔하다 nhẹ nhàng

인간적이다
mang tính nhân văn

사랑 이야기
câu chuyện tình yêu

즐겁다
tận hưởng, thưởng thức

무섭다 sợ

스트레스 받다
bị căng thẳng

잠을 못 자다
không thể ngủ được

싫어하는 영화 장르 thể loại phim không thích

공포 영화 phim kinh dị

전쟁 영화 phim chiến tranh

스릴러 영화 phim gây cấn

 **Các dạng câu hỏi khác**

🎧 02-02

Khi thi OPIc, việc hiểu nhanh các câu hỏi và trả lời là quan trọng nhất. Đối với các câu hỏi quen thuộc, bạn càng phải bình tĩnh và trả lời một cách tự nhiên. Hãy liên tục làm quen và luyện tập các dạng câu hỏi liên quan đến chủ đề.

1. 설문지에 영화 보는 것을 좋아한다고 표시했습니다. 보통 언제 영화를 보러 가나요? 영화를 보기 전과 본 후에는 무엇을 하나요?

Bạn đã nói trong bản khảo sát là bạn thích xem phim. Bạn thường đi xem phim khi nào? Bạn thường làm gì trước và sau khi xem phim?

---

2. 자주 가는 영화관은 어떻게 생겼나요? 그 영화관은 어디에 있나요? 그 영화관에 관해 묘사해 주세요.

Rạp chiếu phim mà bạn thường đi trông thế nào? Rạp chiếu phim đó nằm ở đâu? Bạn hãy miêu tả về rạp chiếu phim đó.

---

3. 가장 기억에 남는 영화에 대해 이야기해 줄 수 있나요? 그 영화의 내용은 무엇인가요? 누가 주연인가요?

Bạn có thể kể cho tôi nghe về một bộ phim bạn nhớ nhất không? Phim đó có nội dung gì? Ai là diễn viên chính?

---

4. 가장 최근에 영화관에 간 것은 언제였나요? 누구와 같이 갔나요? 무슨 영화를 봤나요? 그 영화는 어떤 내용인가요?

Lần gần đây nhất bạn đi đến rạp chiếu phim là khi nào? Bạn đã đi với ai? Bạn đã xem phim gì? Phim đó có nội dung gì?

---

5. 귀하는 영화관에서 영화를 자주 보나요? 영화관에 일주일 또는 한 달에 몇 번 가나요? 하루 중 어느 시간대에 가나요? 보통 누구와 같이 가나요?

Bạn có thường xem phim ở rạp chiếu phim không? Bạn đến rạp chiếu phim mấy lần trong 1 tuần hoặc 1 tháng? Bạn đi vào thời gian nào trong ngày? Bạn thường đi cùng với ai?

Hãy học rồi ứng dụng các ngữ pháp và cấu trúc tiếng Hàn Quốc vào câu trả lời. Thông qua quá trình này, khả năng diễn đạt và tạo câu của bạn sẽ tiến bộ hơn.

● – 기에 : Vì

Kết hợp với động từ hoặc tính từ, '이다 (là), 아니다 (không phải là)', thể hiện vế trước là nguyên nhân hoặc căn cứ của vế sau.

그 영화가 너무 재미있다고 하기에 친구와 같이 가기로 했습니다.
Vì người ta nói phim đó hay lắm nên tôi đã quyết định đi xem cùng với bạn tôi.

저는 그 친구를 꼭 만나야겠기에 그의 집으로 찾아갔습니다.
Vì tôi nhất định phải gặp bạn ấy nên đã tìm đến nhà của bạn ấy.

● – 고는 하다(– 곤 하다) : thường

'~고는 하다' là ngữ pháp đứng sau động từ, thể hiện một tình huống hoặc hành động, động tác nào đó lặp đi lặp lại. '~곤 하다' là dạng viết tắt của '~고는 하다'.

영화를 좋아하기 때문에 시간이 날 때마다 영화관을 가고는 합니다.
Vì thích phim nên hễ có thời gian thì tôi thường đi đến rạp chiếu phim.

친구들과 모일 때면 종종 한국 음식을 먹곤 합니다.
Khi tụ tập với bạn chúng tôi thường ăn món ăn Hàn Quốc.

Câu trả lời mẫu

Ứng dụng câu trả lời theo hình thức combo và đưa ra câu trả lời mẫu cho từng câu hỏi.

🎧 02-03

Q1. 귀하는 보통 어떤 장르의 영화를 보나요? 어떤 장르를 좋아하고 어떤 장르를 싫어하나요?
이유는 무엇인가요?

Bạn thường xem thể loại phim nào? Bạn thích thể loại phim nào và ghét thể loại phim nào?
Lý do là gì?

제가 좋아하는 장르와 싫어하는 장르에 관해 말하자면, 우선 저는 코미디와 로맨스 영화를
좋아합니다. 코미디를 보면 일상생활의 걱정과 고민을 일시적으로 잊을 수 있기 때문입니다.
그리고 제가 로맨스 영화를 좋아하는 이유는 로맨스 영화가 가져다주는 잔잔하고 인간적인
사랑 이야기를 좋아하기 때문입니다. 제가 좋아하지 않는 영화 장르는 공포 영화입니다. 제
생각에 영화를 보는 것은 즐겁기 위한 것인데, 공포 영화 같은 장르는 오히려 스트레스를 받
는 것 같습니다. 예전에 친구가 공포 영화를 추천하기에 무심코 봤다가 무서워서 잠을 못 잤
던 기억이 있습니다. 그래서 저는 코미디나 로맨스 영화 같은 가벼운 영화를 좋아합니다.

Nếu nói về thể loại phim tôi thích và không thích thì trước tiên, tôi thích phim hài và phim lãng
mạn. Vì nếu xem phim hài, tôi có thể tạm quên đi những lo lắng và muộn phiền trong cuộc
sống hàng ngày. Còn lý do tôi thích xem phim lãng mạn là tôi thích những câu chuyện tình yêu
nhẹ nhàng, mang tính nhân văn mà các bộ phim lãng mạn mang đến. Thể loại phim mà tôi
không thích là phim kinh dị. Tôi nghĩ xem phim là để tận hưởng, mà thể loại phim như phim
kinh dị trái lại làm tôi bị căng thẳng. Tôi nhớ trước đây vì bạn tôi giới thiệu phim kinh dị nên
tôi đã xem mà không suy nghĩ gì nhưng sau đó đã không thể ngủ được vì sợ. Vì thế tôi thích
những bộ phim nhẹ nhàng như phim hài hoặc phim lãng mạn.

□ 잔잔하다 nhẹ nhàng, êm ả
□ 인간적이다 mang tính nhân văn

□ 오히려 trái lại
□ 무심코 không suy nghĩ gì, một cách vô ý

Bạn hãy tái diễn lại tình huống vừa hỏi vừa trả lời đúng với tình huống được đưa ra, tưởng tượng như trong tình huống đó có đối tượng giao tiếp.

🎧 **02-04**

Q2. 설문지에 영화 보는 것을 좋아한다고 표시했습니다. 보통 언제 영화를 보러 가나요? 영화를 보기 전과 본 후에는 무엇을 하나요?

Bạn đã nói trong bản khảo sát là bạn thích xem phim. Bạn thường đi xem phim khi nào? Bạn thường làm gì trước và sau khi xem phim?

제가 영화를 보러 가는 것에 대해 말씀드리자면, 저는 보통 주말에 시간이 많기 때문에 친구들과 영화를 보러 갑니다. 영화를 보기 전에 영화관 사이트에 들어가서 보고 싶은 시간의 영화표를 예매한 다음 온라인으로 결제하곤 합니다. 영화 상영시간 30분 전쯤 영화관에 도착해서 자동발매기에서 입장권을 받고, 음료수와 팝콘을 사서 영화관에 들어갑니다. 영화를 본 후, 친구들과 영화관 근처에서 저녁을 먹으며, 영화 관람 중 느꼈던 감정들을 공유합니다. 영화는 저에게 스트레스 해소와 친구들과의 공감대를 형성하는 중요한 매개체입니다.

Nếu nói về việc đi xem phim thì vì cuối tuần có nhiều thời gian nên tôi thường đi xem phim cùng với bạn bè. Trước khi xem phim, tôi thường vào trang web của rạp chiếu phim rồi đặt vé phim của giờ mà tôi muốn xem, sau đó thanh toán online. Trước giờ chiếu phim khoảng 30 phút, tôi sẽ đến rạp chiếu phim để nhận vé vào cửa tại máy phát hành vé tự động và mua nước giải khát và bỏng ngô rồi đi vào phòng chiếu phim. Sau khi xem phim xong, tôi ăn tối cùng với các bạn ở gần rạp chiếu phim và chia sẻ những cảm xúc mà chúng tôi cảm nhận trong lúc xem phim. Đối với tôi, phim là cách giải tỏa căng thẳng và là cầu nối quan trọng tạo ra sự đồng cảm giữa bạn bè.

Từ vựng

- □ 결제하다 thanh toán
- □ 영화 상영시간 giờ chiếu phim
- □ 자동발매기 máy phát hành vé tự động
- □ 입장권 vé vào cửa

- □ 공유하다 chia sẻ
- □ 공감대 sự đồng cảm
- □ 형성하다 tạo ra
- □ 매개체 cầu nối

Q3. 가장 기억에 남는 영화에 대해 말해 줄 수 있나요? 그 영화의 내용은 무엇인가요? 누가 주역인가요?

Bạn có thể kể cho tôi nghe về một bộ phim bạn nhớ nhất không? Phim đó có nội dung gì? Ai là diễn viên chính?

제가 본 영화 중 가장 기억에 남는 영화는 '82년생 김지영'이라는 영화입니다. 커리어 우먼이던 주인공 김지영은 결혼 후 남편의 아내이자 한 아이의 엄마인 소박한 삶을 살아갑니다. 그러던 어느 날 김지영은 자신의 엄마와 언니에게 빙의된 것처럼 행동하고 기억을 못 하는 이상 행동을 보이게 됩니다. 그제서야 가족들은 김지영의 아픔을 이해하고 회복해 가는 과정의 영화입니다. 이 영화의 주연 배우는 정유미와 공유로, 제가 정말 좋아하는 배우들입니다.

Bộ phim mà tôi nhớ nhất trong những phim đã xem là 'Kim Ji-young 1982'. Nhân vật chính Kim Ji-young đã từng là người phụ nữ của sự nghiệp, hiện đang sống cuộc sống bình dị là người vợ và người mẹ sau khi kết hôn. Nhưng một ngày nọ, Kim Ji-young hành động giống như bị mẹ và chị gái của mình nhập vào, và làm những hành động lạ mà chính cô cũng không nhớ. Phải từ lúc đó, gia đình mới thấu hiểu nỗi đau của Kim Ji-young và bộ phim cho thấy quá trình cô bình phục. Diễn viên chính của phim này là Jung Yu-mi và Gong Yoo, là những diễn viên mà tôi rất thích.

Từ vựng

- 커리어 우먼 người phụ nữ của sự nghiệp
- 소박한 삶 cuộc sống bình dị
- 빙의 (sự) nhập (hồn), (sự) nhập (hồn) vào
- 회복 (sự) bình phục, (sự) hồi phục

Các câu tham khảo cấp IL

Đây là những mẫu câu đa dạng và hữu ích liên quan đến chủ đề. Bạn hãy đánh dấu những câu phù hợp với bản thân và thử tạo nên câu chuyện thú vị của riêng mình.

☐ Tôi thường đặt vé xem phim trực tuyến.

보통 온라인으로 영화표를 예매합니다.

☐ Vì rạp chiếu phim ABC rộng và chỗ ngồi thoải mái nên tôi thường đi đến đó.

ABC 영화관이 넓고 좌석이 편해서 거기에 자주 갑니다.

☐ Ở giữa rạp chiếu phim luôn có không gian để người xem phim có thể chờ suất chiếu của mình.

영화관 가운데에는 항상 관람객들이 대기할 수 있는 공간이 있습니다.

☐ Nhạc nền phim này rất thu hút.

이 영화 OST는 아주 매력적입니다.

☐ Bộ phim này đã chinh phục trái tim của rất nhiều khán giả.

이 영화는 많은 관객들의 마음을 사로잡았습니다.
→khán giả →chinh phục trái tim

☐ Phim này có nhiều cảnh quay đẹp.

이 영화는 아름다운 장면들이 많이 담겨 있습니다.

☐ Phim này là một trong những phim tình cảm hay nhất mọi thời đại.

이 영화는 역대 최고의 멜로 영화 중 하나입니다.

☐ Diễn xuất của cô ấy rất tự nhiên.

그녀의 연기는 매우 자연스럽습니다.

Hãy đánh dấu các câu trả lời phù hợp với bản thân. ☑

☐ Tôi thường đặt vé xem phim trực tuyến vì có thể được giảm giá.

할인을 받을 수 있어서 저는 보통 온라인으로 영화표를 예매합니다.

☐ Vì màn hình và hệ thống âm thanh của rạp chiếu phim ABC tốt nên tôi thường đi đến đó.

ABC 영화관의 스크린과 사운드 시스템이 좋기 때문에 거기에 자주 갑니다.

☐ Ở giữa rạp chiếu phim luôn có không gian rộng và thoải mái để người xem phim có thể chờ suất chiếu của mình.

영화관 가운데에는 항상 관람객들이 대기할 수 있는 넓고 편안한 공간이 있습니다.

☐ Nhạc phim cũng là điểm thu hút và là điểm nhấn của phim này.

OST는 역시 이 영화의 매력이자 포인트입니다.

☐ Bộ phim này đã chinh phục trái tim của rất nhiều khán giả, bất kể nam nữ già trẻ.

→ nam nữ già trẻ 남녀노소 / bất kể 불문하다

이 영화는 남녀노소 불문하고 시청자들의 마음을 사로잡았습니다.

☐ Phim này có những cảnh quay đẹp như tranh.

이 영화는 그림같이 아름다운 장면들이 담겨 있습니다.

☐ Phim này liên tục được chọn là một trong những phim tình cảm hay nhất mọi thời đại.

이 영화는 역대 최고의 멜로 영화 중 하나로 꾸준히 뽑혔습니다.

☐ Diễn xuất của cô ấy rất tự nhiên và ấn tượng.

그녀의 연기는 매우 자연스럽고 인상적입니다.

Bài 2

🎧 02-06

Xem biểu diễn

Trước khi trả lời câu hỏi liên quan, hãy nhớ lại các từ vựng trọng tâm và sắp xếp nội dung câu trả lời trong đầu.

Q 어떤 장르의 공연을 좋아하나요? 왜 그 공연을 좋아하나요?

Bạn thích thể loại biểu diễn nào? Vì sao bạn thích buổi biểu diễn đó?

 Từ vựng gợi nhớ

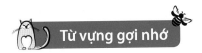

좋아하는 공연 buổi biểu diễn yêu thích

뮤지컬 nhạc kịch, ca vũ kịch

대중음악 nhạc đại chúng

록 페스티벌 rock festival

좋아하는 가수/배우를 만나다
gặp ca sĩ/diễn viên yêu thích

즐거운 시간을 보내다
trải qua thời gian vui vẻ

감동 sự cảm động

열광하다 cuồng nhiệt

1년에 한 번 1 năm 1 lần

한 달에 한 번 1 tháng 1 lần

시간 날 때마다
mỗi khi có thời gian

혼자 보다 xem một mình

부모님과 보다 xem với bố mẹ

친구들과 보다 xem với bạn bè

Các dạng câu hỏi khác
🎧 02-07

Khi thi OPIc, việc hiểu nhanh các câu hỏi và trả lời là quan trọng nhất. Đối với các câu hỏi quen thuộc, bạn càng phải bình tĩnh và trả lời một cách tự nhiên. Hãy liên tục làm quen và luyện tập các dạng câu hỏi liên quan đến chủ đề.

1. 설문지에 공연 보는 것을 좋아한다고 표시했습니다. 보통 언제 공연을 보러 가나요? 공연을 보기 전과 본 후에 무엇을 하나요?

   Bạn đã nói trong bản khảo sát là bạn thích xem biểu diễn. Bạn thường đi xem biểu diễn khi nào? Bạn thường làm gì trước và sau khi xem biểu diễn?

2. 자주 가는 공연장은 어떻게 생겼나요? 그 공연장에 대해 묘사해 주세요. 어디에 있나요? 왜 그 장소를 좋아하나요? 가능한 한 자세히 알려 주세요.

   Sân khấu biểu diễn mà bạn thường đi trông như thế nào? Bạn hãy miêu tả về sân khấu biểu diễn đó. Nó nằm ở đâu? Vì sao bạn thích nơi đó? Hãy cho tôi biết càng chi tiết càng tốt.

3. 가장 기억에 남는 공연에 대해 이야기해 줄 수 있나요? 그 공연은 어땠나요? 누구의 공연이었나요?

   Bạn có thể kể cho tôi nghe về một buổi biểu diễn bạn nhớ nhất không? Buổi biểu diễn đó như thế nào? Đó là buổi biểu diễn của ai?

4. 가장 최근에 공연장에 간 것은 언제였나요? 누구와 같이 갔나요? 무슨 공연을 봤나요?

   Lần gần đây nhất bạn đi đến sân khấu biểu diễn là khi nào? Bạn đã đi với ai? Bạn đã xem buổi biểu diễn gì?

5. 귀하는 공연장에서 공연을 자주 보나요? 공연은 일주일 또는 한 달에 몇 번 보러 가나요? 하루 중 어느 시간대에 가나요? 보통 누구와 같이 가나요?

   Bạn có thường xem biểu diễn ở sân khấu không? Bạn thường đi xem biểu diễn một tuần mấy lần hay một tháng mấy lần? Bạn đi vào thời gian nào trong ngày? Bạn thường đi với ai?

Hãy học rồi ứng dụng các ngữ pháp và cấu trúc tiếng Hàn Quốc vào câu trả lời. Thông qua quá trình này, khả năng diễn đạt và tạo câu của bạn sẽ tiến bộ hơn.

- **Động từ + 는데**
  Tính từ + ㄴ/은데 ┐ : và / mà
  Danh từ + 인데 ┘

Đây là cách diễn đạt được sử dụng để chỉ một tình huống có liên quan hoặc một tình huống đối lập với những gì người nói định nói.

＊ Sử dụng「Động từ/Tính từ + 았/었/였는데」cho thì quá khứ.

매년 그 가수의 공연을 보러 가는데 올해는 표를 못 샀습니다.
Mỗi năm tôi đều đi xem buổi biểu diễn của ca sĩ đó mà năm nay tôi đã không mua được vé.

공연 시간이 늦어지고 있는데 어쩔 수 없어요.
Thời gian biểu diễn đang dần muộn mà đâu có cách nào khác.

공연이 다음 주인데 표를 아직 안 샀어요.
Buổi biểu diễn vào tuần sau mà tôi vẫn chưa mua vé.

작년에 친한 친구와 함께 공연을 봤는데 너무 좋았습니다.
Năm ngoái tôi đã cùng bạn thân xem buổi biểu diễn và đã rất tuyệt.

- **–ㄹ/을 뿐만 아니라** : không chỉ ~ mà còn ~

Mang nghĩa là ngoài sự việc đứng trước, còn có nội dung khác bổ sung cho sự việc đứng trước. Phía trước là nội dung tổng quát và đương nhiên hơn theo quan điểm của người nói, tiếp theo là các thông tin khác được thêm vào nội dung đó.

＊ Sử dụng「Động từ/Tính từ + 았/었/였을 뿐만 아니라」cho thì quá khứ.

그 극장은 클 뿐만 아니라 아름답습니다.
Nhà hát đó không chỉ lớn mà còn đẹp.

지난주에 본 공연은 재미있었을 뿐만 아니라 감동스러웠습니다.
Buổi biểu diễn tôi xem vào tuần trước không chỉ thú vị mà còn cảm động.

Ứng dụng câu trả lời theo hình thức combo và đưa ra câu trả lời mẫu cho từng câu hỏi.

🎧 02-08

Q1. 어떤 장르의 공연을 좋아하나요? 왜 그 공연을 좋아하나요?

Bạn thích thể loại biểu diễn nào? Vì sao bạn thích buổi biểu diễn đó?

저는 대중음악 공연을 좋아합니다. 보통 1년에 한 번씩 친구들과 함께 좋아하는 가수의 공연을 보러 갑니다. 공연 보러 가는 것을 좋아하는 이유는 많은데 주로 좋아하는 가수를 직접적으로 볼 수 있고 친구들과 즐거운 시간을 보낼 수도 있으며 가장 중요한 것은 제가 공연장에서의 열광적인 분위기를 좋아하기 때문입니다. 그리고 좋아하는 가수가 가져다주는 감동도 좋아하기 때문에 공연 보는 것을 좋아합니다.

Tôi thích các buổi biểu diễn âm nhạc đại chúng. Thường thì tôi cùng bạn bè đi xem buổi biểu diễn của ca sĩ yêu thích 1 năm 1 lần. Có nhiều lý do khiến tôi thích đi xem biểu diễn, mà chủ yếu là tôi có thể gặp trực tiếp ca sĩ yêu thích, trải qua thời gian vui vẻ với bạn bè, và quan trọng nhất là tôi thích bầu không khí cuồng nhiệt ở nơi biểu diễn. Và tôi thích xem các buổi biểu diễn vì tôi thích sự cảm động mà ca sĩ tôi yêu thích mang lại.

Từ vựng

□ 이유 lý do
□ 직접적으로 trực tiếp
□ 가장 nhất

□ 중요하다 quan trọng
□ 분위기 bầu không khí
□ 가져다주다 mang lại

Bạn hãy tái diễn lại tình huống vừa hỏi vừa trả lời đúng với tình huống được đưa ra, tưởng tượng như trong tình huống đó có đối tượng giao tiếp.

🎧02-09

Q2. 자주 가는 공연장은 어떻게 생겼나요? 그 공연장에 대해 묘사해 주세요. 어디에 있나요? 왜 그 장소를 좋아하나요? 가능한 한 자세히 알려 주세요.

Sân khấu biểu diễn mà bạn thường đi trông như thế nào? Bạn hãy miêu tả về sân khấu biểu diễn đó. Nó nằm ở đâu? Vì sao bạn thích nơi đó? Hãy cho tôi biết càng chi tiết càng tốt.

저는 호찌민 시에 있는 호찌민 시립 극장에 자주 갑니다. 그곳은 호찌민 시내의 랜드마크 중 하나이며 오페라, 서커스, 대중음악 등 다양한 공연이 열립니다. 그 건물은 크지 않고 오래 되었지만 프랑스 작가의 작품으로, 공연뿐만 아니라 프랑스식 건축미도 함께 감상할 수 있습니다. 그리고 밤이 되면 멋진 조명들로 분위기가 좋고 사진도 예쁘게 나와서 그곳에서 공연 보는 것을 좋아합니다.

Tôi thường đi Nhà hát Thành phố ở thành phố Hồ Chí Minh. Đó là một trong những địa danh nổi tiếng ở nội thành thành phố Hồ Chí Minh và các buổi biểu diễn đa dạng như opera, xiếc và âm nhạc đại chúng v.v được tổ chức. Mặc dù tòa nhà đó không lớn và đã cũ, nhưng vì là tác phẩm của kiến trúc sư người Pháp nên không chỉ có thể xem biểu diễn mà còn có thể thưởng thức cả vẻ đẹp kiến trúc Pháp. Và khi đêm xuống, vì bầu không khí tuyệt vời và ảnh chụp cũng đẹp nhờ ánh đèn lộng lẫy, nên tôi thích xem các buổi biểu diễn ở nơi đó.

Từ vựng

□ 자주 thường
□ 시내 nội thành
□ 랜드마크 địa danh nổi tiếng
□ 오페라 opera
□ 서커스 xiếc

□ 다양하다 đa dạng
□ 작품 tác phẩm
□ 건축미 vẻ đẹp kiến trúc
□ 감상하다 thưởng thức
□ 조명 ánh đèn

Q3. 가장 기억에 남는 공연에 대해 이야기해 줄 수 있나요? 그 공연은 어땠나요? 누구의 공연이었나요?

Bạn có thể kể cho tôi nghe về một buổi biểu diễn bạn nhớ nhất không? Buổi biểu diễn đó như thế nào? Đó là buổi biểu diễn của ai?

제가 가장 기억에 남는 공연은 2019년 호찌민에서 개최한 「호찌민 국제 음악 페스티벌」입니다. 그 공연은 전통 음악과 현대 음악의 조합으로 매우 매력적인 공연이었습니다. 그뿐만 아니라 관객들은 록 음악의 강렬하고 활기찬 비트에 빠져들었고 목이 쉴 정도로 함께 열창했습니다. 그 공연은 3일 동안 연속으로 진행되었고 베트남뿐만 아니라 한국, 인도, 몽골, 프랑스, 러시아 등 많은 국가에서 온 가수들이 같이 공연했습니다. 지난 2년 동안 여러 이유로 공연이 다시 개최되지 않았지만 기회가 되면 한 번 더 보고 싶습니다.

Buổi biểu diễn đáng nhớ nhất đối với tôi là 'Lễ hội Âm nhạc Quốc tế Thành phố Hồ Chí Minh' được tổ chức tại Thành phố Hồ Chí Minh năm 2019. Buổi biểu diễn đó là một màn trình diễn rất hấp dẫn vì là sự kết hợp giữa âm nhạc truyền thống và âm nhạc hiện đại. Không chỉ vậy, khán giả đã đắm chìm vào những nhịp điệu mạnh mẽ và sôi động của nhạc rock, và say sưa hát đến mức khản cả cổ. Buổi biểu diễn được diễn ra trong 3 ngày liên tiếp và các ca sĩ đến từ nhiều quốc gia, không chỉ Việt Nam mà còn Hàn Quốc, Ấn Độ, Mông Cổ, Pháp, Nga v.v biểu diễn cùng nhau. Buổi biểu diễn đã không được tổ chức lại trong 2 năm qua vì nhiều lý do nhưng tôi muốn xem lại nếu có cơ hội.

Từ vựng

- 전통 음악 âm nhạc truyền thống
- 현대 음악 âm nhạc hiện đại
- 조합 sự kết hợp
- 매력적 (mang tính) hấp dẫn, quyến rũ
- 강렬하다 mạnh mẽ
- 활기차다 sôi động, đầy sức sống

- 비트 nhịp điệu
- 빠져들다 đắm chìm
- 열창하다 say sưa hát, hát nhiệt tình
- 연속으로 liên tiếp
- 진행되다 được diễn ra, được tiến hành

Đây là những mẫu câu đa dạng và hữu ích liên quan đến chủ đề. Bạn hãy đánh dấu những câu phù hợp với bản thân và thử tạo nên câu chuyện thú vị của riêng mình.

☐ Tôi thích những buổi biểu diễn tổ chức ở rạp hát nhỏ.

저는 소극장에서 하는 공연을 좋아합니다.

☐ Tôi thường mua vé trên internet.

저는 보통 인터넷에서 표를 구매합니다.

☐ Tôi viết bình luận (đánh giá) trên mạng xã hội sau khi xem buổi biểu diễn.

공연을 본 후 SNS에 후기를 작성합니다.

☐ Ca sĩ đó giao tiếp với khán giả thông qua buổi biểu diễn.

그 가수는 공연을 통해 관객들과 소통합니다.

☐ Ca sĩ đó hát live rất hay.

그 가수는 라이브를 잘 합니다.

☐ Tôi thích kịch nên đi xem định kì.

저는 연극을 좋아해서 정기적으로 보러 갑니다.

☐ Gần đây tôi đã đi xem nhạc kịch với bạn trai.

최근에 저는 남자친구와 뮤지컬을 보러 갔습니다.

☐ Dù buổi biểu diễn đã kết thúc nhưng dư vị vẫn còn.

공연이 끝났는데도 여운이 남아 있었습니다.

Hãy đánh dấu các câu trả lời phù hợp với bản thân. ☑

☐ Tôi thích những buổi biểu diễn tổ chức ở rạp hát nhỏ vì bầu không khí ấm áp.

저는 따뜻한 분위기 때문에 소극장에서 하는 공연을 좋아합니다.

☐ Tôi thường mua vé thông qua internet.

저는 보통 인터넷을 통해 표를 구매합니다.

☐ Tôi có thói quen viết bình luận (đánh giá) trên mạng xã hội sau khi xem buổi biểu diễn.

공연을 본 후 SNS에 후기를 작성하는 습관이 있습니다.

☐ Vì ca sĩ đó giao tiếp với khán giả thông qua biểu diễn nên bầu không khí biểu diễn tuyệt vời hơn.

그 가수는 공연을 통해 관객들과 소통하기 때문에 공연 분위기가 더 좋습니다.

☐ Ca sĩ đó hát live hay hơn cả bản thu âm.

그 가수는 음원보다 라이브가 더 좋은 것 같습니다.

☐ Tôi thích kịch nên đi xem định kì cùng với bạn thân.

저는 연극을 좋아해서 정기적으로 친한 친구와 같이 보러 갑니다.

☐ Gần đây tôi đã đi xem nhạc kịch với bạn trai, nhưng muốn xem lại một lần nữa.

최근에 저는 남자친구와 뮤지컬을 보러 갔는데 다시 한번 보고 싶습니다.

☐ Dù buổi biểu diễn đã kết thúc nhưng dư vị vẫn còn nên tôi đã tìm xem lại các clip liên quan.

공연이 끝났는데도 여운이 남아 있어서 관련 동영상을 다시 찾아 봤습니다.

Bài 3

Đi biển

Trước khi trả lời câu hỏi liên quan, hãy nhớ lại các từ vựng trọng tâm và sắp xếp nội dung câu trả lời trong đầu.

Q 귀하의 나라에 있는 특별한 해변에 관해 이야기해 주세요. 그 해변은 어떻게 생겼나요? 사람들은 주로 그곳에서 무엇을 하나요?

Hãy nói cho tôi nghe về bãi biển đặc biệt ở nước của bạn. Bãi biển đó trông như thế nào? Mọi người thường làm gì ở đó?

 **Từ vựng gợi nhớ**

특별한 해변 bãi biển đặc biệt
아름다운 해변 bãi biển đẹp
널리 알려진 곳 nơi được biết đến rộng rãi

고운 백사장
dải cát trắng duyên dáng
바닥이 보인다 nhìn thấy đáy
파랗고 맑다 trong xanh
싱싱한 해산물 hải sản tươi
저렴한 가격 giá rẻ

수영하는 사람들
những người bơi lội
일광욕 tắm nắng
모래성 lâu đài cát
아이들 trẻ em

Các dạng câu hỏi khác

🎧 02-12

Khi thi OPIc, việc hiểu nhanh các câu hỏi và trả lời là quan trọng nhất. Đối với các câu hỏi quen thuộc, bạn càng phải bình tĩnh và trả lời một cách tự nhiên. Hãy liên tục làm quen và luyện tập các dạng câu hỏi liên quan đến chủ đề.

1. 설문지에 해변에 자주 간다고 표시했습니다. 귀하가 좋아하는 해변에 대해 알려 주세요. 그곳은 어떻게 생겼나요?

   Bạn đã nói trong bản khảo sát là bạn thường đi biển. Cho tôi biết về một bãi biển mà bạn thích. Nơi đó trông như thế nào?

2. 보통 해변을 누구와 같이 가나요? 그 사람에 대해 이야기해 주세요.

   Bạn thường đi biển với ai? Hãy nói về người đó.

3. 가장 최근 해변에 간 것은 언제였나요? 어떤 해변에 갔었나요? 누구와 같이 갔었나요? 가능한 한 자세히 이야기해 주세요.

   Lần gần đây nhất bạn đi biển là khi nào? Bạn đã đi bãi biển nào? Bạn đã đi với ai? Hãy nói cho tôi nghe càng chi tiết càng tốt.

4. 귀하가 갔던 아름다운 해변이나 기억에 남는 해변에 대해 알려 주세요. 그곳은 어떻게 생겼나요? 해변에 대한 느낌은 어땠나요? 그 특별한 장소가 어떻게 생겼는지 알려 줄 수 있나요?

   Hãy nói cho tôi biết về một bãi biển đẹp hay bãi biển đáng nhớ mà bạn đã đi. Nơi đó trông như thế nào? Cảm nhận của bạn về bãi biển thế nào? Cho tôi biết nơi đặc biệt đó trông như thế nào được không?

5. 해변에서는 재미있고 기억에 남는 일이 자주 일어납니다. 해변에서의 추억에 관해 이야기해 주세요. 그 일은 기분이 좋은 것일 수도 있고 놀라거나 무서운 것일 수도 있습니다. 무슨 일이 있었는지 모두 이야기해 주세요.

   Những điều thú vị và đáng nhớ thường xảy ra ở bãi biển. Hãy kể cho tôi nghe về kỉ niệm của bạn ở bãi biển. Nó có thể là một chuyện vui, bất ngờ hoặc đáng sợ. Hãy nói cho tôi biết tất cả những gì đã xảy ra.

Hãy học rồi ứng dụng các ngữ pháp và cấu trúc tiếng Hàn Quốc vào câu trả lời. Thông qua quá trình này, khả năng diễn đạt và tạo câu của bạn sẽ tiến bộ hơn.

● −ㄹ/을 정도로/만큼 : đến độ, đến mức

Ngữ pháp này đứng sau động từ, tính từ, và thể hiện mức độ hoặc tiêu chuẩn tương tự với nội dung ở phía trước.

* Động từ/Tính từ có patchim + 을 정도로/만큼

　Động từ/Tính từ không có patchim + ㄹ 정도로/만큼

　그 해변은 말로 표현할 수 없을 만큼 아름답습니다.
　Bãi biển đó đẹp đến mức tôi không thể diễn tả bằng lời.

　밖에 나가기 싫을 만큼 날씨가 더워요.
　Thời tiết nóng đến mức tôi ghét đi ra ngoài.

　베트남 사람이라면 모두 좋아할 정도로 그 해변은 유명합니다.
　Bãi biển đó nổi tiếng đến độ nếu là người Việt Nam thì đều thích.

　배가 아플 정도로 많이 웃었습니다.
　Tôi đã cười nhiều đến độ đau bụng.

● −에 비해 : so với

Dùng sau danh từ để chỉ đối tượng hoặc cơ sở so sánh.

　그 관광지는 다른 관광지에 비해 물가가 저렴한 편입니다.
　Địa điểm du lịch đó có vật giá tương đối rẻ hơn so với các địa điểm du lịch khác.

　그 해변은 다른 해변에 비해 사람이 적고 조용합니다.
　Bãi biển đó ít người và yên tĩnh hơn so với các bãi biển khác.

Câu trả lời mẫu

Ứng dụng câu trả lời theo hình thức combo và đưa ra câu trả lời mẫu cho từng câu hỏi.

🎧 02-13

Q1. 귀하의 나라에 있는 특별한 해변에 관해 이야기해 주세요. 그 해변은 어떻게 생겼나요? 사람들은 주로 그곳에서 무엇을 하나요?

Hãy nói cho tôi nghe về bãi biển đặc biệt ở nước của bạn. Bãi biển đó trông như thế nào? Mọi người thường làm gì ở đó?

소개해 드릴 우리나라의 특별한 해변은 베트남 다낭시에 위치한 '미케 해변'입니다. 그 해변은 고운 백사장과 아름다운 해변으로 널리 알려진 곳입니다. 그리고 바닥이 보일 정도로 바닷물이 파랗고 맑습니다. 그곳에서는 수영하는 사람들 외에도 일광욕을 즐기는 사람들과 부모님과 함께 모래성을 짓는 아이들도 많습니다. 해변 근처에는 싱싱하고 맛있는 해산물을 파는 식당이 많고 가격도 비싸지 않습니다. 저는 미케 해변에 3번 정도 갔었는데, 갈 때마다 즐거웠기 때문에 다시 갈 수 있기를 희망하고 있습니다.

Bãi biển đặc biệt của nước tôi mà tôi sẽ giới thiệu là 'Bãi biển Mỹ Khê' nằm ở thành phố Đà Nẵng, Việt Nam. Bãi biển đó là nơi được biết đến rộng rãi với dải cát trắng duyên dáng và bãi biển đẹp. Và biển trong xanh đến mức có thể nhìn thấy tận đáy. Bên cạnh những người bơi lội ở đó, có rất nhiều người tắm nắng và nhiều trẻ em xây lâu đài cát cùng với bố mẹ. Gần bãi biển có nhiều nhà hàng bán hải sản tươi ngon và giá cả không đắt. Tôi đã đến bãi biển Mỹ Khê khoảng 3 lần, và vì mỗi lần đến đó đều vui nên đang hi vọng sẽ có thể đến đó lại.

Từ vựng

- 해변 bãi biển
- (~에) 위치하다 nằm (ở ~), có vị trí (ở ~)
- 고운 백사장 dải cát trắng duyên dáng
- 파랗다 xanh
- 일광욕 (sự) tắm nắng

- 모래성 lâu đài cát
- 싱싱하다 tươi
- 해산물 hải sản
- 희망하다 hi vọng

Câu trả lời mẫu

Bạn hãy tái diễn lại tình huống vừa hỏi vừa trả lời đúng với tình huống được đưa ra, tưởng tượng như trong tình huống đó có đối tượng giao tiếp.

🎧 02-14

Q2. 설문지에 해변에 자주 간다고 표시했습니다. 귀하가 좋아하는 해변에 대해 알려 주세요. 그곳은 어떻게 생겼나요?

Bạn đã nói trong bản khảo sát là bạn thường đi biển. Cho tôi biết về một bãi biển mà bạn thích. Nơi đó trông như thế nào?

제가 좋아하는 해변은 '바이저우'라는 해변이며, 베트남의 붕따우에 위치해 있습니다. 그 해변은 베트남에서 유명한 해변들 만큼 유명하거나 크지 않지만 제가 살고 있는 도시에서 1시간 거리에 있기 때문에 가기가 편합니다. 그 해변의 석양은 말로 표현할 수 없을 정도로 아름다우며, 긴 모래사장에 앉아서 석양을 바라보고 있으면 항상 평화로운 느낌이 듭니다. 그리고 해변가 근처에는 아담하고 예쁜 카페들이 많아서 커피를 마시며 바다를 바라보는 것도 좋아합니다.

Bãi biển tôi yêu thích là Bãi Dâu, một bãi biển nằm ở Vũng Tàu, Việt Nam. Bãi biển đó không nổi tiếng hay lớn bằng các bãi biển nổi tiếng khác ở Việt Nam, nhưng cách thành phố tôi sống một tiếng đồng hồ nên đi rất tiện. Hoàng hôn trên bãi biển đó đẹp đến độ không thể diễn tả bằng lời và nếu ngồi trên bờ cát dài ngắm hoàng hôn, tôi luôn cảm thấy yên bình. Ngoài ra, gần bãi biển có nhiều quán cà phê nhỏ nhắn và xinh xắn nên tôi thích vừa uống cà phê vừa ngắm biển.

Từ vựng

- □ 석양 hoàng hôn, tịch dương
- □ 모래사장 bờ cát

- □ 평화롭다 yên bình
- □ 아담하다 nhỏ nhắn

Q3. 해변에서는 재미있고 기억에 남는 일이 자주 일어납니다. 해변에서의 추억에 관해 이야기 해 주세요. 그 일은 기분이 좋은 것일 수도 있고 놀라거나 무서운 것을 수도 있습니다. 무슨 일이 있었는지 모두 이야기해 주세요.

Những điều thú vị và đáng nhớ thường xảy ra ở bãi biển. Hãy kể cho tôi nghe về kỉ niệm của bạn ở bãi biển. Nó có thể là một chuyện vui, bất ngờ hoặc đáng sợ. Hãy nói cho tôi biết tất cả những gì đã xảy ra.

제 기억에 남는 해변에서의 추억은 가족들과 다낭으로 여행을 갔을 때 일입니다. 우리는 배를 빌려서 바다낚시를 하러 갔었습니다. 그러나 배가 출발할 때부터 날씨가 별로 좋지 않았고 파도도 높아서 가는 동안 뱃멀미를 심하게 했습니다. 저는 머리가 너무 아팠고 먹었던 음식도 모두 토했습니다. 하지만 배가 목적지에 도착했을 때쯤에는 다행히 오전에 비해 날씨가 많이 좋아졌고 파도도 잔잔해졌습니다. 우리는 그곳에서 많은 물고기와 오징어를 잡았고 배 위에서 잡은 물고기와 오징어를 바로 구워 먹는 재미에 푹 빠졌습니다. 뱃멀미는 힘들었지만 가족과 함께했던 즐거운 여행은 제 기억에 남는 좋은 추억이 되었습니다.

Kỉ niệm ở bãi biển mà tôi nhớ nhất là việc xảy ra khi tôi đi du lịch Đà Nẵng với gia đình. Chúng tôi đã thuê thuyền để đi câu cá trên biển. Tuy nhiên, từ khi thuyền khởi hành, thời tiết không tốt và sóng cao nên tôi bị say tàu dữ dội trong suốt lúc đi. Tôi bị đau đầu dữ dội và nôn ra hết thức ăn đã ăn trước đó. Nhưng may mắn là khi thuyền đến điểm đến, thời tiết đã tốt hơn nhiều so với buổi sáng và sóng cũng đã trở nên êm ả. Chúng tôi đã câu được rất nhiều cá, mực và thấy rất thích thú với việc mang cá và mực đã câu được trên tàu nướng ăn ngay. Việc say tàu thì mệt mỏi nhưng chuyến du lịch vui vẻ với gia đình đã trở thành một kỉ niệm đẹp còn đọng lại trong kí ức của tôi.

▫ 추억 kỉ niệm, kí ức	▫ 목적지 điểm đến, đích
▫ 바다낚시 câu cá trên biển	▫ 잔잔하다 êm ả
▫ 뱃멀미 say tàu	▫ 물고기 cá
▫ 심하다 dữ dội, nghiêm trọng	▫ 오징어 mực
▫ 토하다 nôn	▫ 구워 먹다 nướng ăn

Các câu tham khảo cấp IL

Đây là những mẫu câu đa dạng và hữu ích liên quan đến chủ đề. Bạn hãy đánh dấu những câu phù hợp với bản thân và thử tạo nên câu chuyện thú vị của riêng mình.

☐ Cảnh của nơi đó rất đẹp.

그곳의 경치는 매우 아름답습니다.

☐ Nếu ngắm biển thì những suy nghĩ phức tạp trong đầu tôi đều biến mất.

↗ phức tạp 복잡하다 / suy nghĩ 생각

바다를 보고 있으면 제 머릿속의 복잡한 생각들이 모두 사라집니다.

☐ Câu cá trên biển là phương pháp giải tỏa căng thẳng.

바다낚시는 스트레스를 해소하는 방법입니다.

☐ Tôi đã không thể tìm đường từ khách sạn đến bãi biển.

저는 호텔에서 해변으로 가는 길을 찾지 못했습니다.

☐ Ghẹ và sò là đặc sản của nơi đó.

꽃게와 조개는 그곳의 특산물입니다.

☐ Mùa hè năm ngoái, tôi đã đi biển với gia đình.

저는 작년 여름에 가족과 함께 해변에 갔었습니다.

☐ Tôi thích các trò chơi dưới nước.

저는 물놀이를 좋아합니다.

☐ Tôi thích ngắm mặt trời mọc trên bãi biển.

저는 해변에서 일출 보는 것을 좋아합니다.

Hãy đánh dấu các câu trả lời phù hợp với bản thân.

☐ Cảnh đẹp của nơi đó làm lòng tôi thấy bình yên hơn.

그곳의 아름다운 경치는 제 마음을 더욱 평온하게 해 줍니다.

☐ Phong cảnh xinh đẹp của biển làm tôi quên đi tất cả những suy nghĩ phức tạp trong đầu.

바다의 아름다운 풍경은 제 머릿속의 복잡한 생각들을 모두 잊게 해줍니다.

☐ Câu cá trên biển là phương pháp hiệu quả cho việc giải tỏa căng thẳng.

바다낚시는 스트레스를 해소하는 데 효과적인 방법입니다.

☐ Tôi không thể tìm đường từ khách sạn đến bãi biển nên đã phải hỏi người đi đường.

저는 호텔에서 해변으로 가는 길을 찾지 못해서 행인에게 물어봐야 했습니다.

☐ Ghẹ và sò là đặc sản nổi tiếng của nơi đó nên tôi đã muốn ăn thử.

꽃게와 조개는 그곳의 유명한 특산물이라서 꼭 먹고 싶었습니다.

☐ Mùa hè năm ngoái, tôi đã trải qua thời gian tuyệt vời với gia đình ở bãi biển.

저는 작년 여름에 가족과 함께 해변에서 좋은 시간을 보냈습니다.

☐ Tôi không biết bơi nhưng thích trò chơi dưới nước.

저는 수영을 할 줄 모르지만 물놀이는 좋아합니다.

☐ Tôi thích ngắm mặt trời mọc trên bãi biển nên mỗi khi có thời gian thì tôi đi xem.

저는 해변에서 일출 보는 것을 좋아해서 시간이 있을 때마다 보러 갑니다.

Đi công viên

Trước khi trả lời câu hỏi liên quan, hãy nhớ lại các từ vựng trọng tâm và sắp xếp nội dung câu trả lời trong đầu.

Q 설문지에 공원에서 산책하는 것을 좋아한다고 표시했습니다. 보통 어느 공원에 가나요? 누구와 같이 그 공원에 가나요? 그 공원에 대해 자세히 이야기해 주세요.

Bạn đã nói trong bản khảo sát là bạn thích đi dạo ở công viên. Bạn thường đi công viên nào? Bạn thường đi công viên đó với ai? Hãy nói chi tiết về công viên đó.

 Từ vựng gợi nhớ

집 근처에 있는 공원 công viên gần nhà
신선한 공기 không khí tươi mát

산책하다 đi dạo
운동하다 tập thể dục
여가 활동 hoạt động giải trí
휴식 sự nghỉ ngơi
배드민턴 cầu lông
제기차기 đá cầu
텐트를 치다 dựng lều
돗자리를 깔다 trải chiếu

장미 정원 vườn hoa hồng
잔디밭 bãi cỏ
많은 사람이 공원에 오다
nhiều người đến công viên

Khi thi OPIc, việc hiểu nhanh các câu hỏi và trả lời là quan trọng nhất. Đối với các câu hỏi quen thuộc, bạn càng phải bình tĩnh và trả lời một cách tự nhiên. Hãy liên tục làm quen và luyện tập các dạng câu hỏi liên quan đến chủ đề.

1. 귀하는 공원에서 주로 무엇을 하는지 알려줄 수 있나요? 공원에서 하는 귀하의 활동에 대해 자세히 이야기해 주세요.

Bạn có thể cho tôi biết bạn thường làm gì ở công viên không? Hãy nói chi tiết về hoạt động bạn làm ở công viên.

2. 귀하는 주로 어느 공원에 가나요? 그 공원은 어디에 있고 어떻게 생겼나요? 그 공원에 대해 묘사해 주세요.

Bạn chủ yếu đi công viên nào? Công viên đó ở đâu và trông như thế nào? Hãy miêu tả về công viên đó.

3. 가장 최근에 그 공원에 간 것은 언제였나요? 누구와 같이 갔었나요? 그날 귀하의 활동에 대해 이야기해 주세요.

Lần gần đây nhất bạn đi công viên đó là khi nào? Bạn đã đi với ai? Hãy nói về hoạt động của bạn trong ngày hôm đó.

4. 공원에서 재미있었던 일에 관해 이야기해 주세요. 그 일은 언제, 어디서 일어났나요? 그때 귀하는 무엇을 하고 있었나요?

Bạn hãy nói về một việc thú vị ở công viên. Việc đó xảy ra khi nào, ở đâu? Lúc đó bạn đang làm gì?

5. 아이들과 어른들이 공원에서 하는 활동을 비교해 보세요. 공원에 찾아오는 어린이와 어른들을 위해 만들어진 공원의 시설들에 대해 이야기해 주세요.

Hãy so sánh các hoạt động mà trẻ em và người lớn làm tại công viên. Hãy nói về các cơ sở vật chất của công viên được xây dựng cho trẻ em và người lớn đến công viên.

Hãy học rồi ứng dụng các ngữ pháp và cấu trúc tiếng Hàn Quốc vào câu trả lời. Thông qua quá trình này, khả năng diễn đạt và tạo câu của bạn sẽ tiến bộ hơn.

● **Danh từ** + (이)라고 하다
　Động từ + ㄴ/는다고 하다 ┐ : nói là ~
　Tính từ + 다고 하다

Dùng sau động từ, tính từ, danh từ, để truyền đạt nội dung nghe được cho người thứ ba. Ngoài động từ '하다', có thể sử dụng các động từ khác như '부르다 (gọi)', '말하다 (nói)', '듣다 (nghe)', '묻다 (hỏi)'.

Thì (시제)	Phân biệt (구분)	Loại từ (품사)	Có patchim (받침 O)	Không có patchim (받침 X)
Hiện tại (현재)	Câu tường thuật (평서문)	Động từ (동사)	−는나고 하다 먹는다고 했어요.	−ㄴ다고 하다 안 된다고 했어요.
		Tính từ (형용사)	−다고 하다 아름답다고 했어요.	−다고 하다 바쁘다고 했어요.
		Danh từ (명사)	−이라고 하다 좋은 공원이라고 해요.	−라고 하다 장미라고 해요.
	Câu nghi vấn (의문문)	Động từ (동사)	−느냐고 하다 친구가 밥을 먹느냐고 물었어요.	−냐고 하다 친구가 가냐고 물었어요.
		Tính từ (형용사)	−으냐고 하다 친구가 일이 많으냐고 물었어요.	−냐고 하다 친구가 바쁘냐고 물었어요.
		Danh từ (명사)	−이냐고 하다 학생이냐고 물어요.	−냐고 하다 의사냐고 물어요.
Quá khứ (과거)	Câu tường thuật (평서문)	Động từ, tính từ (동사, 형용사)	−았/었/였다고 하다 친구가 전화했다고 말했어요.	
	Câu nghi vấn (의문문)	Động từ, tính từ (동사, 형용사)	−았/었/였냐고 하다 친구가 아팠냐고 물었어요.	
Tương lai (미래)	Câu tường thuật (평서문)	Động từ, tính từ (동사, 형용사)	−을 거라고 하다 친구가 먹을 거라고 했어요.	−ㄹ 거라고 하다 친구가 갈 거라고 했어요.
Hiện tại Quá khứ Tương lai (과거, 현재, 미래)	Câu đề nghị (제안)	Động từ (동사)	−자고 하다 친구가 먹자고 했어요.	−자고 하다 친구가 가자고 했어요.
	Câu mệnh lệnh (명령)	Động từ (동사)	−으라고 하다 엄마가 먹으라고 했어요.	−라고 하다 엄마가 가라고 했어요.

Tip! Trong văn nói hàng ngày thì thường dùng dạng '−냐고 하다' dù cho có hay không có patchim(받침).
Ví dụ) 좋냐고, 많냐고, 무섭냐고, 아름답냐고

Câu trả lời mẫu

Ứng dụng câu trả lời theo hình thức combo và đưa ra câu trả lời mẫu cho từng câu hỏi.

🎧 02-18

Q1. 설문지에 공원에서 산책하는 것을 좋아한다고 표시했습니다. 보통 어느 공원에 가나요? 누구와 같이 그 공원에 가나요? 그 공원에 대해 자세히 이야기해 주세요.

Bạn đã nói trong bản khảo sát là bạn thích đi dạo ở công viên. Bạn thường đi công viên nào? Bạn thường đi công viên đó với ai? Hãy nói chi tiết về công viên đó.

저는 매일 저녁 집 근처에 있는 공원에서 혼자 산책하는 것을 좋아합니다. 그 공원은 아침에 신선한 공기를 마시며 운동을 하고 해돋이를 보는 데 이상적이기 때문에 '해돋이 공원'이라고 불립니다. 공원에 들어가면 온갖 종류의 아름다운 장미들이 있는 장미 정원이 있습니다. 공원 안의 넓은 잔디밭에는 많은 사람이 텐트나 돗자리를 펴고 휴식을 취하거나 배드민턴, 제기차기 등의 여가 활동을 합니다. 우리 집 근처에 이러한 좋은 공원이 있어서 저는 매우 행복합니다.

Tôi thích đi dạo một mình ở công viên gần nhà vào mỗi buổi tối. Vì công viên đó là nơi lý tưởng để mọi người hít thở không khí trong lành, tập thể dục và ngắm mặt trời mọc vào buổi sáng nên được gọi là 'Công viên mặt trời mọc'. Khi bước vào công viên, có một vườn hoa hồng với đủ loại hoa hồng xinh đẹp. Ở bãi cỏ rộng của công viên, nhiều người dựng lều hoặc trải chiếu và nghỉ ngơi hoặc thực hiện các hoạt động giải trí như cầu lông, đá cầu v.v. Vì có công viên tuyệt vời như vậy ở gần nhà nên tôi thấy rất hạnh phúc.

- 신선하다 trong lành, tươi, mát mẻ
- 공기 không khí
- 해돋이 mặt trời mọc, bình minh
- 이상적이다 lý tưởng
- 온갖 đủ, mọi, tất cả
- 종류 loại, chủng loại

- 돗자리를 펴다 trải chiếu
- 휴식을 취하다 nghỉ ngơi, nghỉ giải lao
- 배드민턴 cầu lông
- 제기차기 đá cầu
- 여가 활동 hoạt động giải trí

Bạn hãy tái diễn lại tình huống vừa hỏi vừa trả lời đúng với tình huống được đưa ra, tưởng tượng như trong tình huống đó có đối tượng giao tiếp.

🎧 02-19

Q2. 가장 최근에 그 공원에 간 것은 언제였나요? 누구와 같이 갔었나요? 그날 귀하의 활동에 대해 이야기해 주세요.

Lần gần đây nhất bạn đi công viên đó là khi nào? Bạn đã đi với ai? Hãy nói về hoạt động của bạn trong ngày hôm đó.

저는 지난 토요일에 친한 친구와 함께 그 공원에 다녀왔습니다. 평소에 친구를 만나면 주로 백화점에 가서 점심을 먹고 커피를 마시거나 쇼핑 등을 했는데, 지난주에는 친구가 신선한 공기를 마시고 싶다고 해서 집 근처에 있는 공원으로 피크닉을 다녀왔습니다. 우리는 공원에서 작은 텐트를 친 후에 간단한 음식을 먹으며 일과 연애, 미래에 관한 대화를 나누었습니다. 제 친구는 일 때문에 스트레스를 많이 받았는데, 공원에 오니 피로가 모두 사라졌다며 좋아했습니다. 친구가 삶의 밸런스를 위해 저와 함께 공원에 더 자주 갈 수 있었으면 좋겠습니다.

Thứ Bảy tuần trước tôi đã đi công viên đó với bạn thân. Bình sinh, nếu gặp bạn bè thì tôi chủ yếu đến trung tâm mua sắm để ăn trưa, uống cà phê hoặc mua sắm v.v nhưng tuần trước, bạn tôi nói muốn hít thở không khí trong lành nên chúng tôi đã đi picnic trong công viên gần nhà tôi. Sau khi dựng lều nhỏ trong công viên, chúng tôi ăn thức ăn đơn giản cùng nhau và trò chuyện về công việc, chuyện hẹn hò, tương lai. Bạn tôi nói rằng bị căng thẳng rất nhiều vì công việc nhưng vì đến công viên nên sự mệt mỏi hoàn toàn biến mất. Giá mà bạn tôi có thể đến công viên với tôi thường xuyên hơn để cân bằng cuộc sống.

Từ vựng	
▫ 백화점 trung tâm mua sắm	▫ 사라지다 biến mất
▫ 연애 sự hẹn hò	▫ 삶 cuộc sống
▫ 미래 tương lai	▫ 밸런스 (sự) cân bằng
▫ 피로 sự mệt mỏi	

Q3. 아이들과 어른들이 공원에서 하는 활동을 비교해 보세요. 공원에 찾아오는 어린이와 어른들을 위해 만들어진 공원의 시설들에 대해 이야기해 주세요.

Hãy so sánh các hoạt động mà trẻ em và người lớn làm tại công viên. Hãy nói về các cơ sở vật chất của công viên được xây dựng cho trẻ em và người lớn đến công viên.

제 생각에 공원에서의 아이들과 어른들의 활동은 많이 다른 것 같습니다. 보통 아이들은 공원에서 미끄럼틀이나 그네 등의 놀이 시설을 이용하고 어른들은 공원에서 걷기나 조깅 등의 운동을 하거나 휴식을 취합니다. 공원에는 아이들을 위한 놀이터가 기본적으로 있고 나머지는 모두를 위한 공용 시설이라고 할 수 있습니다.

Theo tôi, hoạt động của trẻ em và người lớn ở công viên có lẽ khác nhau nhiều. Thông thường, trẻ em sử dụng các cơ sở vật chất vui chơi như cầu trượt hoặc xích đu ở công viên, còn người lớn tập thể dục, chẳng hạn như đi bộ, chạy bộ v.v hoặc nghỉ ngơi ở công viên. Ở công viên về cơ bản có sân chơi cho trẻ em, còn lại có thể nói là các cơ sở vật chất dùng chung cho mọi người.

Từ vựng

- 미끄럼틀 cầu trượt
- 그네 xích đu
- 놀이 시설 cơ sở vật chất vui chơi
- 이용하다 sử dụng
- 놀이터 sân chơi
- 공용 시설 cơ sở vật chất dùng chung

Các câu tham khảo cấp IL

Đây là những mẫu câu đa dạng và hữu ích liên quan đến chủ đề. Bạn hãy đánh dấu những câu phù hợp với bản thân và thử tạo nên câu chuyện thú vị của riêng mình.

☐ Tôi thích uống cà phê với bạn ở công viên.

저는 공원에서 친구와 같이 커피 마시는 것을 좋아합니다.

☐ Tôi thích ngắm mặt trời lặn một mình ở công viên.

저는 공원에서 혼자 일몰 보는 것을 좋아합니다.

☐ Tôi thích đánh cầu lông ở công viên.

저는 공원에서 배드민턴 치는 것을 좋아합니다.

☐ Hai tuần trước khi đi dạo ở công viên tôi đã xem hát rong.

2주 전에 공원에서 산책했을 때 버스킹을 봤습니다.

☐ Tôi đã từng được gặp ca sĩ tôi thích ở công viên.

공원에서 제가 좋아하는 가수를 만난 적이 있습니다.

☐ Cuối tuần ở công viên có nhiều đôi tình nhân.

주말에는 공원에 연인들이 많습니다.

☐ Mỗi ngày tôi đi dạo với chó ở công viên.

저는 매일 공원에서 강아지와 산책합니다.

☐ Vì có thể làm nhiều hoạt động đa dạng ở công viên nên tôi thấy thật tuyệt.

공원에서 다양한 활동을 할 수 있어서 좋습니다.

Hãy đánh dấu các câu trả lời phù hợp với bản thân. ☑

☐ Tôi thích việc vừa uống cà phê vừa trò chuyện với bạn ở công viên.

저는 공원에서 친구와 같이 커피 마시면서 대화하는 것을 좋아합니다.

☐ Tôi thích vừa ngắm mặt trời lặn vừa suy nghĩ một mình ở công viên.

저는 공원에서 혼자 일몰을 보면서 생각하는 것을 좋아합니다.

☐ Đánh cầu lông ở công viên là việc rất thú vị đối với tôi.

공원에서 배드민턴 치는 것은 저에게 아주 재미있는 일입니다.

☐ Hai tuần trước khi đi dạo ở công viên tôi đã xem hát rong và thấy rất thích.

2주 전에 공원에서 산책했을 때 버스킹을 봤는데 아주 좋았습니다.

☐ Việc mà tôi nhớ nhất ở công viên là tôi đã được gặp ca sĩ tôi thích ở đó.

공원에서의 가장 기억에 남는 일은 그곳에서 제가 좋아하는 가수를 만난 것입니다.

☐ Vào cuối tuần có nhiều gia đình hoặc đôi tình nhân, bạn bè đến công viên.

주말에는 가족이나 연인, 친구들끼리 공원에 많이 옵니다.

☐ Mỗi ngày tôi thường dắt chó đi dạo ở công viên trong khoảng một tiếng.

저는 매일 공원에서 한 시간 정도 강아지를 산책시킵니다.

☐ Vì có thể làm nhiều hoạt động đa dạng như đi bộ, chạy bộ, đọc sách ở công viên nên tôi thấy thật tuyệt.

공원에서 걷기, 조깅, 독서 등 다양한 활동을 할 수 있어서 좋습니다.

Chương 5

Sở thích và mối quan tâm

(취미와 관심사)

Mục tiêu học tập
Xu hướng ra đề

Trong phần khảo sát, thí sinh phải chọn ít nhất một hạng mục liên quan đến sở thích và mối quan tâm. Khi lựa chọn các hạng mục, hãy kết nối với hoạt động giải trí để có thể tiếp cận một cách chiến lược và dễ dàng hơn. Ví dụ, nếu chọn 'đi công viên' và 'xem biểu diễn' trong hạng mục hoạt động giải trí, thì nên chọn 'nuôi thú cưng' và 'nghe nhạc' cho sở thích và mối quan tâm. Khi chuẩn bị kịch bản, nên chuẩn bị nội dung về dấu mốc và quá trình bắt đầu các sở thích, mối quan tâm cũng như các mẫu chuyện vui.

• Bí quyết đạt điểm cao cho từng chủ đề

Bài 1 **Thưởng thức âm nhạc** (음악 감상하기)	★ Nói về thể loại nhạc yêu thích → lý do thích thể loại nhạc đó → ca sĩ hoặc nhạc sĩ yêu thích → lý do yêu thích ca sĩ hoặc nhạc sĩ đó ★ Nói về mẫu chuyện thú vị liên quan đến âm nhạc → cảm nhận # Nếu liên kết 'nghe nhạc' với các chủ đề như 'xem biểu diễn', 'xem hòa nhạc' của 'hoạt động giải trí' thì có thể chuẩn bị câu trả lời dễ hơn.
Bài 2 **Hát một mình hoặc đồng ca** (혼자 노래/합창하기)	★ Nói về lý do thích hát một mình hoặc đồng ca → điều khiến bản thân bắt đầu thích hát → phương pháp luyện tập hát ★ Nói về mẫu chuyện vui liên quan đến việc luyện tập hát → cảm nhận
Bài 3 **Nấu ăn** (요리하기)	★ Nói về điều khiến bản thân thích nấu ăn → loại món ăn mà bản thân thích nấu → tần suất nấu ăn ★ Giới thiệu phương pháp nấu món ăn mà bản thân nấu ngon ★ Nói về mẫu chuyện vui liên quan đến nấu ăn → cảm nhận
Bài 4 **Nuôi thú cưng** (애완동물 기르기)	★ Miêu tả thú cưng mà bản thân nuôi → nói về cảm nhận khi nuôi thú cưng ★ Nói về nội dung liên quan đến những việc phải làm khi nuôi thú cưng và điều cần chú ý ★ Các mẫu chuyện vui xảy ra khi ở cùng thú cưng → cảm nhận

✹ Đây là các loại hình câu hỏi theo dạng combo thường được ra đề nếu bạn chọn hạng mục tương ứng ở Background Survey. Hãy làm quen với các dạng câu hỏi này và luyện tập để có thể hiểu nhanh ý đồ của câu hỏi.

Nắm bắt nhanh dạng câu hỏi theo từng chủ đề

Bài 1 **Thưởng thức âm nhạc** (음악 감상하기)	• 설문지에 음악 듣는 것을 좋아한다고 표시했습니다. 처음 음악에 관심을 갖게 된 순간에 대해 이야기해 주세요. 왜 음악을 듣게 되었나요? 음악 취향에 영향을 준 사람은 누구인가요? 음악을 듣기 시작한 이후 음악 취향이 어떻게 바뀌었나요? - Bạn đã nói trong bản khảo sát là bạn thích nghe nhạc. Hãy nói cho tôi nghe về khoảnh khắc lần đầu tiên bạn quan tâm đến âm nhạc. Vì sao bạn đã nghe nhạc? Người đã ảnh hưởng đến khuynh hướng âm nhạc của bạn là ai? Gu âm nhạc của bạn đã thay đổi như thế nào từ lúc bạn bắt đầu nghe nhạc?
Bài 2 **Hát một mình hoặc đồng ca** (혼자 노래/합창하기)	• 설문지에 그룹과 함께 노래하는 것을 좋아한다고 표시했습니다. 그룹과 어떤 노래하는 것을 좋아하나요? 이유가 무엇인가요? - Bạn đã nói trong bản khảo sát là thích hát với nhóm. Bạn thích hát nhạc nào với nhóm? Lý do là gì?
Bài 3 **Nấu ăn** (요리하기)	• 설문지에 요리하는 것을 좋아한다고 표시했습니다. 요리를 자주 하나요? 보통 언제 요리를 하나요? 어떤 요리하는 것을 좋아하나요? 보통 누구를 위해 요리를 하나요? - Bạn đã nói trong bản khảo sát là bạn thích nấu ăn. Bạn có thường nấu ăn không? Bạn thường nấu ăn khi nào? Bạn thích nấu món ăn nào? Bạn thường nấu ăn cho ai?
Bài 4 **Nuôi thú cưng** (애완동물 기르기)	• 설문지에 애완동물을 키운다고 표시했습니다. 애완동물에 대해 이야기해 주세요. 애완동물은 어떤 동물이고 어떻게 생겼나요? 애완동물이 따로 사는 공간이 있나요? - Bạn đã cho biết trong bản khảo sát là bạn có nuôi thú cưng. Hãy kể cho tôi nghe về thú cưng bạn nuôi. Nó là loài động vật gì và trông như thế nào? Thú cưng của bạn có chỗ ở riêng không?

Thưởng thức âm nhạc

Trước khi trả lời câu hỏi liên quan, hãy nhớ lại các từ vựng trọng tâm và sắp xếp nội dung câu trả lời trong đầu.

Q 설문지에 음악 듣는 것을 좋아한다고 표시했습니다. 처음 음악에 관심을 갖게 된 순간에 대해 이야기해 주세요. 왜 음악을 듣게 되었나요? 음악 취향에 영향을 준 사람은 누구인가요? 음악을 듣기 시작한 이후 음악 취향이 어떻게 바뀌었나요?

Bạn đã nói trong bản khảo sát là bạn thích nghe nhạc. Hãy nói cho tôi nghe về khoảnh khắc lần đầu tiên bạn quan tâm đến âm nhạc. Vì sao bạn đã nghe nhạc? Người đã ảnh hưởng đến khuynh hướng âm nhạc của bạn là ai? Gu âm nhạc của bạn đã thay đổi như thế nào từ lúc bạn bắt đầu nghe nhạc?

 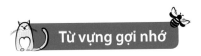 **Từ vựng gợi nhớ**

초등학생 때 khi là học sinh tiểu học

MP3 플레이어 máy MP3

부모님께 받은 생일선물
quà sinh nhật nhận từ bố mẹ

동요 nhạc thiếu nhi

신나는 노래 bài hát sôi động

별생각 없이 듣다
nghe mà không suy nghĩ gì nhiều

음악적 리듬
nhịp điệu âm nhạc

위로 sự an ủi

팝송 nhạc pop

재즈 jazz

클래식 nhạc cổ điển

다양한 장르의 음악
âm nhạc thuộc thể loại đa dạng

기분 따라 tùy theo tâm trạng

친한 친구를 따라 팝을 듣다
nghe nhạc pop theo bạn thân

친구와 같이 음악을 듣다
nghe nhạc cùng bạn

🎧 02-22

Khi thi OPIc, việc hiểu nhanh các câu hỏi và trả lời là quan trọng nhất. Đối với các câu hỏi quen thuộc, bạn càng phải bình tĩnh và trả lời một cách tự nhiên. Hãy liên tục làm quen và luyện tập các dạng câu hỏi liên quan đến chủ đề.

1. 귀하가 좋아하는 두 명의 가수 또는 작곡가를 선택하고 그 둘의 차이점과 유사점을 묘사하세요. 각자 어떤 특별한 특징을 가지고 있나요? 둘 중 누구를 더 좋아하고 그 이유는 무엇인가요?

   Hãy chọn hai ca sĩ hoặc nhạc sĩ mà bạn thích và miêu tả điểm khác nhau và giống nhau của họ. Mỗi người có những điểm đặc biệt nào? Bạn thích người nào hơn và vì sao?

2. 귀하는 어떤 기기를 사용하여 음악을 듣나요? MP3 플레이어나 라디오를 사용하여 음악을 듣나요? 왜 그 기기를 사용하여 음악을 듣나요? 자세히 이야기해 주세요.

   Bạn dùng thiết bị gì để nghe nhạc? Bạn có dùng máy MP3 hay radio để nghe nhạc không? Tại sao bạn dùng thiết bị đó để nghe nhạc? Hãy nói cho tôi nghe chi tiết.

3. 귀하는 어떤 장르의 음악 듣는 것을 좋아하나요? 왜 다른 장르가 아닌 그 장르를 좋아하나요? 그 장르의 어떤 가수를 좋아하나요? 자세히 이야기해 주세요.

   Bạn thích nghe thể loại nhạc nào? Vì sao bạn thích thể loại đó mà không phải là thể loại khác? Bạn thích ca sĩ nào của thể loại nhạc đó? Hãy nói cho tôi nghe chi tiết.

4. 귀하는 언제부터 음악 감상을 좋아하기 시작했나요? 가장 좋아하는 가수나 작곡가의 노래를 처음 들었을 때 기분이 어땠나요?

   Bạn bắt đầu thích nghe nhạc từ khi nào? Lần đầu tiên khi bạn nghe bài hát của ca sĩ hay nhạc sĩ mà bạn yêu thích nhất, tâm trạng thế nào?

5. 귀하는 음악과 관련된 기억에 남는 경험이 있나요? 언제 그리고 어떤 경험인가요? 자세히 이야기해 주세요.

   Bạn có trải nghiệm nào còn nhớ liên quan đến âm nhạc không? Trải nghiệm đó là gì và xảy ra khi nào? Hãy nói cho tôi nghe chi tiết.

Hãy học rồi ứng dụng các ngữ pháp và cấu trúc tiếng Hàn Quốc vào câu trả lời. Thông qua quá trình này, khả năng diễn đạt và tạo câu của bạn sẽ tiến bộ hơn.

● ~을/를 따라 하다 : làm theo ~

‘따르다’ là động từ mang nghĩa ‘theo’. Khi nói ‘làm theo’ thì sử dụng cấu trúc ‘~을/를 따라 하다’. Ở đây, ngoài ‘하다’, có thể sử dụng các động từ khác một cách đa dạng, ví dụ như đọc(읽다), nghe(듣다), đi(가다), xem(보다) vân vân.

> 저는 종종 TV에서 공연하는 가수의 노래를 듣고 따라 부릅니다.
> Tôi thường nghe và hát theo ca sĩ biểu diễn trên tivi.

> 저는 음악을 잘 몰라서 친구가 듣는 노래를 따라 듣습니다.
> Vì tôi không biết rõ về âm nhạc nên nghe theo bài hát mà bạn tôi nghe.

● –하게 하다/만들다 : làm cho, để cho

Cấu trúc ngữ pháp này đứng sau động từ, thể hiện sự sai khiến hoặc cho phép người khác làm một việc nào đó.

> 저는 어렸을 때부터 엄마가 매일 음악을 듣게 했습니다.
> Mẹ tôi đã để cho tôi nghe nhạc mỗi ngày từ lúc còn bé.

> 언니는 항상 제가 밥을 많이 못 먹게 합니다.
> Chị tôi luôn luôn làm cho tôi không thể ăn nhiều cơm.

Câu trả lời mẫu

Ứng dụng câu trả lời theo hình thức combo và đưa ra câu trả lời mẫu cho từng câu hỏi.

🎧 02-23

Q1. 설문지에 음악 듣는 것을 좋아한다고 표시했습니다. 처음 음악에 관심을 갖게 된 순간에 대해 이야기해 주세요. 왜 음악을 듣게 되었나요? 음악 취향에 영향을 준 사람은 누구인가요? 음악을 듣기 시작한 이후 음악 취향이 어떻게 바뀌었나요?

Bạn đã nói trong bản khảo sát là bạn thích nghe nhạc. Hãy nói cho tôi nghe về khoảnh khắc lần đầu tiên bạn quan tâm đến âm nhạc. Vì sao bạn đã nghe nhạc? Người đã ảnh hưởng đến khuynh hướng âm nhạc của bạn là ai? Gu âm nhạc của bạn đã thay đổi như thế nào từ lúc bạn bắt đầu nghe nhạc?

저는 초등학교 때 부모님께 MP3 플레이어를 생일선물로 받았습니다. 부모님은 그 MP3 플레이어 안에 제게 맞는 동요와 신나는 노래를 많이 저장해 두셨습니다. 처음에는 별생각 없이 듣다가 점점 음악적 리듬에 빠져들게 되었고 우울하거나 스트레스가 생길 때는 음악으로 많은 위로를 받게 되었습니다. 중학교 때는 친구를 따라 팝송을 듣게 되면서 한동안 잔잔한 팝송에 심취해 있었습니다. 지금은 재즈나 클래식 등 다양한 장르의 음악을 기분에 따라서 다르게 듣고 있습니다. 제 음악적 취향은 나이가 들면서 조금씩 바뀌고 있는 것 같습니다.

Khi học tiểu học, tôi đã được nhận quà sinh nhật từ bố mẹ tôi là một chiếc máy MP3. Trong chiếc máy đó, bố mẹ tôi đã lưu rất nhiều nhạc thiếu nhi và những bài hát sôi động phù hợp với tôi. Lúc đầu, tôi đã nghe mà không suy nghĩ gì nhiều rồi dần dần đắm chìm trong nhịp điệu âm nhạc và được âm nhạc ủi an khi cảm thấy u uất hoặc bị căng thẳng. Khi học trung học, tôi nghe nhạc pop theo bạn bè và đã say mê các bài nhạc pop êm dịu trong một thời gian. Bây giờ thì tôi nghe âm nhạc thuộc thể loại đa dạng như nhạc jazz hay nhạc cổ điển, tùy theo tâm trạng. Có lẽ khuynh hướng âm nhạc của tôi đã thay đổi từng chút một trong khi tôi trưởng thành.

Từ vựng

- 생일선물 quà sinh nhật
- 동요 nhạc thiếu nhi
- 신나다 sôi động, phấn khởi
- 저장하다 lưu
- 별생각 없이 (một cách) không suy nghĩ gì nhiều
- 위로 (sự) ủi an, (sự) an ủi

- 한동안 trong một thời gian
- 잔잔하다 êm dịu, êm ả
- 심취하다 say mê, say sưa
- 기분 tâm trạng
- 취향 khuynh hướng, gu

Bạn hãy tái diễn lại tình huống vừa hỏi vừa trả lời đúng với tình huống được đưa ra, tưởng tượng như trong tình huống đó có đối tượng giao tiếp.

🎧 02-24

Q2. 귀하가 좋아하는 두 명의 가수 또는 작곡가를 선택하고 그 둘의 차이점과 유사점을 묘사하세요. 각자 어떤 특별한 특징을 가지고 있나요? 둘 중 누구를 더 좋아하고 그 이유는 무엇인가요?

Hãy chọn hai ca sĩ hoặc nhạc sĩ mà bạn thích và miêu tả điểm khác nhau và giống nhau của họ. Mỗi người có những điểm đặc biệt nào? Bạn thích người nào hơn và vì sao?

저는 팝송 가수인 에드 시런과 브루노 마스를 정말 좋아합니다. 두 사람 모두 전 세계적으로 유명한 가수들이며, 큰 상을 많이 수상하였고 그만큼 수많은 팬들을 보유하고 있습니다. 이 둘은 각자 자신만의 장점을 가지고 있습니다. 제 생각에 에드 시런은 더 감성적인 목소리를 가지고 있고 그가 노래에 담고자 하는 메시지를 청취자들이 더 쉽게 느낄 수 있게 하며 기타도 아주 잘 칩니다. 그리고 브루노 마스는 더 건강한 목소리를 가지고 있고 그의 노래는 그가 태어난 하와이 바다의 자유롭고 신나는 분위기를 느끼게 해줍니다. 둘 다 다재다능하고 완벽하기 때문에 누구를 더 좋아하는지 선택할 수가 없을 정도입니다.

Tôi rất thích ca sĩ nhạc pop Ed Sheeran và Bruno Mars. Cả 2 đều là những ca sĩ đã nổi tiếng trên thế giới, nhận nhiều giải thưởng lớn và có đông đảo người hâm mộ. Cả hai người này đều có điểm mạnh riêng của mình. Theo tôi thì Ed Sheeran có chất giọng nhiều cảm xúc hơn, làm cho người nghe cảm nhận được dễ dàng hơn thông điệp mà anh ấy muốn gửi gắm trong bài hát, và anh ấy cũng chơi ghita rất giỏi. Còn Bruno Mars thì có giọng hát khỏe khoắn hơn và các bài hát của anh ấy làm cho tôi cảm nhận được bầu không khí tự do và sôi động của vùng biển Hawaii, nơi anh ấy ra đời. Vì cả hai đều đa tài đa năng và hoàn hảo nên không thể lựa chọn được tôi thích ai hơn.

- 유명하다 nổi tiếng
- 상을 수상하다 nhận giải thưởng
- 팬 người hâm mộ
- 감성적인 목소리 chất giọng nhiều cảm xúc
- 담다 gửi gắm, chứa đựng (thông điệp gì đó)
- 메시지 thông điệp
- 태어나다 ra đời
- 자유롭다 tự do
- 분위기 bầu không khí
- 다재다능하다 đa tài đa năng
- 완벽하다 hoàn hảo

Q3. 귀하는 어떤 기기를 사용하여 음악을 듣나요? MP3 플레이어나 라디오를 사용하여 음악을 듣나요? 왜 그 기기를 사용하여 음악을 듣나요? 자세히 이야기해 주세요.

Bạn dùng thiết bị gì để nghe nhạc? Bạn có dùng máy MP3 hay radio để nghe nhạc không? Tại sao bạn dùng thiết bị đó để nghe nhạc? Hãy nói cho tôi nghe chi tiết.

스마트폰이 생기고 나서부터는 주로 스마트폰을 사용해서 음악을 듣습니다. 스마트폰의 장점은 작고 편리하며 음악 듣기, 영화 보기, 전자책 읽기 등 많은 것들을 할 수 있기 때문에 요즘에는 많은 사람들이 라디오나 MP3 플레이어로 음악을 듣지 않습니다. 언제 어디서든 음악이 듣고 싶을 때는 휴대폰에 이어폰을 연결하여 '유튜브 뮤직' 애플리케이션을 통해 듣는 경우가 많고, 집에서는 주로 노트북으로 듣습니다. 제 노트북은 스피커 시스템과 연결되어 있어서 휴대폰으로 들을 때보다 음질이 더 좋습니다. 컴퓨터와 스마트폰의 발전으로 인해 음악을 감상하기가 더 쉬워지고 편리해졌습니다.

Từ khi có điện thoại thông minh, tôi chủ yếu sử dụng điện thoại thông minh để nghe nhạc. Ưu điểm của điện thoại thông minh là nhỏ gọn, tiện lợi và có thể làm rất nhiều việc như nghe nhạc, xem phim, đọc sách điện tử v.v… nên hiện nay nhiều người không còn dùng radio hay máy MP3 để nghe nhạc nữa. Khi muốn nghe nhạc, dù ở bất kì đâu hay bất kì khi nào, tôi thường kết nối tai nghe với điện thoại di động rồi nghe bằng ứng dụng 'Youtube Music', còn khi ở nhà thì tôi chủ yếu nghe bằng máy vi tính xách tay của tôi. Máy vi tính xách tay của tôi được kết nối với hệ thống loa nên chất lượng âm thanh tốt hơn khi nghe bằng điện thoại di động. Nhờ sự phát triển của máy vi tính và điện thoại thông minh mà việc thưởng thức âm nhạc đã trở nên dễ và tiện hơn.

□ 스마트폰 điện thoại thông minh
□ 장점 ưu điểm
□ 전자책 sách điện tử
□ 이어폰 tai nghe
□ 연결하다 kết nối
□ 애플리케이션 ứng dụng
□ 노트북 máy vi tính xách tay
□ 스피커 loa
□ 시스템 hệ thống
□ 음질 chất lượng âm thanh
□ 발전 sự phát triển

Các câu tham khảo cấp IL

Đây là những mẫu câu đa dạng và hữu ích liên quan đến chủ đề. Bạn hãy đánh dấu những câu phù hợp với bản thân và thử tạo nên câu chuyện thú vị của riêng mình.

☐ Nếu nghe nhạc êm dịu khi học thì tập trung tốt hơn.

저는 공부할 때 잔잔한 음악을 들으면 집중이 더 잘됩니다.

☐ Tôi thấy đỡ mệt hơn nếu nghe nhạc sôi động khi tập thể dục.

저는 운동하면서 신나는 음악을 들으면 피곤함을 덜 느끼게 됩니다.

☐ Tựa đề của bài hát mà tôi thích nhất là '24K Magic' của Bruno Mars.

제가 가장 좋아하는 노래의 제목은 브루노 마스의 '24K Magic'입니다.

☐ Vì tôi không thể hiểu nhạc cổ điển nên tôi không thích nghe.

저는 클래식 음악을 이해하지 못해서 듣는 것을 좋아하지 않습니다.

☐ Tôi thích nghe nhạc trước khi ngủ.

저는 자기 전에 음악 듣는 것을 좋아합니다.

☐ Tôi thích âm nhạc không hoa mỹ.

저는 화려하지 않은 음악을 좋아합니다.

☐ Các nhóm nhạc idol của Hàn Quốc có nhiều tài năng nên tôi thích.

저는 한국의 아이돌 그룹들이 많은 재능을 갖고 있기 때문에 좋아합니다.

☐ Các giai điệu âm nhạc cho tôi sức mạnh.

음악 멜로디는 저에게 힘을 줍니다.

Hãy đánh dấu các câu trả lời phù hợp với bản thân.

☐ Nếu nghe nhạc êm dịu khi học thì tập trung tốt hơn nên tôi thường vừa nghe nhạc vừa học.

공부할 때 잔잔한 음악을 들으면 집중이 더 잘 되기 때문에 보통 음악을 들으면서 공부합니다.

☐ Nếu nghe nhạc sôi động khi tập thể dục thì tôi thấy đỡ mệt hơn và như được tiếp thêm năng lượng.

운동하면서 신나는 음악을 들으면 피곤함을 덜 느끼게 되며 에너지를 더 받는 것 같습니다.

☐ Tựa đề của bài hát mà tôi thích nhất là '24K Magic', là bài hát chủ đề của album thứ 3 của Bruno Mars.

제가 가장 좋아하는 노래의 제목은 '24K Magic'이며, 브루노 마스의 3번째 앨범 타이틀곡입니다.

☐ Vì tôi không thể hiểu âm nhạc cổ điển và thấy thể loại nhạc này rất chán nên tôi không thích nghe.

저는 클래식 음악을 이해하지 못하고 이 장르가 지루하게 느껴지기 때문에 듣는 것을 좋아하지 않습니다.

☐ Nếu nghe nhạc trước khi ngủ thì tôi có thể giải tỏa căng thẳng.

자기 전에 음악을 들으면 스트레스를 해소할 수 있습니다.

☐ Tôi thích âm nhạc không hoa mỹ của thập niên 90 hơn nhạc bây giờ.

저는 지금 음악보다 90년대의 화려하지 않은 음악을 좋아합니다.

☐ Các nhóm nhạc idol của Hàn Quốc vừa hát hay vừa nhảy giỏi nên tôi thích.

저는 한국의 아이돌 그룹들이 노래를 잘하면서 춤도 잘 추기 때문에 좋아합니다.

☐ Âm nhạc giúp tôi thay đổi tâm trạng và ngủ ngon hơn.

음악은 제 기분을 전환시켜주고 잠을 더 잘 자게 해줍니다.

Hát một mình hoặc đồng ca

Trước khi trả lời câu hỏi liên quan, hãy nhớ lại các từ vựng trọng tâm và sắp xếp nội dung câu trả lời trong đầu.

Q 설문지에 그룹과 함께 노래하는 것을 좋아한다고 표시했습니다. 그룹과 어떤 노래하는 것을 좋아하나요? 이유가 무엇인가요?

Bạn đã nói trong bản khảo sát là thích hát với nhóm. Bạn thích hát nhạc nào với nhóm? Lý do là gì?

 **Từ vựng gợi nhớ**

팝 nhạc pop

발라드 nhạc ballad

댄스 nhạc dance

기분 전환
tâm trạng thay đổi

삶에 대한 사랑
tình yêu cuộc sống

잔잔한 멜로디
giai điệu êm dịu

아름다운 선율의 멜로디
giai điệu du dương

학교 음악 동아리
câu lạc bộ âm nhạc của trường

일주일에 2번 연습하다
luyện tập 2 lần 1 tuần

Các dạng câu hỏi khác 🎧 02-27

Khi thi OPIc, việc hiểu nhanh các câu hỏi và trả lời là quan trọng nhất. Đối với các câu hỏi quen thuộc, bạn càng phải bình tĩnh và trả lời một cách tự nhiên. Hãy liên tục làm quen và luyện tập các dạng câu hỏi liên quan đến chủ đề.

1. 그룹과 연습할 때 무엇을 하고 그 이후엔 무엇을 하나요? 연습 순서를 이야기해 주세요.

Khi luyện tập với nhóm, bạn thường làm gì và sau đó thì làm gì? Hãy nói về trình tự luyện tập.

2. 노래를 좋아하게 된 계기가 무엇인가요? 노래를 좋아하게 한 사람은 누구였나요? 누가 노래를 가르쳐 줬나요?

Động cơ nào khiến cho bạn thích hát? Ai đã khiến cho bạn thích hát? Ai đã dạy hát cho bạn?

3. 어떻게 노래에 관심을 갖게 되었는지 이야기해 주세요. 누군가가 노래를 가르쳐 줬나요 아니면 혼자 노래하는 법을 배웠나요? 왜 노래하는 것에 관심이 있나요? 처음으로 노래했던 기억에 대해 이야기해 주세요.

Hãy kể cho tôi nghe bạn đã hứng thú với ca hát như thế nào. Ai đó đã dạy bạn hát hay bạn tự học hát? Tại sao bạn hứng thú với việc ca hát? Hãy kể cho tôi nghe kỷ niệm ca hát đầu tiên của bạn.

4. 설문지에 노래하는 것을 좋아한다고 했습니다. 언제부터 노래하는 것을 좋아하기 시작했나요? 가장 좋아하는 음악 장르는 무엇인가요?

Bạn đã nói trong bản khảo sát là bạn thích hát. Bạn bắt đầu thích hát từ khi nào? Thể loại nhạc mà bạn thích nhất là gì?

5. 노래 부르기와 관련된 경험을 떠올려 보세요. 대중 앞에서 처음으로 공연했거나 예상하지 못했던 또는 창피했던 경험이었을 수도 있습니다. 그 경험에 대해 자세히 이야기하고 그 일을 왜 잊지 못하는지도 설명해 주세요.

Hãy nhớ lại một kinh nghiệm của bạn về việc ca hát. Nó có thể là kinh nghiệm khi lần đầu tiên biểu diễn trước đám đông, hoặc là kinh nghiệm mà bạn không mong đợi hoặc thấy xấu hổ. Hãy nói chi tiết về kinh nghiệm đó và giải thích vì sao bạn không thể quên việc đó.

Hãy học rồi ứng dụng các ngữ pháp và cấu trúc tiếng Hàn Quốc vào câu trả lời. Thông qua quá trình này, khả năng diễn đạt và tạo câu của bạn sẽ tiến bộ hơn.

● −에 대한/관한 : về ~

Là ngữ pháp đứng sau danh từ, thể hiện cái gì đó liên quan đến danh từ ở phía trước. Nếu sau '−에 대한/관한' là danh từ thì dùng dạng '−에 대한/관한', phía sau là động từ thì dùng '−에 대해/관해'. Khi nói nội dung nào đó hoặc nói về suy nghĩ, dùng '−에 관해(서), −에 관한'.

조금 전에 날씨에 대한 뉴스를 찾아봤습니다.
Lúc nãy tôi đã thử tìm tin tức về thời tiết.

친구들과 음악에 관해 이야기했습니다.
Tôi đã nói chuyện với các bạn về âm nhạc.

● −다 보면 : cứ, liên tục ~

Là ngữ pháp đứng sau động từ, mang ý nghĩa nếu liên tục lặp đi lặp lại hành vi ở phía trước thì kết quả ở câu sau sẽ xuất hiện. Thường được sử dụng cùng với '계속(tiếp tục, liên tục)', '자주(thường xuyên)', '여러 번(vài lần)' v.v.

한국어를 열심히 공부하다 보면 토픽 6급을 딸 겁니다.
Nếu cứ chăm chỉ học tiếng Hàn Quốc thì sẽ đạt được TOPIK cấp 6.

이 노래를 계속 듣다 보면 좋아하게 될 겁니다.
Nếu liên tục nghe bài hát này thì bạn sẽ thích nó.

Câu trả lời mẫu

Ứng dụng câu trả lời theo hình thức combo và đưa ra câu trả lời mẫu cho từng câu hỏi.

🎧 02-28

Q1. 설문지에 그룹과 함께 노래하는 것을 좋아한다고 표시했습니다. 그룹과 어떤 노래하는 것을 좋아하나요? 이유가 무엇인가요?

Bạn đã nói trong bản khảo sát là thích hát với nhóm. Bạn thích hát bài hát nào với nhóm? Lý do là gì?

제가 그룹과 노래하는 것에 관해서 말씀드리자면, 저는 보통 일주일에 2번 학교에서 음악 동아리 활동을 합니다. 동아리에서 팝, 발라드, 민요, 댄스 등 다양한 음악을 연습합니다. 그 중에서 팝송을 연습할 때가 가장 즐겁습니다. 왜냐하면 잔잔한 멜로디와 아름다운 선율의 멜로디를 가진 노래들도 있지만 귀를 사로잡는 리듬의 노래도 있어서 기분 전환도 되고 삶에 대한 사랑을 더 느끼게 해주기 때문입니다.

Nếu nói về việc hát với nhóm thì tôi thường hoạt động câu lạc bộ âm nhạc ở trường 2 lần 1 tuần. Trong câu lạc bộ, chúng tôi luyện tập nhiều thể loại nhạc đa dạng như pop, ballad, dân ca, dance v.v. Trong đó, khi tập hát nhạc pop tôi thấy vui nhất. Vì nhạc pop có những bài hát mang giai điệu nhẹ nhàng, du dương nhưng cũng có những bài hát có tiết tấu thu hút đôi tai nên tâm trạng thay đổi và cảm nhận được tình yêu (về) cuộc sống hơn.

- 그룹 nhóm
- 다양하다 đa dạng
- 즐겁다 vui, vui vẻ
- 귀를 사로잡다 thu hút đôi tai

- 리듬 tiết tấu
- 기분 전환 tâm trạng thay đổi
- 삶 cuộc sống
- 느끼다 cảm nhận, cảm thấy

Bạn hãy tái diễn lại tình huống vừa hỏi vừa trả lời đúng với tình huống được đưa ra, tưởng tượng như trong tình huống đó có đối tượng giao tiếp.

🎧 02-29

Q2. 그룹과 연습할 때 무엇을 하고 그 이후엔 무엇을 하나요? 연습 순서를 이야기해 주세요.

Khi luyện tập với nhóm, bạn thường làm gì và sau đó thì làm gì? Hãy nói về trình tự luyện tập.

저의 노래 연습 순서에 관해 말씀드리자면, 저는 음악 동아리에서 매주 수요일과 토요일에 1시간씩 노래 연습을 합니다. 연습이 시작되면 우리는 호흡 연습으로 워밍업을 합니다. 호흡 연습은 목소리의 높이와 성량을 더 잘 조절할 수 있게 해 줍니다. 다음으로 음악을 들으면서 멜로디를 외웁니다. 노래의 멜로디를 몇 번 들은 후, 우리는 노래를 작은 파트로 나누어 연습합니다. 마지막으로 각 파트를 잘 부르면 전곡을 여러 번 부릅니다. 제 생각에는 노래 연습은 어렵고 힘들지만 연습하다 보면 노래 실력이 꽤 늘 거라고 생각합니다.

Nếu nói về trình tự luyện tập hát của tôi, thì tôi thường tập hát ở câu lạc bộ âm nhạc vào thứ Tư và thứ Bảy hàng tuần trong 1 tiếng. Khi bắt đầu luyện tập, chúng tôi sẽ khởi động bằng bài tập thở. Bài tập thở giúp điều chỉnh tốt hơn cao độ và âm lượng của giọng hát. Tiếp theo, chúng tôi vừa nghe nhạc vừa học thuộc giai điệu. Sau khi nghe vài lần giai điệu của bài hát, chúng tôi chia bài hát thành các phần nhỏ và luyện tập. Cuối cùng, sau khi đã hát tốt từng phần thì chúng tôi sẽ hát cả bài hát vài lần. Tôi nghĩ việc tập hát tuy khó và vất vả nhưng nếu luyện tập liên tục thì khả năng hát sẽ tiến bộ đáng kể.

Từ vựng

- 호흡 thở, hô hấp
- 워밍업을 하다 khởi động
- 높이 cao độ
- 성량 âm lượng, thanh lượng
- 조절하다 điều chỉnh
- 외우다 học thuộc
- 파트 phần

- 나누다 chia
- 전곡 cả bài hát
- 여러 번 vài lần
- 실력 khả năng
- 꽤 đáng kể, khá
- 늘다 tiến bộ, tăng

Q3. 노래를 좋아하게 된 계기가 무엇인가요? 노래를 좋아하게 한 사람은 누구였나요?
누가 노래를 가르쳐 줬나요?

Động cơ nào khiến cho bạn thích hát? Ai đã khiến cho bạn thích hát? Ai đã dạy hát cho bạn?

제가 노래를 좋아하게 된 계기에 관해 말씀드리자면, 제가 어렸을 때, 저의 부모님은 저에게 MP3 플레이어를 생일선물로 주셨습니다. 저는 음악을 듣기 시작했고 그 안에 저장된 노래들의 멜로디에 빠져들면서 어느새 음악을 따라 흥얼거리기 시작했습니다. 부모님은 저의 그런 모습을 보고 제가 정말 노래를 잘 부른다며, 원한다면 보컬 학원에서 창법을 배우라고 하셨습니다. 하지만 저는 스스로 독학하기로 결정했습니다. 매일 TV에 나오는 음악 프로그램을 보면서 노래를 따라 불렀습니다. 그리고 대학에 들어간 후에는 음악 동아리 활동을 하면서 선배와 친구들에게 많이 배웠습니다.

Nếu nói về dấu mốc mà tôi trở nên thích âm nhạc thì khi tôi còn nhỏ, tôi đã được bố mẹ tặng quà sinh nhật là một chiếc máy MP3. Tôi đã bắt đầu nghe nhạc và đắm chìm vào giai điệu của các bài hát được lưu trong đó rồi từ lúc nào đó bắt đầu nghêu ngao theo nhạc. Bố mẹ tôi nhìn thấy hình ảnh đó của tôi và đã nói với tôi là tôi hát rất tốt, nếu tôi muốn thì tôi có thể học kỹ thuật hát ở trung tâm thanh nhạc. Nhưng tôi đã quyết định tự học hát trước. Mỗi ngày tôi đã vừa xem chương trình âm nhạc trên tivi vừa hát theo. Và sau khi vào đại học thì tôi đã hoạt động ở câu lạc bộ âm nhạc và học nhiều từ các anh chị khóa trên và bạn bè.

Từ vựng

□ 계기 dấu mốc, động cơ, bước ngoặt
□ 저장 lưu
□ 빠져들다 đắm chìm
□ 흥얼거리다 nghêu ngao, ngân nga
□ 모습 hình ảnh
□ 보컬 학원 trung tâm thanh nhạc

□ 창법 kỹ thuật hát, cách hát
□ 스스로 tự
□ 결정하다 quyết định
□ 프로그램 chương trình
□ 대학에 들어가다 vào đại học

Đây là những mẫu câu đa dạng và hữu ích liên quan đến chủ đề. Bạn hãy đánh dấu những câu phù hợp với bản thân và thử tạo nên câu chuyện thú vị của riêng mình.

☐ Tôi đã bắt đầu học hát ở trung tâm thanh nhạc.

저는 보컬 학원에서 노래를 배우기 시작했습니다.

☐ Khi lần đầu tiên xem biểu diễn âm nhạc trên tivi tôi thấy rất thú vị.

TV에서 처음으로 음악 공연을 봤을 때 매우 재미있게 느껴졌습니다.

☐ Người đầu tiên dạy hát cho tôi là mẹ của tôi.

저에게 노래를 처음 가르쳐 준 사람은 저의 엄마였습니다.

☐ Tôi đã học hát một mình.

저는 노래를 독학했습니다.

☐ Nếu nghe nhạc thì tôi thường nghêu ngao theo giai điệu.

저는 노래를 들으면 멜로디를 따라 흥얼거립니다.

☐ Tôi không thể quên được lần đầu tiên đi hát karaoke với bạn.

저는 친구와 같이 노래방에 처음 갔을 때를 잊을 수 없습니다.

☐ Tôi thường uống một cốc nước ấm trước khi tập hát.

저는 노래를 연습하기 전에 보통 따뜻한 물 한 잔을 마십니다.

☐ Tôi hát kém và thường bị lỡ nhịp.

저는 노래를 잘 못하고 자주 박자를 놓칩니다.

Hãy đánh dấu các câu trả lời phù hợp với bản thân. ☑

☐ Tôi đã bắt đầu học hát ở trung tâm thanh nhạc vì đam mê với âm nhạc.

저는 음악에 대한 열정 때문에 보컬학원에서 노래를 배우기 시작했습니다.

☐ Khi lần đầu tiên xem biểu diễn âm nhạc trên tivi, tôi thấy rất thú vị và muốn mình cũng có thể hát tốt như thế.

TV에서 처음으로 음악 공연을 봤을 때 매우 재미있게 느껴졌고 그렇게 노래를 잘 했으면 했습니다.

☐ Mẹ tôi đã dạy cho tôi hát các bài hát thiếu nhi từ khi tôi còn bé.

엄마는 제가 어렸을 때부터 저에게 동요 부르는 것을 가르쳐 주었습니다.

☐ Tôi đã tự học hát nên tôi hát theo cảm nhận.

저는 노래를 독학했기 때문에 느낌대로 노래합니다.

☐ Nếu nghe nhạc thì tôi thường nghêu ngao theo giai điệu một cách vô thức.

노래를 들으면 저도 모르게 멜로디를 따라 흥얼거립니다.

☐ Tôi không thể quên được cảm giác lần đầu tiên hát bài hát mà tôi thích ở phòng karaoke.

저는 처음으로 노래방에서 제가 좋아하는 노래를 부른 느낌을 잊을 수 없습니다.

☐ Vì nghe nói nếu uống một cốc nước ấm trước khi tập hát thì tốt cho cổ họng nên tôi đang làm như thế.

저는 노래를 연습하기 전에 따뜻한 물 한 잔을 마시면 목에 좋다고 들었기 때문에 그렇게 하고 있습니다.

☐ Người Việt Nam có câu hát hay không bằng hay hát.

베트남 사람들은 노래를 잘 하는 것보다 자주 하는 것이 더 낫다고 합니다.

Nấu ăn

Trước khi trả lời câu hỏi liên quan, hãy nhớ lại các từ vựng trọng tâm và sắp xếp nội dung câu trả lời trong đầu.

Q 설문지에 요리하는 것을 좋아한다고 표시했습니다. 요리를 자주 하나요? 보통 언제 요리를 하나요? 어떤 요리하는 것을 좋아하나요? 보통 누구를 위해 요리를 하나요?

Bạn đã nói trong bản khảo sát là bạn thích nấu ăn. Bạn có thường nấu ăn không? Bạn thường nấu ăn khi nào? Bạn thích nấu món ăn nào? Bạn thường nấu ăn cho ai?

 Từ vựng gợi nhớ

취미 sở thích
평일 ngày thường
주말 cuối tuần

국수 món mì, phở, bún
월남쌈
món cuốn kiểu Việt Nam
볶음밥 cơm rang
베트남 음식 món ăn Việt Nam
아이스크림 kem

가족을 위한 요리
nấu ăn cho gia đình
맛있게 먹는 모습
hình dáng ăn ngon miệng
행복과 즐거움
hạnh phúc và niềm vui

Các dạng câu hỏi khác

🎧 02-32

Khi thi OPIc, việc hiểu nhanh các câu hỏi và trả lời là quan trọng nhất. Đối với các câu hỏi quen thuộc, bạn càng phải bình tĩnh và trả lời một cách tự nhiên. Hãy liên tục làm quen và luyện tập các dạng câu hỏi liên quan đến chủ đề.

1. 저는 요리 레시피에 대해 알고 싶습니다. 좋아하는 요리 중 하나의 레시피를 자세히 알려 주세요.

   Tôi muốn biết về công thức nấu ăn. Hãy cho tôi biết chi tiết công thức của một món ăn mà bạn thích.

2. 요리할 때 가장 기억에 남는 경험에 대해 이야기해 주세요. 그 경험은 새로운 레시피를 시도했을 때, 음식이 타거나 맛이 좋지 않아서 실패했을 수도 있습니다. 그 경험에 대해 자세히 이야기해 주세요. 어떻게 해결했나요?

   Hãy nói về kinh nghiệm mà bạn nhớ nhất khi nấu ăn. Kinh nghiệm đó có thể là thất bại khi thử một công thức nấu ăn mới do món ăn bị cháy hoặc do vị món ăn không ngon. Hãy nói cho tôi nghe chi tiết về kinh nghiệm đó. Bạn đã xử lý thế nào?

3. 설문지에 요리하는 것을 좋아한다고 표시했습니다. 요리하는 것을 어떻게 좋아하게 되었나요? 어떻게 요리를 배웠나요? 요리를 배우는 과정에 대해 이야기해 주세요.

   Bạn đã nói trong bản khảo sát là bạn thích nấu ăn. Bạn trở nên thích nấu ăn như thế nào? Bạn đã học nấu ăn thế nào? Hãy nói cho tôi nghe về quá trình học nấu ăn của bạn.

4. 가장 최근에 했던 요리법에 대해 이야기해 주세요. 그 요리를 하기 위해 어떤 재료를 준비해야 하나요? 요리하기 전에 무엇을 준비해야 하나요? 자세히 이야기해 주세요.

   Hãy nói về cách nấu một món ăn mà gần đây nhất mà bạn đã nấu. Để nấu món ăn đó thì phải chuẩn bị các nguyên liệu nào? Bạn phải chuẩn bị gì trước khi nấu? Hãy nói cho tôi nghe chi tiết.

5. 귀하 나라의 음식들은 다른 나라의 음식과 무엇이 다른지 이야기해 주세요. 귀하 나라의 음식과 다른 나라의 음식을 비교해서 유사한 점과 차이점에 대해 이야기해 주세요.

   Hãy nói cho tôi biết ẩm thực của nước của bạn có gì khác với ẩm thực của các nước khác. Hãy so sánh và nói về điểm giống và khác nhau của ẩm thực nước bạn và quốc gia khác.

Hãy học rồi ứng dụng các ngữ pháp và cấu trúc tiếng Hàn Quốc vào câu trả lời. Thông qua quá trình này, khả năng diễn đạt và tạo câu của bạn sẽ tiến bộ hơn.

● −아/어/여 놓다 : ~ để đó, để sẵn

Là ngữ pháp đứng sau động từ, thể hiện ý nghĩa là dù hành động ở phía trước kết thúc thì kết quả của hành động đó vẫn đang được tiếp tục duy trì-kéo dài-bảo tồn.

Loại từ (품사)	Thân từ (어간)	Hình thức sử dụng (사용 형태)	Ví dụ (예시)
동사 (동사)	어간 'ㅏ, ㅗ'	−아 놓다	찾아 놓다 (tìm sẵn), 모아 놓다 (gom để sẵn)
	어간 'ㅏ, ㅗ' 이외	−어 놓다	만들어 놓다 (làm sẵn), 열어 놓다 (mở để đó)
	어간 '하'	−해 놓다	준비해 놓다 (chuẩn bị sẵn), 구매해 놓디 (mua để sẵn)

저는 아침부터 요리 재료를 준비해 놓았습니다.

Tôi đã chuẩn bị nguyên liệu nấu ăn để sẵn từ sáng.

창문을 열어 놓는 게 좋겠습니다.

Nên mở cửa sổ để đó.

● −도록 : để, đến, cả

Mục đích sử dụng như sau :
① Thể hiện mục đích, tiêu chuẩn hoặc lí do cho hành vi xuất hiện ở phía sau.
② Thể hiện phương thức hoặc mức độ của hành vi xuất hiện ở vế sau.
③ Thể hiện giới hạn của thời gian.

저는 오픽 시험에 합격할 수 있도록 열심히 공부하겠습니다.   (mục đích của hành vi)

Tôi sẽ học chăm chỉ để có thể đỗ kì thi OPIc.

어제 친구와 노래방에 가서 목이 쉬도록 노래를 불렀습니다.   (mức độ của hành vi)

Hôm qua tôi đã đi karaoke với bạn và hát đến khản cổ.

어제 밤새도록 공부해서 오늘 너무 피곤합니다.   (giới hạn của thời gian)

Hôm qua tôi đã học cả đêm nên hôm nay mệt quá.

Ứng dụng câu trả lời theo hình thức combo và đưa ra câu trả lời mẫu cho từng câu hỏi.

🎧 02-33

Q1. 설문지에 요리하는 것을 좋아한다고 표시했습니다. 요리를 자주 하나요? 보통 언제 요리를 하나요? 어떤 요리하는 것을 좋아하나요? 보통 누구를 위해 요리를 하나요?

Bạn đã nói trong bản khảo sát là bạn thích nấu ăn. Bạn có thường nấu ăn không? Bạn thường nấu ăn khi nào? Bạn thích nấu món ăn nào? Bạn thường nấu ăn cho ai?

요리는 제 취미 중 하나입니다. 저는 평일에는 여러 가지 일로 바쁘기 때문에 보통 주말에 가족을 위한 요리를 합니다. 주로 국수, 월남쌈, 볶음밥 등 베트남 음식을 만듭니다. 그밖에 빵이나 아이스크림 또는 과일주스도 만듭니다. 가족들이 시간과 노력을 들여 요리한 제 음식을 맛있게 먹는 것을 보면 모든 피로가 사라지는 것 같습니다. 요리는 저에게 삶의 스트레스를 잊게 해주고 행복과 즐거움을 느끼게 해주는 고마운 취미인 것 같습니다.

Nấu ăn là một trong những sở thích của tôi. Vì vào ngày thường tôi bận nhiều việc nên thường thì tôi nấu ăn vào cuối tuần cho gia đình của tôi. Tôi chủ yếu nấu các món Việt Nam như món mì, gỏi cuốn, cơm rang v.v. Ngoài ra tôi cũng làm bánh hoặc kem hoặc nước hoa quả. Khi nhìn các thành viên gia đình ăn ngon miệng món ăn mà tôi đã dành thời gian và công sức để nấu thì mọi mệt mỏi dường như biến mất. Nấu ăn có lẽ là sở thích đáng biết ơn đối với tôi, giúp tôi quên đi căng thẳng của cuộc sống và giúp tôi cảm nhận được hạnh phúc cũng như niềm vui.

Từ vựng

- □ 평일 ngày thường
- □ 시간과 노력을 들이다 dành thời gian và công sức
- □ 피로 mệt mỏi
- □ 사라지다 biến mất
- □ 스트레스 căng thẳng, stress
- □ 잊다 quên đi, quên

Bạn hãy tái diễn lại tình huống vừa hỏi vừa trả lời đúng với tình huống được đưa ra, tưởng tượng như trong tình huống đó có đối tượng giao tiếp.

🎧 **02-34**

Q2. 저는 요리 레시피에 대해 알고 싶습니다. 좋아하는 요리 중 하나의 레시피를 자세히 알려 주세요.

Tôi muốn biết về công thức nấu ăn. Hãy cho tôi biết chi tiết công thức của một món ăn mà bạn thích.

제가 좋아하는 요리 중 하나인 월남쌈 만드는 방법을 말씀드리겠습니다. 월남쌈을 만드는 재료는 삼겹살이나 돼지 다리살, 새우, 분(쌀로 만든 국수), 라이스페이퍼, 상추, 향채(고수), 부추 등의 채소들이 필요합니다. 우선, 고기, 새우 그리고 채소를 깨끗한 물로 여러 번 씻습니다. 그 후, 돼지고기는 삶아서 얇게 썰고 새우는 삶아서 껍질을 벗겨 놓습니다. 이어서 접시에 라이스페이퍼를 올리고 물에 적신 후 채소와 분, 고기, 새우, 부추 등을 올리고 돌돌 맙니다. 마지막으로 새콤달콤한 마늘 칠리소스를 만들고 맛있게 먹으면 됩니다.

Tôi sẽ nói về phương pháp làm gỏi cuốn, một trong những món ăn mà tôi thích. Nguyên liệu để làm gỏi cuốn là thịt ba chỉ hoặc thịt chân giò lợn, tôm, bún, bánh tráng và các loại rau sống như xà lách, rau mùi (ngò), hẹ v.v. Trước tiên, rửa thịt, tôm và rau sống nhiều lần bằng nước sạch. Sau đó, luộc thịt lợn rồi thái mỏng, tôm thì luộc rồi lột vỏ để đó. Tiếp theo, đặt bánh tráng lên đĩa, làm ướt bánh tráng trong nước rồi cho một ít rau sống cùng với bún, thịt, tôm, hẹ v.v vào rồi cuộn chắc. Cuối cùng làm nước mắm tỏi ớt chua ngọt rồi thưởng thức là được.

Từ vựng

- 삼겹살 thịt ba chỉ
- 돼지 다리살 thịt chân giò lợn
- 라이스페이퍼 bánh tráng
- 상추 xà lách
- 향채(고수) rau mùi (ngò)
- 부추 hẹ

- 우선 trước tiên
- 그 후 sau đó
- 얇게 mỏng
- 썰다 thái
- 이어서 tiếp theo
- 마지막으로 cuối cùng

Q3. 요리할 때 가장 기억에 남는 경험에 대해 이야기해 주세요. 그 경험은 새로운 레시피를 시도했을 때, 음식이 타거나 맛이 좋지 않아서 실패했을 수도 있습니다. 그 경험에 대해 자세히 이야기해 주세요. 어떻게 해결했나요?

Hãy nói về kinh nghiệm mà bạn nhớ nhất khi nấu ăn. Kinh nghiệm đó có thể là thất bại khi thử một công thức nấu ăn mới do món ăn bị cháy hoặc do vị món ăn không ngon. Hãy nói cho tôi nghe chi tiết về kinh nghiệm đó. Bạn đã xử lý thế nào?

제가 요리를 실패했던 경험을 말씀드리자면, 일주일 전 집에서 베트남 반미를 요리할 때였습니다. 유튜브에서 찾은 반미 레시피대로 반죽을 한 다음 빵 몇 개를 빚어서 오븐에 넣었습니다. 빵이 구워진 후에 가족들과 함께 먹어봤는데 맛이 너무 없었습니다. 식당에서 먹었던 빵만큼 빵 껍질이 바삭하지도 않았고 맛도 이상했습니다. 저는 무엇이 잘못된 건지 찾기 위해 사용했던 재료들을 다시 꼼꼼히 확인해 보니, 반죽할 때 버터와 소금을 넣지 않았던 것을 발견했습니다! 이후에 다시 구운 빵은 가족들도 맛있게 잘 먹었고 다음 주에 다시 먹고 싶다며 좋아했습니다. 아무래도 더 맛있게 만들 수 있도록 다른 레시피들을 더 찾아봐야 할 것 같습니다.

Nếu nói về kinh nghiệm nấu ăn thất bại thì một tuần trước, tôi đã thử làm món bánh mì Việt Nam ở nhà. Sau khi nhào bột theo công thức bánh mì tìm được trên YouTube, tôi nặn vài chiếc và cho vào lò nướng. Sau khi bánh mì được nướng chín, tôi và gia đình đã cùng nhau ăn thử nhưng bánh mì không ngon gì cả. Vỏ bánh thì không giòn như bánh mì tôi đã ăn ở quán ăn và vị cũng lạ. Tôi kiểm tra kĩ lại các nguyên liệu đã sử dụng để tìm xem vấn đề nằm ở đâu và phát hiện ra tôi đã không cho bơ và muối vào bột khi nhào! Sau đó các thành viên gia đình đã ăn ngon miệng những chiếc bánh được nướng lại và nói tuần sau muốn ăn nữa và đều rất thích. Dù sao đi nữa tôi nghĩ tôi phải tìm công thức khác để có thể làm ngon hơn.

Từ vựng

□ 레시피 công thức (nấu ăn)
□ 반죽을 하다 nhào bột
□ 빚다 nặn
□ 오븐 lò nướng
□ 구워지다 được nướng chín

□ 껍질 vỏ
□ 바삭하다 giòn
□ 꼼꼼하다 kĩ, kĩ lưỡng
□ 버터 bơ
□ 소금 muối

Đây là những mẫu câu đa dạng và hữu ích liên quan đến chủ đề. Bạn hãy đánh dấu những câu phù hợp với bản thân và thử tạo nên câu chuyện thú vị của riêng mình.

☐ Tôi thích nấu ăn nhưng tôi nấu không ngon lắm.

저는 요리를 좋아하지만 잘하지는 않습니다.

☐ Mẹ tôi đã dạy tôi nấu các món ăn đơn giản từ khi tôi còn bé.

엄마는 제가 어렸을 때부터 간단한 요리를 가르쳐 주었습니다.

☐ Tôi đã học nấu ăn thông qua internet từ khi bắt đầu sống một mình.

혼자 살기 시작했을 때부터 인터넷으로 요리를 배웠습니다.

☐ Tôi đã học nấu ăn ở trung tâm nấu ăn gần nhà.

저는 집 근처에 있는 요리학원에서 요리를 배웠습니다.

☐ Món ăn mà tôi nấu ngon nhất là 'Hủ tiếu'.

제가 가장 맛있게 하는 요리는 '후띠에우'입니다.

☐ Nguyên liệu chính của phở là thịt bò.

'퍼'의 주재료는 소고기입니다.

☐ Mỗi lần nấu ăn tôi thường nhớ đến mẹ tôi.

저는 요리할 때마다 엄마 생각이 납니다.

☐ Khi nấu ăn, việc điều chỉnh lửa không dễ.

요리할 때 불 조절하는 것은 쉽지 않습니다.

Hãy đánh dấu các câu trả lời phù hợp với bản thân. ☑

☐ Vì tôi không sử dụng gia vị nên nấu không ngon lắm.

저는 조미료를 안 쓰기 때문에 맛있게 하지 못합니다.

☐ Mẹ đã dạy tôi nấu các món ăn đơn giản từ khi tôi còn bé nên tôi nấu ăn giỏi.

제가 어렸을 때부터 엄마가 간단한 요리를 가르쳐 주었기 때문에 요리를 잘 합니다.

☐ Tôi đã học nấu ăn thông qua internet khi bắt đầu sống một mình và đã thất bại rất nhiều lần.

혼자 살기 시작하면서 인터넷으로 요리를 배웠고 수많은 실패를 했었습니다.

☐ Tôi đã học nấu ăn ở trung tâm nấu ăn gần nhà nhưng vẫn không thể nấu giỏi.

저는 집 근처에 있는 요리학원에서 요리를 배웠지만 여전히 잘 하지 못합니다.

☐ Món ăn mà tôi nấu ngon nhất là Phở, món ăn mà rất nhiều người Việt Nam thích.

제가 가장 맛있게 하는 요리는 많은 베트남 사람이 좋아하는 '퍼'입니다.

☐ Nguyên liệu của món phở là thịt bò, hành lá, hành tây, lá nguyệt quế và quế.

'퍼'의 재료는 소고기, 쪽파, 양파, 월계수잎 그리고 계피입니다.

☐ Mỗi lần nấu ăn, tôi thường nhớ đến các món ăn mà mẹ dành thời gian và công sức nấu.

저는 요리할 때마다 엄마가 시간과 노력을 들여서 해주신 요리가 생각납니다.

☐ Việc quan trọng nhất khi nấu ăn là chọn nguyên liệu tươi và điều chỉnh lửa phù hợp.

요리할 때 가장 중요한 것은 신선한 재료를 고르고 적절한 불 조절을 하는 것입니다.

Nuôi thú cưng

Trước khi trả lời câu hỏi liên quan, hãy nhớ lại các từ vựng trọng tâm và sắp xếp nội dung câu trả lời trong đầu.

Q 설문지에 애완동물을 키운다고 표시했습니다. 애완동물에 대해 이야기해 주세요. 애완동물은 어떤 동물이고 어떻게 생겼나요? 애완동물이 따로 사는 공간이 있나요?

Bạn đã cho biết trong bản khảo sát là bạn có nuôi thú cưng. Hãy kể cho tôi nghe về thú cưng bạn nuôi. Nó là loài động vật gì và trông như thế nào? Thú cưng của bạn có chỗ ở riêng không?

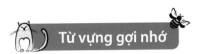 **Từ vựng gợi nhớ**

치와와 Chihuahua

털이 적다 ít lông

큰 눈 mắt to

웃는 듯한 얼굴 khuôn mặt như đang cười

식탐이 많다 háu ăn

착하다 hiền

애교 있다
đáng yêu, nũng nịu

신기한 행동
hành động ngộ nghĩnh

강아지만을 위한 공간
không gian dành riêng cho cún con

강아지용 화장실
nhà vệ sinh cho cún con

매트리스 nệm

장난감 đồ chơi

Khi thi OPIc, việc hiểu nhanh các câu hỏi và trả lời là quan trọng nhất. Đối với các câu hỏi quen thuộc, bạn càng phải bình tĩnh và trả lời một cách tự nhiên. Hãy liên tục làm quen và luyện tập các dạng câu hỏi liên quan đến chủ đề.

1. 애완동물을 어떻게 돌봐 주는지 이야기해 주세요. 애완동물을 위해 매일, 매주 혹은 매월 무엇을 하나요?

   Hãy kể cho tôi nghe bạn chăm sóc thú cưng như thế nào. Bạn làm gì cho thú cưng hàng ngày, hàng tuần, hàng tháng?

2. 애완동물을 처음으로 키웠던 때를 떠올려 보세요. 첫 주는 어땠나요? 애완동물은 새로운 곳에 와서 어떻게 반응했나요?

   Hãy nhớ lại khoảng thời gian đầu khi bạn nuôi thú cưng. Tuần lễ đầu như thế nào? Thú cưng của bạn phản ứng như thế nào khi đến chỗ ở mới?

3. 설문지에 애완동물을 키운다고 표시했습니다. 애완동물을 묘사해 주세요.

   Bạn đã cho biết trong bản khảo sát là bạn nuôi thú cưng. Hãy miêu tả về thú cưng của bạn.

4. 애완동물의 장점과 단점은 무엇이라고 생각하나요? 애완동물의 어떤 행동을 좋아하나요? 애완동물을 위해 무엇을 하나요? 자세히 이야기해 주세요.

   Bạn nghĩ ưu điểm và nhược điểm của thú cưng là gì? Bạn thích hành động nào của thú cưng? Bạn làm gì cho thú cưng của bạn? Hãy nói chi tiết.

5. 귀하는 애완동물을 키운 후 어떻게 달라졌나요? 애완동물을 키우기 전과 후의 달라진 점에 대해 이야기해 주세요.

   Bạn đã trở nên khác như thế nào sau khi nuôi thú cưng? Hãy nói cho tôi nghe điểm khác nhau của bạn trước và sau khi nuôi thú cưng.

Hãy học rồi ứng dụng các ngữ pháp và cấu trúc tiếng Hàn Quốc vào câu trả lời. Thông qua quá trình này, khả năng diễn đạt và tạo câu của bạn sẽ tiến bộ hơn.

● –는 편이다 : thuộc diện, thuộc dạng

Là ngữ pháp đứng sau động từ, tính từ, thể hiện một sự việc thường gần với hoặc thuộc về một mặt nào đó. Thường thể hiện sự phán đoán chủ quan của cá nhân và nếu phía trước '–는 편이다' là động từ thì phải có trạng từ bổ nghĩa cho động từ câu văn mới tự nhiên.

Phân biệt (구분)	Hình thức (형식)
Động từ (동사)	–는 편
Tính từ (형용사)	Có phụ âm đuôi : –은 편 Không có phụ âm đuôi : –ㄴ 편

제 강아지는 털이 많은 편입니다.
Chú cún con của tôi thuộc diện nhiều lông.

저는 돈을 많이 쓰는 편입니다.
Tôi thuộc dạng tiêu nhiều tiền.

● –만큼 : bằng, như

Ngữ pháp này thể hiện nội dung ở vế sau tỉ lệ với nội dung ở vế trước, hoặc thể hiện lượng hay mức độ.

Phân biệt (구분)	Hình thức (형식)	Ví dụ (예시)
Động từ (Hiện tại) 동사 (현재)	–는 만큼	노력하는 만큼 인정을 받습니다. Chúng ta được công nhận bằng với mức nỗ lực.
Động từ (Quá khứ) 동사 (과거)	–ㄴ/은 만큼	노력한 만큼 좋은 결과가 나왔습니다. Kết quả tốt như những gì tôi đã nỗ lực.
Tính từ (형용사)	–ㄴ/은/는 만큼	언니는 얼굴이 예쁜 만큼 성격도 좋습니다. Tính cách của chị cũng tốt như khuôn mặt xinh đẹp của chị. 그 영화는 재미없는 만큼 인기도 없습니다. Bộ phim đó chẳng được yêu thích, như mức độ nhạt nhẽo của nó vậy.
Danh từ (명사)	–만큼	강아지만큼 귀여운 것은 없습니다. Không có gì dễ thương bằng cún con.

Ứng dụng câu trả lời theo hình thức combo và đưa ra câu trả lời mẫu cho từng câu hỏi.

🎧 02-38

Q1. 설문지에 애완동물을 키운다고 표시했습니다. 애완동물에 대해 이야기해 주세요. 애완동물은 어떤 동물이고 어떻게 생겼나요? 애완동물이 따로 사는 공간이 있나요?

Bạn đã cho biết trong bản khảo sát là bạn có nuôi thú cưng. Hãy kể cho tôi nghe về thú cưng bạn nuôi. Nó là loài động vật gì và trông như thế nào? Thú cưng của bạn có chỗ ở riêng không?

저는 치와와 종의 강아지를 키우고 있는데, 지난달에 한 살이 되었습니다. 제 강아지는 털이 적고 큰 눈과 항상 웃는 듯한 얼굴을 가지고 있습니다. 제 강아지는 식탐이 많은 편이고 제가 주는 거의 모든 음식을 좋아합니다. 성격은 매우 착하며, 애교 있고 신기한 행동을 많이 합니다. 제가 문을 열고 집에 들어갈 때마다 강아지는 거실에서 저를 기다리며 반겨주듯 꼬리를 흔듭니다. 집에는 강아지용 화장실, 매트리스, 장난감 등을 갖춘 강아지만을 위한 공간이 따로 있습니다. 저에게는 제 강아지만큼 사랑스러운 동물은 없는 것 같습니다.

Tôi đang nuôi một chú cún con giống Chihuahua, nó vừa được một tuổi vào tháng trước. Cún con của tôi ít lông, có mắt to và khuôn mặt lúc nào cũng như đang cười. Nó thuộc diện háu ăn và thích hầu hết mọi thức ăn mà tôi cho nó. Tính cách của nó rất hiền, đáng yêu và làm nhiều hành động ngộ nghĩnh. Mỗi khi tôi mở cửa vào nhà, nó luôn ngồi đợi tôi ở phòng khách và vẫy đuôi như chào mừng tôi. Trong nhà có không gian dành riêng cho nó, có khay vệ sinh cho cún con, nệm, đồ chơi v.v. Đối với tôi, không có động vật nào đáng yêu bằng chú cún con của tôi.

- 키우다 nuôi
- 지난달 tháng trước
- 기다리다 đợi, chờ
- 반겨주다 chào mừng
- 꼬리를 흔들다 vẫy đuôi
- 강아지용 화장실 khay vệ sinh cho cún con
- 매트리스 nệm
- 장난감 đồ chơi
- 공간 không gian

Bạn hãy tái diễn lại tình huống vừa hỏi vừa trả lời đúng với tình huống được đưa ra, tưởng tượng như trong tình huống đó có đối tượng giao tiếp.

🎧 02-39

Q2. 애완동물을 어떻게 돌봐 주는지 이야기해 주세요. 애완동물을 위해 매일, 매주 혹은 매월 무엇을 하나요?

Hãy kể cho tôi nghe bạn chăm sóc thú cưng như thế nào. Bạn làm gì cho thú cưng hàng ngày, hàng tuần, hàng tháng?

제 생각에 애완동물을 돌보는 것은 쉽지 않으며, 많은 시간이 소모되기 때문에 동물에 대한 사랑이 없으면 불가능한 것 같습니다. 강아지는 집에만 있으면 쉽게 스트레스를 받기 때문에 저는 매일 저녁 강아지와 함께 산책을 나갑니다. 그리고 매일 두 끼를 먹여주고 화장실을 청소해 줍니다. 주말에는 목욕을 시킨 후에 털을 빗어주기도 합니다. 제 강아지는 혼자 있는 것을 매우 싫어하기 때문에 이틀 이상 집에 혼자 두는 것은 상상도 할 수 없습니다. 강아지를 키우면 외롭지 않아서 좋지만, 제 개인 시간이 줄어드는 것 같아서 조금 아쉽기도 합니다.

Theo tôi, việc chăm sóc thú cưng không dễ và tiêu tốn nhiều thời gian nên nếu không có tình yêu động vật thì không thể làm được. Nếu chỉ ở nhà thì cún con dễ bị căng thẳng nên tôi thường đi dạo với nó vào mỗi tối. Và một ngày tôi cho nó ăn 2 bữa và dọn dẹp khay vệ sinh của nó. Cuối tuần thì tôi tắm rồi sau đó chải lông cho nó. Chú cún con của tôi cực kì không thích ở một mình nên việc để nó ở nhà một mình trên 2 ngày đến tưởng tượng thôi cũng không thể. Nếu nuôi cún con thì không còn cô đơn nên tôi thấy thích nhưng có vẻ như thời gian cá nhân của tôi bị rút ngắn đi nên hơi tiếc một chút.

Từ vựng

- 애완동물 thú cưng
- 돌보다 chăm sóc
- 소모되다 tiêu tốn
- 동물에 대한 사랑 tình yêu động vật
- 불가능하다 không thể làm được, không có khả năng
- 끼니, 식사 bữa
- 청소하다 dọn dẹp

- 혼자 một mình
- 이틀 2 ngày
- 상상도 할 수 없다 tưởng tượng thôi cũng không thể
- 외롭다 cô đơn
- 개인 시간 thời gian cá nhân
- 아쉽다 tiếc, tiếc rẻ, tiếc nuối

Q3. 애완동물을 처음으로 키웠던 때를 떠올려 보세요. 첫 주는 어땠나요? 애완동물은 새로운 곳에 와서 어떻게 반응했나요?

Hãy nhớ lại khoảng thời gian đầu khi bạn nuôi thú cưng. Tuần lễ đầu như thế nào? Thú cưng của bạn phản ứng như thế nào khi đến chỗ ở mới?

저는 작년 봄부터 우연한 계기로 강아지를 처음 키우게 되었습니다. 애완동물을 키우는 것은 처음이었기 때문에 많이 낯설었습니다. 강아지가 저희 집에 처음 온 날은 먹지도 마시지도 않고 거실에 있는 소파 밑으로 숨기만 했었습니다. 둘째 날에는 소파에서 나와 집의 모든 방을 구경하러 돌아다니며 제가 준 음식을 먹었습니다. 셋째 날에는 저를 따라 총총 뛰어다니며 함께 공놀이를 하기 시작했습니다. 다행히도 넷째 날부터는 더 활발해졌고 제가 훈련시키는 것을 매우 빨리 배웠으며 첫날처럼 수줍어하지도 않았습니다. 강아지가 새로운 장소에 빠르게 적응한 덕분에 저는 강아지를 더 쉽고 편하게 돌볼 수 있었습니다.

Từ mùa xuân năm trước, tôi đã nuôi cún con lần đầu tiên nhờ vào một dịp tình cờ. Đó là lần đầu tiên tôi nuôi thú cưng nên đã rất bỡ ngỡ. Ngày đầu khi cún con về nhà tôi, nó đã không ăn và uống mà chỉ trốn ở dưới ghế sofa trong phòng khách. Ngày thứ hai thì nó bắt đầu ra khỏi ghế sofa rồi đi loanh quanh tham quan tất cả các phòng trong nhà và ăn những thức ăn mà tôi cho nó. Ngày thứ ba thì nó bắt đầu chạy quanh lon ton theo tôi và chơi bóng với tôi. May mắn là từ ngày thứ tư thì nó trở nên hoạt bát hơn, học những cái tôi huấn luyện rất nhanh và không còn nhút nhát như ngày đầu tiên nữa. Nhờ cún con thích ứng nơi ở mới nhanh chóng mà tôi có thể chăm sóc cho nó một cách dễ dàng và thoải mái hơn.

Từ vựng

- 처음 lần đầu tiên
- 낯설다 bỡ ngỡ
- 숨다 trốn
- 구경하다 tham quan
- 돌아다니다 đi loanh quanh
- 총총 lon ton
- 뛰어다니다 chạy quanh
- 공놀이를 하다 chơi bóng
- 활발하다 hoạt bát
- 훈련시키다 huấn luyện
- 수줍다, 수줍어하다 nhút nhát
- 장소 nơi, địa điểm
- 적응하다 thích ứng
- 편하다 thoải mái

Đây là những mẫu câu đa dạng và hữu ích liên quan đến chủ đề. Bạn hãy đánh dấu những câu phù hợp với bản thân và thử tạo nên câu chuyện thú vị của riêng mình.

☐ Từ khi nuôi cún con thì tôi đã trở nên bận rộn hơn.

저는 강아지를 키우기 시작했을 때부터 많이 바빠졌습니다.

☐ Tôi tiết kiệm tiền để mua đồ chơi cho thú cưng của tôi.

저는 애완동물에게 장난감을 사주기 위해 돈을 아꼈습니다.

☐ Cún con của tôi thích ngồi trước cửa sổ.

제 강아지는 창문 앞에 앉는 것을 좋아합니다.

☐ Cún con của tôi thích xem các chương trình tivi cho động vật.

제 강아지는 동물을 위한 TV 프로그램 보는 것을 좋아합니다.

☐ Tôi đang nuôi một con mèo trắng rất đẹp.

저는 매우 아름다운 하얀 고양이를 키우고 있습니다.

☐ Con mèo của tôi thích tắm bằng nước ấm.

제 고양이는 따뜻한 물로 목욕하는 것을 좋아합니다.

☐ Con mèo của tôi thích được tôi ôm trong lòng.

제 고양이는 제 품에 안기는 것을 좋아합니다.

☐ Dạo này ở Việt Nam có nhiều dịch vụ dành cho thú cưng.

요즘 베트남에는 애완동물을 위한 서비스가 많이 있습니다.

Hãy đánh dấu các câu trả lời phù hợp với bản thân. ☑

☐ Từ khi nuôi cún con thì tôi dành nhiều thời gian chơi với nó.

저는 강아지를 키우기 시작했을 때부터 강아지와 함께 노는 데 많은 시간을 보냅니다.

☐ Trước đây tôi thường tiêu tiền tiết kiệm để mua quần áo nhưng bây giờ thì để mua đồ chơi cho thú cưng của tôi.

전에는 옷을 사기 위해 돈을 아껴 썼지만 지금은 애완동물에게 장난감을 사주기 위해 돈을 아껴 씁니다.

☐ Cún con của tôi thích ngồi trước cửa sổ ngắm cảnh và người bên ngoài.

제 강아지는 창문 앞에 앉아서 밖의 경치와 사람 구경하는 것을 좋아합니다.

☐ Cún con của tôi thích xem các chương trình tivi cho động vật và nếu tôi tắt tivi thì nó sẽ sủa.

제 강아지는 동물을 위한 TV 프로그램 보는 것을 좋아하고 제가 TV를 끄면 짖습니다.

☐ Tôi đang nuôi một con mèo trắng rất lanh lợi và đẹp.

저는 매우 영리하고 아름다운 하얀 고양이를 키우고 있습니다.

☐ Con mèo của tôi thích được sấy lông bằng máy sấy sau khi tắm với nước ấm.

máy sấy → 드라이기   sấy lông 털을 말리다

제 고양이는 따뜻한 물로 목욕한 후에 드라이기로 털을 말려주는 것을 좋아합니다.

☐ Con mèo của tôi nằm yên ngoan ngoãn khi tôi ôm nó trong lòng.

제 고양이는 제가 품에 안아줄 때 얌전히 누워서 안깁니다.

☐ Dạo này ở Việt Nam các dịch vụ dành cho thú cưng rất phát triển.

요즘 베트남에는 애완동물을 위한 서비스가 매우 발달되어 있습니다.

Chương

6

Thể dục thể thao (운동)

Mục tiêu học tập
Xu hướng ra đề

Trong phần khảo sát, thí sinh phải chọn ít nhất một hạng mục liên quan đến thể dục thể thao. Việc chọn các hạng mục thể thao có liên quan với nhau sẽ mang tính chiến lược. Ví dụ, nếu chọn 'Bóng rổ' có thể chọn cùng với 'Bóng chày' và 'Bóng đá', nếu chọn 'Đi bộ' thì có thể chọn cùng với 'Chạy bộ' hoặc 'Đi bộ đường dài/Leo núi', nếu chọn 'Yoga' thì có thể chọn cùng hạng mục như 'Gym' để có thể chuẩn bị câu trả lời có hệ thống và linh hoạt. Khi chuẩn bị câu trả lời liên quan đến thể thao, nên chuẩn bị nội dung liên quan đến quá trình tập luyện, các vật dụng cần chuẩn bị, cách tập và các mẫu chuyện vui. Vì vậy, việc nắm vững từ vựng liên quan đến từng môn thể thao là quan trọng nhất.

• Bí quyết đạt điểm cao cho từng chủ đề

Bài 1 **Đi bộ/Chạy bộ** (걷기/조깅)	✷ Nói về dấu mốc bắt đầu đi bộ/chạy bộ → tần suất đi bộ/chạy bộ → sự thay đổi sau khi bắt đầu đi bộ/chạy bộ ✷ Nói về hoạt động làm trước và sau khi đi bộ/chạy bộ → những điều đáng nhớ ✷ Miêu tả địa điểm thường đi bộ/chạy bộ → nói về lí do thích hoặc thường đi đến địa điểm đó # Đối với chủ đề đi bộ và chạy bộ, khi chuẩn bị câu trả lời thì chỉ cần thay đổi một ít từ vựng, vì thế nên chọn cả 2 chủ đề này khi trả lời khảo sát. # Nên chuẩn bị cả nội dung về điểm giống và khác nhau khi so sánh với các môn thể thao khác.
Bài 2 **Tập gym** (헬스)	✷ Miêu tả phòng gym ✷ Nói về dấu mốc bắt đầu tập gym → tần suất tập gym → những thay đổi sau khi tập gym → cảm nhận ✷ Nói về những đồ dùng phải chuẩn bị khi tập gym
Bài 3 **Đi xe đạp** (자전거 타기)	✷ Nói về dấu mốc trở nên thích đi xe đạp → tần suất đi xe đạp ✷ Miêu tả xe đạp → mẫu chuyện vui liên quan đến việc đi xe đạp → cảm nhận
Bài 4 **Cầu lông** (배드민턴)	✷ Nói về dấu mốc trở nên thích chơi cầu lông → tần suất chơi cầu lông → thời gian chơi cầu lông ✷ Nói về nơi thường chơi cầu lông ✷ Mẫu chuyện vui, kỉ niệm liên quan đến việc chơi cầu lông → cảm nhận

✻ Đây là các loại hình câu hỏi theo dạng combo thường được ra đề nếu bạn chọn hạng mục tương ứng ở Background Survey. Hãy làm quen với các dạng câu hỏi này và luyện tập để có thể hiểu nhanh ý đồ của câu hỏi.

Nắm bắt nhanh dạng câu hỏi theo từng chủ đề

Bài 1 **Đi bộ/Chạy bộ** (걷기/조깅)	• 설문지에 걷기/조깅을 좋아한다고 표시했습니다. 주로 걷기/조깅하는 장소에 대해 알고 싶습니다. 왜 그곳에서 걷기/조깅하는 것을 좋아하나요? 그곳에서 무엇을 볼 수 있나요? 자세히 묘사해 주세요. - Bạn đã nói trong bản khảo sát là bạn thích đi bộ/chạy bộ. Tôi muốn biết về nơi bạn thường đi bộ/chạy bộ. Tại sao bạn thích đi bộ/chạy bộ ở nơi đó? Bạn có thể thấy gì ở đó? Hãy miêu tả chi tiết.
Bài 2 **Tập gym** (헬스)	• 설문지에 헬스장에 다닌다고 표시했습니다. 헬스장을 자세히 묘사해 주세요. 그 헬스장은 어디에 있나요? 어떻게 생겼나요? - Bạn đã nói trong bản khảo sát là bạn đi tập gym. Hãy mô tả chi tiết về phòng gym. Phòng tập đó ở đâu? Nó trông như thế nào?
Bài 3 **Đi xe đạp** (자전거 타기)	• 설문지에 자전거 타는 것을 좋아한다고 표시했습니다. 귀하의 자전거는 어떻게 생겼나요? 자전거를 자세히 묘사해 주세요. - Bạn đã nói trong bản khảo sát là bạn thích đi xe đạp. Xe đạp của bạn trông như thế nào? Hãy miêu tả chi tiết xe đạp của bạn.
Bài 4 **Cầu lông** (배드민턴)	• 설문지에 배드민턴을 좋아한다고 표시했습니다. 배드민턴을 자주 치나요? 보통 어디서 치나요? 누구와 함께 치나요? - Bạn đã nói trong bản khảo sát là bạn thích cầu lông. Bạn có thường đánh cầu lông không? Bạn thường đánh ở đâu? Bạn thường đánh với ai?

🎧 02-41

Đi bộ/Chạy bộ

Trước khi trả lời câu hỏi liên quan, hãy nhớ lại các từ vựng trọng tâm và sắp xếp nội dung câu trả lời trong đầu.

Q 설문지에 걷기/조깅을 좋아한다고 표시했습니다. 주로 걷기/조깅하는 장소에 대해 알고 싶습니다. 왜 그곳에서 걷기/조깅하는 것을 좋아하나요? 그곳에서 무엇을 볼 수 있나요? 자세히 묘사해 주세요.

Bạn đã nói trong bản khảo sát là bạn thích đi bộ/chạy bộ. Tôi muốn biết về nơi bạn thường đi bộ/chạy bộ. Tại sao bạn thích đi bộ/chạy bộ ở nơi đó? Bạn có thể thấy gì ở đó? Hãy miêu tả chi tiết.

 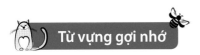 **Từ vựng gợi nhớ**

우리 동네 khu phố của tôi

집 근처 gần nhà

공원 công viên

무료 주차 đỗ xe miễn phí

푸른 나무 cây xanh

상쾌한 공기 không khí sảng khoái

시원한 바람 gió mát

배드민턴 cầu lông

농구 bóng rổ

운동 sự luyện tập thể thao

휴식 sự nghỉ ngơi

Các dạng câu hỏi khác 🎧 02-42

Khi thi OPIc, việc hiểu nhanh các câu hỏi và trả lời là quan trọng nhất. Đối với các câu hỏi quen thuộc, bạn càng phải bình tĩnh và trả lời một cách tự nhiên. Hãy liên tục làm quen và luyện tập các dạng câu hỏi liên quan đến chủ đề.

1. 걷기/조깅을 하기 전에 무엇을 준비하나요? 보통 얼마 동안 걷기/조깅을 하나요? 준비 과정과 걷기/조깅 과정에 대해 이야기해 주세요.

   Bạn thường chuẩn bị gì trước khi đi bộ/chạy bộ? Bạn thường đi bộ/chạy bộ trong bao lâu? Hãy nói cho tôi nghe về quá trình chuẩn bị và quá trình đi bộ/chạy bộ của bạn.

2. 귀하는 언제부터 걷기/조깅을 좋아했나요? 걷기/조깅을 좋아하게 된 일 또는 사람이 있었나요? 어떻게 걷기/조깅을 좋아하게 되었는지 이야기해 주세요.

   Từ khi nào bạn thích đi bộ/chạy bộ? Có việc gì hoặc ai đó làm cho bạn thích đi bộ/chạy bộ không? Hãy nói cho tôi nghe bạn bắt đầu thích đi bộ/chạy bộ thế nào.

3. 걷기/조깅을 했을 때의 좋은 기억에 관해 이야기해 주세요. 무슨 일이 있었나요? 그 일은 어디서, 언제 일어났나요? 그때 귀하는 누구와 같이 있었나요?

   Hãy nói về kỷ niệm vui khi bạn đi bộ/chạy bộ. Chuyện gì đã xảy ra? Chuyện đó xảy ra ở đâu, khi nào? Khi đó, bạn đã ở cùng với ai?

4. 설문지에 걷기/조깅을 좋아한다고 표시했습니다. 보통 언제 걷기/조깅을 하나요? 누구와 함께 걷기/조깅을 하나요? 그리고 어디서 하나요?

   Bạn đã nói trong bản khảo sát là thích đi bộ/chạy bộ. Thường thì bạn đi bộ/chạy bộ khi nào? Bạn đi bộ/chạy bộ với ai? Và bạn đi bộ/chạy bộ ở đâu?

5. 걷기/조깅을 할 때 주의해야 할 점이 있나요? 있다면 그것은 무엇인가요? 자세히 이야기해 주세요.

   Khi đi bộ/chạy bộ thì có gì phải chú ý không? Nếu có thì đó là gì? Hãy nói chi tiết.

Hãy học rồi ứng dụng các ngữ pháp và cấu trúc tiếng Hàn Quốc vào câu trả lời. Thông qua quá trình này, khả năng diễn đạt và tạo câu của bạn sẽ tiến bộ hơn.

● –ㄹ/을 겸 : nhân tiện

Thể hiện ý định và mục đích làm 2 hành động trở lên cùng lúc. Đồng thời, thể hiện việc làm hành động ở phía sau nhân lúc có cơ hội làm hành động ở phía trước.

Hình thức sử dụng như sau :
- A도 하고 B도 할 겸(해서) : làm A nhân tiện làm cả B

저는 친구와 이야기도 하고 운동도 할 겸 공원으로 왔습니다.
Tôi đến công viên nói chuyện với bạn nhân tiện tập thể dục.

저는 부모님도 보고 결혼식도 참석할 겸 해서 고향에 와 있습니다.
Tôi về quê để gặp bố mẹ nhân tiện dự lễ cưới.

● –더구나(–더군) : thì ra

Thể hiện sự tập trung hoặc cảm thán về sự thật mới mẻ mà người nói đã được trực tiếp trải nghiệm trong quá khứ.

네 친구는 꽤 괜찮은 사람이더구나.
Thì ra bạn của cậu là người khá tốt.

한국의 봄은 날씨가 정말 좋더군.
Thì ra mùa xuân của Hàn Quốc thời tiết thật đẹp.

🐭 **Câu trả lời mẫu**

Ứng dụng câu trả lời theo hình thức combo và đưa ra câu trả lời mẫu cho từng câu hỏi.

🎧 02-43

Q1. 설문지에 걷기/조깅을 좋아한다고 표시했습니다. 주로 걷기/조깅하는 장소에 대해 알고 싶습니다. 왜 그곳에서 걷기/조깅하는 것을 좋아하나요? 그곳에서 무엇을 볼 수 있나요? 자세히 묘사해 주세요.

Bạn đã nói trong bản khảo sát là bạn thích đi bộ/chạy bộ. Tôi muốn biết về nơi bạn thường đi bộ/chạy bộ. Tại sao bạn thích đi bộ/chạy bộ ở nơi đó? Bạn có thể thấy gì ở đó? Hãy miêu tả chi tiết.

저는 매일 저녁 산책도 하고 조깅도 할 겸 해서 집 근처 공원에 갑니다. 그 공원은 우리 동네에서 가장 큰 공원이며, 시설이 잘 갖추어 있어서 사람들이 많이 옵니다. 공원 입구에는 주차장이 있고 무료 주차도 할 수 있습니다. 주차장을 지나가면 바로 크고 푸른 나무들을 볼수 있습니다. 큰 나무들로 인한 시원한 바람과 상쾌한 공기는 조깅하기에 최적의 환경이라고 생각합니다. 안쪽으로 가면 야외 배드민턴장이 있고 저녁에 많은 사람이 나와서 배드민턴을 칩니다. 배드민턴장 외에 농구장도 있습니다. 집 근처에 이런 좋은 휴식과 운동 공간이 있어서 저는 너무 좋습니다.

Tối nào tôi cũng đi đến công viên gần nhà để đi dạo nhân tiện chạy bộ. Công viên đó là công viên lớn nhất trong khu phố của chúng tôi và có đầy đủ cơ sở vật chất nên nhiều người đến. Có bãi đỗ xe ở lối vào công viên và có thể đỗ xe miễn phí. Nếu đi qua bãi đỗ xe thì có thể nhìn thấy những cây xanh lớn. Tôi nghĩ gió mát và không khí sảng khoái do cây lớn tạo ra là môi trường thích hợp nhất cho việc chạy bộ. Nếu đi vào bên trong sẽ có sân cầu lông ngoài trời và nhiều người đến chơi cầu lông vào buổi tối. Ngoài sân cầu lông còn có sân bóng rổ. Tôi thấy rất thích vì có một không gian nghỉ ngơi và tập thể dục tuyệt vời như thế này ở gần nhà.

Từ vựng

- 시설 cơ sở vật chất
- 푸른 나무 cây xanh
- 상쾌하다 sảng khoái
- 공기 không khí
- 최적의 환경 môi trường thích hợp nhất

- 야외 ngoài trời
- 배드민턴장 sân cầu lông
- 농구장 sân bóng rổ
- 휴식 (sự) nghỉ ngơi
- 공간 không gian

Câu trả lời mẫu

Bạn hãy tái diễn lại tình huống vừa hỏi vừa trả lời đúng với tình huống được đưa ra, tưởng tượng như trong tình huống đó có đối tượng giao tiếp.

🎧 02-44

Q2. 걷기/조깅을 하기 전에 무엇을 준비하나요? 보통 얼마 동안 걷기/조깅을 하나요?
준비 과정과 걷기/조깅 과정에 대해 이야기해 주세요.

Bạn thường chuẩn bị gì trước khi đi bộ/chạy bộ? Bạn thường đi bộ/chạy bộ trong bao lâu?
Hãy nói cho tôi nghe về quá trình chuẩn bị và quá trình đi bộ/chạy bộ của bạn.

제가 걷기 전에 하는 준비는 꽤 간단합니다. 저는 걷기 전에 운동복과 이어폰을 준비합니다. 그리고 목이 마르지 않도록 300ml 정도의 작은 물병도 준비합니다. 그리고 집에서 나와 자주 걷는 공원으로 갑니다. 저는 공원에 도착하자마자 목, 손목, 발목을 돌리는 것으로 준비 운동을 하고 빠른 걸음으로 걷기를 시작합니다. 걷는 동안에는 심호흡에 집중하며 음악이나 뉴스를 듣습니다. 그렇게 매일 저녁 2시간 정도씩 걷습니다. 저에게는 매일 걷는 것이 습관이 되었기 때문에 걷지 않으면 오히려 몸이 찌뿌둥해 지는 것 같습니다.

Việc chuẩn bị trước khi đi bộ của tôi khá đơn giản. Trước khi đi bộ, tôi chuẩn bị quần áo thể thao và tai nghe. Và tôi cũng chuẩn bị một bình nước nhỏ khoảng 300 ml để không bị khát nước. Sau đó tôi ra khỏi nhà và đi đến công viên mà tôi thường đi bộ. Ngay khi đến công viên tôi sẽ khởi động bằng cách xoay cổ, cổ tay và cổ chân, sau đó bắt đầu đi bộ nhanh. Tôi tập trung hít thở sâu trong khi đi bộ và nghe nhạc hoặc tin tức. Tôi đi bộ vào mỗi buổi tối như thế trong khoảng 2 giờ. Đối với tôi, việc đi bộ mỗi ngày đã trở thành thói quen nên nếu không đi bộ thì trái lại, cơ thể dường như trở nên nặng nề.

Từ vựng

- □ 간단하다 đơn giản
- □ 목이 마르다 khát nước
- □ 도착하다 đến, đến nơi
- □ 목 cổ
- □ 손목 cổ tay
- □ 발목 cổ chân

- □ 돌리다 xoay
- □ 준비 운동을 하다 khởi động
- □ 심호흡하다 hít thở sâu
- □ 습관 thói quen
- □ 찌뿌둥하다 nặng nề

🎧 02-45

Q3. 걷기/조깅을 했을 때의 좋은 기억에 관해 이야기해 주세요. 무슨 일이 있었나요?
그 일은 어디서, 언제 일어났나요? 그때 귀하는 누구와 같이 있었나요?

Hãy nói về kỷ niệm vui khi bạn đi bộ/chạy bộ. Chuyện gì đã xảy ra? Chuyện đó xảy ra ở đâu, khi nào? Khi đó, bạn đã ở cùng với ai?

저는 약 6개월 전에 평소처럼 집 근처에 있는 공원으로 산책을 갔습니다. 산책을 하다가 공원 카페에 많은 사람들이 서 있는 것을 보았습니다. 저는 무슨 일이 일어났는지 궁금해서 카페에 들어가기로 했습니다. 저는 수많은 인파를 밀치고 들어가 앞으로 나아갔습니다. 알고 보니 한 유명한 축구선수가 그곳에서 사인을 해 주며 팬들과 함께 사진을 찍고 있더군요. 자세히 보니 제가 가장 좋아하는 선수였어요! 그래서 저는 그곳에서 20분을 기다려서 그 선수의 사인을 받고 사진도 함께 찍었습니다. 정말 신기했습니다! 지금도 그날 받은 사인과 함께 찍은 사진이 제 방 벽에 걸려 있고 그날의 뿌듯했던 감정은 아직도 잊을 수 없습니다.

Khoảng 6 tháng trước, tôi đã đến công viên gần nhà để đi dạo như thường lệ. Đang đi dạo thì tôi thấy có rất đông người đang đứng ở quán cà phê trong công viên. Tôi tò mò không biết có chuyện gì xảy ra nên đã quyết định đi vào quán cà phê. Tôi đã chen vào đám đông và tiến về phía trước để xem. Thì ra một cầu thủ bóng đá nổi tiếng đang kí tên và chụp ảnh cùng người hâm mộ ở đó. Xem kĩ thì thấy đó là cầu thủ mà tôi rất thích! Vì thế tôi đã chờ ở nơi đó 20 phút rồi nhận chữ ký của cầu thủ đó và cùng chụp ảnh. Thật là kì diệu! Bây giờ thì chữ ký được nhận và bức ảnh chụp chung ngày hôm đó vẫn được treo trên tường trong phòng tôi và tôi vẫn không thể quên cảm xúc vui sướng của ngày hôm đó.

Từ vựng

- 평소 thường lệ
- 궁금하다 tò mò, thắc mắc
- 인파를 밀치고 들어가다 chen vào đám đông
- 앞으로 나아가다 tiến về phía trước
- 유명하다 nổi tiếng
- 축구선수 cầu thủ bóng đá
- 팬 người hâm mộ

- 사진을 찍다 chụp ảnh
- 신기하다 kì diệu, thần kì
- 벽 tường
- 걸리다 được treo
- 뿌듯하다 vui sướng
- 감정 cảm xúc

Đây là những mẫu câu đa dạng và hữu ích liên quan đến chủ đề. Bạn hãy đánh dấu những câu phù hợp với bản thân và thử tạo nên câu chuyện thú vị của riêng mình.

☐ Tôi đi bộ/chạy bộ mỗi ngày để giảm cân.

저는 살을 빼기 위해 매일 걷기/조깅을 합니다.

☐ Tôi nghe đồng nghiệp nói đi bộ/chạy bộ là phương pháp giải tỏa căng thẳng.

걷기/조깅을 하는 것은 스트레스를 해소하는 방법이라고 직장 동료에게 들었습니다.
（giải tỏa căng thẳng / phương pháp）

☐ Tôi thường đi bộ/chạy bộ ít nhất khoảng 3 lần 1 tuần.

저는 보통 일주일에 최소 3번 정도 걷기/조깅을 합니다.

☐ Theo tôi đi bộ/chạy bộ là môn thể thao phù hợp mọi độ tuổi.

제 생각에 걷기/조깅은 모든 연령대에 맞는 스포츠인 것 같습니다.

☐ Trước khi chạy bộ phải khởi động kĩ.

조깅을 하기 전에 준비 운동을 꼼꼼히 해야 합니다.

☐ Khi chạy bộ phải tập trung vào hô hấp.

조깅할 때 호흡에 집중해야 합니다.

☐ Tôi thích đi bộ/chạy bộ ở phòng gym hơn ở công viên.

저는 공원보다 헬스장에서 걷기/조깅하는 게 더 좋습니다.

☐ Tôi thường ngủ ngon hơn nếu đi bộ/chạy bộ vào buổi tối.

저는 보통 저녁에 걷기/조깅을 하면 잠을 더 잘 잡니다.

Hãy đánh dấu các câu trả lời phù hợp với bản thân.

☐ Tôi đã tăng cân nhiều nên bạn tôi khuyên tôi nên đi bộ/chạy bộ để giảm cân.

    ↗ tăng cân, béo lên 살이 찌다   ↗ khuyên

저는 살이 많이 졌기 때문에 살을 빼기 위해 걷기/조깅을 하라고 친구가 충고했습니다.

☐ Tôi nghe đồng nghiệp nói đi bộ/chạy bộ là phương pháp giải tỏa căng thẳng hiệu quả.

걷기/조깅을 하는 것은 스트레스를 해소하는 효과적인 방법이라고 직장 동료에게 들었습니다.

☐ Tôi thường đi bộ/chạy bộ ít nhất khoảng 3 lần 1 tuần để duy trì sức khỏe.

저는 건강을 유지하기 위해 보통 일주일에 최소 3번 정도 걷기/조깅을 합니다.

☐ Theo tôi đi bộ/chạy bộ là môn thể thao phù hợp mọi độ tuổi và không tốn nhiều chi phí.

제 생각에 걷기/조깅은 모든 연령대에 맞으며 비용이 많이 들지 않는 스포츠인 것 같습니다.

☐ Nếu không khởi động kĩ trước khi chạy bộ thì sẽ dễ bị chấn thương.

조깅을 하기 전에 준비 운동을 꼼꼼히 하지 않으면 쉽게 부상을 입을 것입니다.

☐ Khi chạy bộ phải tập trung vào hô hấp để không bị thở dốc.

조깅할 때 숨이 차지 않도록 호흡에 집중해야 합니다.

☐ Vì gần nhà tôi không có công viên nên tôi đi bộ/chạy bộ ở phòng gym.

저의 집 근처에는 공원이 없어서 헬스장에서 걷기/조깅을 합니다.

☐ Tôi cảm thấy thư giãn và ngủ ngon hơn nếu đi bộ/chạy bộ vào buổi tối.

저는 저녁에 걷기/조깅을 하면 힐링이 되고 잠을 더 잘 잡니다.

Tập gym

Trước khi trả lời câu hỏi liên quan, hãy nhớ lại các từ vựng trọng tâm và sắp xếp nội dung câu trả lời trong đầu.

Q 설문지에 헬스장에 다닌다고 표시했습니다. 헬스장을 자세히 묘사해 주세요.
그 헬스장은 어디에 있나요? 어떻게 생겼나요?

Bạn đã nói trong bản khảo sát là bạn đi tập gym. Hãy mô tả chi tiết về phòng gym. Phòng tập đó ở đâu? Nó trông như thế nào?

 **Từ vựng gợi nhớ**

집에서 10분 거리
quãng đường cách nhà 10 phút
5층 건물 tòa nhà 5 tầng
2층에 있다 ở tầng 2

안내 데스크 quầy hướng dẫn
안내원 người hướng dẫn
요가실 phòng tập yoga
웨이트 기구들
các dụng cụ tập tạ
러닝머신 máy chạy bộ
샤워실 phòng tắm

크지 않다 không lớn
집에서 가깝다 gần nhà
깨끗한 시설
cơ sở vật chất sạch sẽ

Khi thi OPIc, việc hiểu nhanh các câu hỏi và trả lời là quan trọng nhất. Đối với các câu hỏi quen thuộc, bạn càng phải bình tĩnh và trả lời một cách tự nhiên. Hãy liên tục làm quen và luyện tập các dạng câu hỏi liên quan đến chủ đề.

1. 헬스장에 있는 다른 운동 수업에 등록한 적이 있나요? 보통 일주일에 몇 번 가나요? 그 수업은 회원 제한이 있나요? 헬스장에 있는 다른 운동 수업에 대해 이야기해 주세요.

   Bạn đã từng đăng ký lớp thể dục khác ở phòng gym chưa? Bình thường bạn đi mấy lần một tuần? Lớp học đó có giới hạn số lượng hội viên không? Hãy nói cho tôi nghe về lớp thể dục khác ở phòng gym.

2. 귀하가 헬스장에 처음으로 간 것은 언제였나요? 처음으로 헬스장에 간 것에 대해 자세히 이야기해 주세요.

   Lần đầu bạn đến phòng gym là khi nào? Kể cho tôi biết chi tiết về lần đầu tiên bạn đến phòng gym.

3. 설문지에 헬스장에 다닌다고 표시했습니다. 귀하가 헬스장에서 처음으로 운동하기 시작한 것은 언제였나요? 좋았던 점과 싫었던 점은 무엇인가요? 헬스장에서의 첫 경험에 대해 가능한 한 자세히 이야기해 주세요.

   Bạn đã nói trong bản khảo sát là bạn đi tập gym. Lần đầu tiên bạn bắt đầu tập thể dục ở phòng gym là khi nào? Bạn đã thích và không thích cái gì? Hãy nói cho tôi nghe càng chi tiết càng tốt về kinh nghiệm đầu tiên của bạn ở phòng gym.

4. 헬스장에서 주로 무엇을 하는지 알려 주세요. 언제 그곳에 가나요? 가기 전에 어떤 준비를 하고 헬스장에서 주로 무엇을 하는지 이야기해 주세요.

   Cho tôi biết bạn thường làm gì ở phòng gym. Khi nào bạn đi đến nơi đó? Hãy nói cho tôi nghe trước khi đi, bạn chuẩn bị gì và bạn chủ yếu làm gì ở phòng gym.

5. 헬스장에 있는 다른 운동 수업에 참여한 후, 귀하의 몸은 어떻게 변했나요? 그 외에 좋아진 점은 무엇인가요? 그 변화들에 대해 이야기해 주세요.

   Sau khi tham gia lớp thể dục ở phòng gym, cơ thể của bạn đã thay đổi thế nào? Ngoài điều đó ra thì còn có gì trở nên tốt hơn? Hãy nói cho tôi nghe về những thay đổi đó.

Hãy học rồi ứng dụng các ngữ pháp và cấu trúc tiếng Hàn Quốc vào câu trả lời. Thông qua quá trình này, khả năng diễn đạt và tạo câu của bạn sẽ tiến bộ hơn.

● –던 : mà ~ đang, mà ~ đã

Là ngữ pháp đứng sau động từ hoặc tính từ và bổ nghĩa cho danh từ ở phía sau, đồng thời

- sử dụng khi nói về một việc bắt đầu trong quá khứ, vẫn chưa kết thúc và đang bị gián đoạn;

- sử dụng khi hồi tưởng và nói về một việc kéo dài, lặp đi lặp lại trong quá khứ.

저는 하던 일을 끝내려면 서둘러야 합니다.
Tôi phải khẩn trương nếu muốn hoàn thành việc mà tôi đang làm.

여기는 제가 다니던 학교예요.
Đây là ngôi trường mà tôi đã theo học.

● –기로 하다 : quyết tâm, quyết định

Là ngữ pháp dùng sau động từ, dùng với ý nghĩa thể hiện sự quyết tâm, quyết định, hoặc lời hứa về hành động sẽ làm.

저는 매일 한 시간씩 운동하기로 했습니다.
Tôi đã quyết tâm mỗi ngày sẽ tập thể dục 1 tiếng.

저는 언니와 함께 동네 헬스장에 다니기로 했습니다.
Tôi đã quyết định sẽ tập gym ở phòng gym trong khu phố cùng với chị gái.

Câu trả lời mẫu

Ứng dụng câu trả lời theo hình thức combo và đưa ra câu trả lời mẫu cho từng câu hỏi.

🎧 02-48

Q1. 설문지에 헬스장에 다닌다고 표시했습니다. 헬스장을 자세히 묘사해 주세요. 그 헬스장은 어디에 있나요? 어떻게 생겼나요?

Bạn đã nói trong bản khảo sát là bạn đi tập gym. Hãy mô tả chi tiết về phòng gym. Phòng tập đó ở đâu? Nó trông như thế nào?

제가 다니는 헬스장에 관해 말씀드리자면, 집에서 10분 거리에 있는 5층 건물의 2층에 위치해 있습니다. 헬스장에 들어가자마자 오른쪽에는 안내 데스크가 보이는데, 그곳에는 운동하러 오는 고객들에게 안내하고 도와주는 직원이 있습니다. 안내 데스크 맞은편에는 요가실이 있습니다. 안내 데스크와 요가실을 지나가면 약 8개의 러닝머신이 있습니다. 러닝머신 뒤에는 헬스사이클 4대, 복근 벤치, 바벨, 역기 등의 웨이트 기구들이 있습니다. 헬스장 끝에는 샤워실이 있습니다. 그 헬스장은 크지는 않지만 집에서 가깝고 시설도 깨끗해서 만족하고 있습니다.

Nếu nói về phòng gym mà tôi đang tập thì phòng gym đó nằm ở tầng 2 của một tòa nhà 5 tầng cách nhà tôi khoảng 10 phút đi bộ. Khi vừa bước vào phòng gym thì có thể thấy một quầy hướng dẫn ở bên phải, ở đó có nhân viên hướng dẫn và hỗ trợ cho khách đến tập. Đối diện quầy hướng dẫn là phòng tập yoga. Đi qua quầy hướng dẫn và phòng tập yoga sẽ có khoảng 8 chiếc máy chạy bộ. Phía sau máy chạy bộ là 4 chiếc xe đạp tập thể dục, ghế gập bụng, các dụng cụ tập tạ như tạ tay, tạ đòn v.v. Phía cuối của phòng tập có phòng tắm. Phòng gym đó không to lắm nhưng gần nhà và cơ sở vật chất sạch sẽ nên tôi đang cảm thấy hài lòng.

Từ vựng

- 오른쪽 bên phải
- 고객 khách
- 안내하다 hướng dẫn
- 도와주다 hỗ trợ, giúp đỡ
- 맞은편 đối diện
- 지나가다 đi qua
- 러닝머신 máy chạy bộ

- 헬스사이클 xe đạp tập thể dục
- 복근 벤치 ghế gập bụng
- 바벨 tạ tay
- 역기 tạ đòn
- 웨이트 기구 dụng cụ tập tạ
- 끝 phía cuối

Bạn hãy tái diễn lại tình huống vừa hỏi vừa trả lời đúng với tình huống được đưa ra, tưởng tượng như trong tình huống đó có đối tượng giao tiếp.

🎧 02-49

Q2. 헬스장에 있는 다른 운동 수업에 등록한 적이 있나요? 보통 일주일에 몇 번 가나요? 그 수업은 회원 제한이 있나요? 헬스장에 있는 다른 운동 수업에 대해 이야기해 주세요.

Bạn đã từng đăng ký lớp thể dục khác ở phòng gym chưa? Bình thường bạn đi mấy lần một tuần? Lớp học đó có giới hạn số lượng hội viên không? Hãy nói cho tôi nghe về lớp thể dục khác ở phòng gym.

저는 3개월 전에 지난 몇 년 동안 다니던 헬스장에서 요가 수업을 등록했습니다. 그 수업은 월요일과 수요일 오후 7시 30분부터 9시까지입니다. 초보자를 위한 기본 요가 수업으로 남자와 여자 모두 참여 가능하며 최대 15명까지 수업을 등록할 수 있습니다. 그 수업에서 저는 심호흡법, 명상 자세, 기본 동작을 배웠습니다. 가끔 어려운 동작을 배울 때는 너무 아파서 도저히 따라 하기 힘들 때도 있었지만 최대한 열심히 배우려고 노력했습니다. 그렇게 3개월 동안 요가를 배우면서 함께 배우던 회원들과도 많이 친해졌습니다. 아직까지는 어려운 동작도 있지만 점점 몸이 유연해지는 것을 느끼고 있어서 힘든 동작을 완벽하게 할 수 있을 때까지 계속 배울 예정입니다.

Ba tháng trước, tôi đã đăng kí lớp học yoga ở phòng gym mà tôi đang đi trong vài năm qua. Lớp học đó vào thứ Hai và thứ Tư hàng tuần, từ 7 giờ 30 đến 9 giờ tối. Đó là lớp học yoga cơ bản cho người mới bắt đầu, nam và nữ đều có thể tham gia và tối đa 15 người có thể đăng kí lớp học. Trong lớp học đó, tôi học phương pháp hô hấp sâu, tư thế thiền và các động tác cơ bản. Thỉnh thoảng khi học các động tác khó, vì quá đau nên có lúc tôi hoàn toàn không thể làm theo được nhưng tôi đã nỗ lực để học chăm chỉ nhất có thể. Tôi học yoga như thế trong 3 tháng và đã trở nên thân thiết hơn nhiều với các hội viên cùng học. Dù đến giờ vẫn có động tác khó nhưng tôi đang cảm thấy cơ thể dần dần trở nên dẻo dai hơn nên sẽ tiếp tục học cho đến khi có thể thực hiện hoàn hảo những động tác khó.

- 등록하다 đăng kí
- 초보자 người mới bắt đầu
- 기본 cơ bản
- 참여 tham gia
- 최대 tối đa
- 심호흡법 phương pháp hô hấp sâu
- 명상 자세 tư thế thiền
- 동작 động tác

- 어려운 동작 động tác khó
- 도저히 hoàn toàn (không ~), rốt cuộc (không ~)
- 회원 hội viên
- 아직까지 đến giờ, cho đến hiện nay
- 유연해지다 trở nên dẻo dai
- 느끼다 cảm thấy
- 완벽하다 hoàn hảo

Q3. 헬스장에 있는 다른 운동 수업에 참여한 후, 귀하의 몸은 어떻게 변했나요? 그 외에 좋아진 점은 무엇인가요? 그 변화들에 대해 이야기해 주세요.

Sau khi tham gia lớp thể dục ở phòng gym, cơ thể của bạn đã thay đổi thế nào? Ngoài điều đó ra thì còn có gì trở nên tốt hơn? Hãy nói cho tôi nghe về những thay đổi đó.

3년 전에 저는 헬스장에 회원가입을 했고 개인 트레이너와 함께 운동을 시작했습니다. 첫 달은 트레이너의 지도에 따라 달리기와 웨이트 그리고 윗몸 일으키기를 한 후에 근육통으로 너무 힘들었습니다. 그러나 두 달 정도 지나자, 어깨와 팔 근육이 생기기 시작했고 허벅지도 더 튼튼해졌습니다. 가장 중요한 것은 만성적인 어깨와 허리 통증이 사라졌다는 것입니다. 그뿐만 아니라 운동은 면역력 향상에 도움을 주기 때문에, 예전처럼 감기에 걸리지도 않습니다. 게다가 잠을 푹 잘 수 있게 되었고 아침에 일어날 때도 몸이 훨씬 가벼워졌습니다. 운동하기로 한 것은 올바른 결정이라고 생각하고 앞으로도 계속 운동을 할 예정입니다.

Ba năm trước, tôi đã đăng ký hội viên ở phòng gym và bắt đầu tập với huấn luyện viên cá nhân. Tháng đầu tiên, tôi đã rất mệt mỏi vì chứng đau cơ bắp sau khi chạy, nâng tạ và gập bụng theo sự hướng dẫn của huấn luyện viên. Nhưng khoảng 2 tháng trôi qua thì tôi thấy cơ bắp ở vai và tay bắt đầu xuất hiện, đùi của tôi cũng trở nên săn chắc hơn. Và quan trọng nhất là chứng đau vai và lưng mãn tính đã biến mất. Ngoài ra, việc tập thể dục giúp nâng cao miễn dịch nên tôi không bị cảm như lúc trước nữa. Hơn nữa, tôi cũng có thể ngủ ngon hơn và khi thức dậy vào buổi sáng, cơ thể cũng trở nên nhẹ nhàng. Tôi nghĩ quyết định tập thể dục là quyết định đúng đắn và sau này cũng sẽ tiếp tục tập thể dục.

□ 개인 트레이너 huấn luyện viên cá nhân	□ 튼튼해지다 trở nên săn chắc
□ 달리기 chạy	□ 만성적이다 mãn tính
□ 웨이트 nâng tạ	□ 어깨와 허리 통증 chứng đau vai và lưng
□ 윗몸 일으키기 gập bụng	□ 사라지다 biến mất
□ 근육통 chứng đau cơ bắp	□ 면역력 miễn dịch
□ 어깨와 팔의 근육 cơ bắp ở vai và tay	□ 향상 (việc) nâng cao
□ 생기다, 나타나다 xuất hiện	□ 올바르다 đúng đắn
□ 허벅지 đùi	□ 계속 tiếp tục

Đây là những mẫu câu đa dạng và hữu ích liên quan đến chủ đề. Bạn hãy đánh dấu những câu phù hợp với bản thân và thử tạo nên câu chuyện thú vị của riêng mình.

☐ Tôi đã bắt đầu tập yoga để cơ thể trở nên dẻo hơn.

저는 몸이 더 유연해지기 위해서 요가를 시작했습니다.

☐ Giáo viên yoga của tôi có thân hình săn chắc.

→ săn chắc 탄탄하다 / thân hình 몸매
저희 요가 선생님은 탄탄한 몸매를 가지고 있습니다.

☐ Mỗi tháng, huấn luyện viên đo chỉ số cơ thể và cho tôi thực đơn ăn uống.

→ chỉ số cơ thể   → đo   → thực đơn ăn uống
매달 트레이너가 제 체질량지수를 측정하고 식단을 줍니다.

☐ Một ngày sau khi bắt đầu tập thể dục thì toàn thân tôi đau nhức.

→ nhức
운동을 시작한 다음 날에는 온몸이 아프고 쑤셨습니다.

☐ Tôi thường tập không nghỉ trong 1 tiếng.

저는 보통 1시간 동안 쉬지 않고 운동합니다.

☐ Việc tạo cơ bắp rất khó nhưng biến mất thì dễ.

근육을 만들기는 어렵지만 사라지기는 쉽습니다.

☐ Bố mẹ tôi khuyên tôi phải tập thể dục vì cơ thể tôi khá ốm yếu.

부모님은 제 몸이 연약하기 때문에 운동을 해야 한다고 충고하셨습니다.

☐ Mẹ tôi đã đăng ký lớp yoga trước và thông báo cho tôi đi học.

엄마는 미리 요가 수업을 등록해 놓으시고 저에게 다니라고 통보하셨습니다.

Hãy đánh dấu các câu trả lời phù hợp với bản thân.

☐ Tôi muốn có cơ thể dẻo hơn nên đã bắt đầu tập yoga và đã cảm nhận được hiệu quả.

저는 더 유연한 몸을 가지고 싶어서 요가를 시작했고 효과를 보게 되었습니다.

☐ Giáo viên yoga của tôi có thân hình săn chắc và từ tốn dạy cho tôi.

저희 요가 선생님은 탄탄한 몸매를 가지고 있으며, 저에게 차근차근 가르쳐 줍니다.

☐ Mỗi tháng, huấn luyện viên đo chỉ số cơ thể và cho tôi thực đơn ăn uống nên tôi ngày càng khỏe mạnh hơn.

매달 트레이너가 제 체질량지수를 측정하고 식단을 주기 때문에 저는 갈수록 더 건강해지고 있습니다.

☐ Một ngày sau khi bắt đầu tập thể dục thì toàn thân tôi đã bị đau nhức nên tôi đã nghĩ đến việc bỏ cuộc.

운동을 시작한 다음 날에는 온몸이 아프고 쑤셨기 때문에 저는 포기하고 싶다는 생각을 했었습니다.

☐ Tôi thường tập không nghỉ trong 1 tiếng vì không muốn dành nhiều thời gian ở phòng gym.

저는 헬스장에서 많은 시간을 보내고 싶지 않기 때문에 보통 1시간 동안 쉬지 않고 운동을 합니다.

☐ Cơ bắp dễ biến mất nên tôi phải chăm chỉ tập thể dục hơn.

근육은 쉽게 사라지기 때문에 저는 운동을 더 열심히 해야 합니다.

☐ Bố mẹ tôi khuyên tôi phải tập thể dục vì cơ thể tôi khá ốm yếu nên tôi đã tìm hiểu về yoga.

부모님이 제 몸은 연약하기 때문에 운동을 해야 한다고 충고하셔서 요가를 알아봤
↗ tìm hiểu
습니다.

☐ Mẹ đã đăng ký lớp yoga trước và thông báo cho tôi đi học nên tôi đành phải học.

엄마는 미리 요가 수업을 등록해 놓으시고 저에게 다니라고 통보하셨기 때문에 어쩔 수 없이 배우고 있습니다.

Bài 3

🎧 02-51

Đi xe đạp

Trước khi trả lời câu hỏi liên quan, hãy nhớ lại các từ vựng trọng tâm và sắp xếp nội dung câu trả lời trong đầu.

Q 설문지에 자전거 타는 것을 좋아한다고 표시했습니다. 귀하의 자전거는 어떻게 생겼나요? 자전거를 자세히 묘사해 주세요.

Bạn đã nói trong bản khảo sát là bạn thích đi xe đạp. Xe đạp của bạn trông như thế nào? Hãy miêu tả chi tiết xe đạp của bạn.

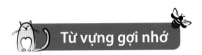
Từ vựng gợi nhớ

파란색을 좋아하다 thích màu xanh dương

파란색 자전거 xe đạp màu xanh dương

부드러운 안장 yên xe êm

빨간(전조)등 đèn màu đỏ

벨 chuông

다운 튜브 sườn (xe)

물통 케이지 giá để bình nước

고장 나다 hỏng

2년 전 구입
mua vào 2 năm trước

품질이 좋다 chất lượng tốt

만족하다 hài lòng

Các dạng câu hỏi khác

🎧 02-52

Khi thi OPIc, việc hiểu nhanh các câu hỏi và trả lời là quan trọng nhất. Đối với các câu hỏi quen thuộc, bạn càng phải bình tĩnh và trả lời một cách tự nhiên. Hãy liên tục làm quen và luyện tập các dạng câu hỏi liên quan đến chủ đề.

1. 귀하는 보통 언제 자전거를 타나요? 얼마나 자주 자전거를 타나요? 왜 자전거 타는 것을 좋아하나요?

   Bạn thường đi xe đạp khi nào? Bạn đi xe đạp thường xuyên đến mức nào? Vì sao bạn thích đi xe đạp?

   -

2. 귀하는 언제부터 자전거 타는 법을 배우기 시작했으며, 누가 가르쳐 줬나요? 처음으로 자전거에 관심을 갖게 된 것은 언제였나요? 자전거를 타기 시작한 후에 달라진 점은 있었나요?

   Bạn bắt đầu học cách đi xe đạp từ khi nào và ai đã dạy bạn? Bạn cảm thấy có hứng thú với xe đạp lần đầu tiên là khi nào? Có gì thay đổi từ sau khi bạn bắt đầu đi xe đạp không?

   -

3. 자전거를 탔던 기억에 남는 경험에 대해 이야기해 주세요. 그것은 언제, 어디서 일어났나요? 누구와 같이 있었나요?

   Hãy kể về kinh nghiệm mà bạn còn nhớ khi đi xe đạp. Việc đó xảy ra khi nào và ở đâu? Bạn đã ở cùng với ai?

   -

4. 지금 귀하가 가지고 있는 자전거와 전에 가지고 있었던 자전거를 비교해 보세요. 차이점과 유사한 점은 무엇인가요? 가능한 한 자세히 이야기해 주세요.

   Bạn hãy thử so sánh chiếc xe đạp bây giờ của bạn và chiếc xe đạp mà trước đây bạn có. Điểm khác nhau và giống nhau là gì? Hãy nói càng chi tiết càng tốt.

   -

5. 자전거를 타기 전과 후에 무엇을 하나요? 자세히 이야기해 주세요.

   Bạn thường làm gì trước và sau khi đi xe đạp? Hãy nói chi tiết.

   -

Hãy học rồi ứng dụng các ngữ pháp và cấu trúc tiếng Hàn Quốc vào câu trả lời. Thông qua quá trình này, khả năng diễn đạt và tạo câu của bạn sẽ tiến bộ hơn.

● 아/어 버리다 : mất rồi, hết rồi

Đây là ngữ pháp đứng sau động từ, thể hiện hành động mà nội dung phía trước diễn đạt đã kết thúc hoàn toàn. Dùng khi diễn đạt rằng người nói có cảm giác đáng tiếc hoặc ngược lại, đã giảm bớt được gánh nặng khi hành động đó được thực hiện.

Loại từ (품사)	Thân từ (어간)	Hình thức sử dụng (사용 형태)	Ví dụ (예시)
Động từ (동사)	어간 'ㅏ, ㅗ'	−아 버리다	녹아 버리다 (chảy), 팔아 버리다 (bán)
	어간 'ㅏ, ㅗ' 이외	−어 버리다	써 버리다 (dùng), 먹어 버리다 (ăn)
	어간 '하'	−해 버리다	말해 버리다 (nói ra), 삭제해 버리다 (xóa đi)

올 한해도 거의 다 지나가 버렸습니다.
Năm nay cũng gần như đã trôi qua hết rồi.

내 말이 끝나기도 전에 그녀는 전화를 끊어 버렸습니다.
Trước khi tôi nói hết thì cô ấy đã dập máy mất rồi.

● −기만 하다 : chỉ

Nếu đứng sau động từ thì ngữ pháp này thể hiện việc chỉ làm một hành động nào đó mà không làm hành động khác. Và khi đứng sau tính từ thì thể hiện sự nhấn mạnh tính chất của một trạng thái nào đó.

그는 너무 긴장해서 아무 말도 못 하고 웃기만 했습니다.
Anh ấy vì quá căng thẳng nên không nói được gì mà chỉ cười.

나처럼 외국어 울렁증이 있는 사람에게 영어는 어렵기만 합니다.
Đối với người có chứng sợ ngoại ngữ như tôi thì tiếng Anh chỉ có khó thôi.

Ứng dụng câu trả lời theo hình thức combo và đưa ra câu trả lời mẫu cho từng câu hỏi.

🎧 02-53

Q1. 설문지에 자전거 타는 것을 좋아한다고 표시했습니다. 귀하의 자전거는 어떻게 생겼나요? 자전거를 자세히 묘사해 주세요.

Bạn đã nói trong bản khảo sát là bạn thích đi xe đạp. Xe đạp của bạn trông như thế nào? Hãy miêu tả chi tiết xe đạp của bạn.

제 자전거에 관해 설명드리자면, 제가 파란색을 좋아하기 때문에 자전거도 파란색입니다. 150,000원에 안장을 따로 샀기 때문에 안장은 매우 부드럽습니다. 자전거 앞부분에는 저녁에 앞을 밝히기 위한 빨간 (전조)등과 벨이 있습니다. 자전거 다운 튜브에는 물통 케이지가 있습니다. 제 옛날 자전거가 고장 나서 2년 전에 집 근처 마트에서 새로 구입했습니다. 지금 자전거는 예전 자전거보다 더 비싸지만 품질이 더 좋아서 매우 만족하고 있습니다.

Nếu giải thích về chiếc xe đạp của tôi thì tôi thích màu xanh dương nên chiếc xe đạp cũng là màu xanh dương. Yên xe rất êm vì tôi đã mua một chiếc yên riêng với giá 150,000 won. Phía trước của xe đạp có đèn màu đỏ để chiếu sáng khi đi vào buổi tối và có chuông nữa. Ở sườn xe đạp thì có giá để bình nước. Tôi đã mua mới chiếc xe này vào 2 năm trước ở siêu thị gần nhà vì chiếc xe cũ của tôi đã bị hỏng. Tuy chiếc xe đạp bây giờ đắt hơn chiếc xe cũ nhưng tôi thấy rất hài lòng vì chất lượng tốt hơn.

Từ vựng

- 파란색 màu xanh dương
- 안장 yên xe
- 부드럽다 êm, êm ái
- 앞 phía trước
- 밝히다 chiếu sáng
- 빨간 (전조)등 đèn màu đỏ

- 벨 chuông
- 다운 튜브 sườn (xe đạp)
- 물통 케이지 giá để bình nước
- 고장 나다 hỏng
- 품질 chất lượng
- 만족하다 hài lòng

Bạn hãy tái diễn lại tình huống vừa hỏi vừa trả lời đúng với tình huống được đưa ra, tưởng tượng như trong tình huống đó có đối tượng giao tiếp.

🎧 02-54

Q2. 귀하는 언제부터 자전거 타는 법을 배우기 시작했으며, 누가 가르쳐 줬나요? 처음으로 자전거에 관심을 갖게 된 것은 언제였나요? 자전거를 타기 시작한 후에 달라진 점은 있었나요?

Bạn bắt đầu học cách đi xe đạp từ khi nào và ai đã dạy bạn? Bạn cảm thấy có hứng thú với xe đạp lần đầu tiên là khi nào? Có gì thay đổi từ sau khi bạn bắt đầu đi xe đạp không?

제가 자전거를 배우기 시작한 건, 5년 전 부모님과 함께 공원에 놀러 갔을 때입니다. 우리는 그곳에서 자전거를 타며 즐거워하는 사람들의 모습을 보게 되었습니다. 그 모습을 보며 우리도 주말에 함께 자전거를 탄다면 재미있을 거라고 생각했고, 그날 저녁 아버지는 정말로 가족 모두에게 자전거 한 대씩을 사주시고는 주말마다 공원에서 연습해 보자고 제안하셨습니다. 사실 저는 어렸을 때 아버지께 자전거 타는 법을 배운 적이 있지만 오랫동안 타지 않아서 타는 법을 잊어버렸습니다. 그래서 아버지는 제게 다시 가르쳐 주셨고 지금은 주말마다 가족들과 함께 공원에서 자전거를 타며 건강과 활력을 되찾고 있습니다. 자전거를 타면서 우리 가족은 더욱 사이가 좋아졌고 몸과 마음도 건강해져서 매우 만족하고 있습니다.

Tôi bắt đầu học đi xe đạp khi đi chơi công viên với bố mẹ vào 5 năm trước. Chúng tôi đã thấy hình ảnh của nhiều người vui vẻ khi đi xe đạp ở đó. Chúng tôi nhìn thấy hình ảnh ấy và nghĩ nếu chúng tôi cũng đi xe đạp cùng nhau vào cuối tuần thì chắc là sẽ thú vị lắm, và tối đó, bố tôi đã thật sự mua cho cả gia đình mỗi người một chiếc xe đạp và đề nghị luyện tập thử ở công viên vào mỗi cuối tuần. Thật ra tôi đã học cách đi xe đạp từ bố lúc tôi còn bé nhưng do không đi trong một thời gian dài nên tôi đã quên mất cách đi rồi. Vì thế bố tôi đã dạy lại cho tôi một lần nữa và bây giờ mỗi cuối tuần tôi đi xe đạp ở công viên với gia đình và tìm lại được sức khỏe và sinh lực. Trong khi đi xe đạp, gia đình chúng tôi trở nên thân thiết hơn, cơ thể và tinh thần cũng khỏe mạnh hơn nên tôi rất mãn nguyện.

Từ vựng

- 연습하다 luyện tập
- 제안하다 đề nghị
- 타는 법 cách đi (phương tiện giao thông)
- 오랫동안 trong thời gian dài

- 잊어버리다 quên mất
- 가르치다 dạy
- 활력 sinh lực, sinh khí

Q3. 자전거를 탔던 기억에 남는 경험에 대해 이야기해 주세요. 그것은 언제, 어디서 일어났나요? 누구와 같이 있었나요?

Hãy kể về kinh nghiệm mà bạn còn nhớ khi đi xe đạp. Việc đó xảy ra khi nào và ở đâu? Bạn đã đi với ai?

3년 전 공원에서 혼자 자전거를 타고 있을 때의 일입니다. 저는 가벼운 옷차림으로 자전거를 타고 있었는데, 갑자기 소나기가 쏟아졌습니다. 비옷을 안 챙겼기 때문에 어떻게 해야 할지 몰라서 페달을 힘껏 밟기만 했습니다. 그런데 갑자기 누군가가 저를 부르면서 비옷을 제게 내밀었습니다. 저는 조금 당황하며 그 사람을 쳐다봤는데 모르는 사람이었습니다. 그는 따뜻한 미소를 지으며, 비 맞으면 감기 걸린다면서 저에게 비옷을 주셨습니다. 그분 덕분에 저는 감기에 걸리지 않았고 무사히 집으로 돌아올 수 있었습니다. 나중에 몇 번이고 그분을 찾기 위해 공원을 둘러보았지만 결국 찾지 못했습니다. 아직도 그런 따뜻한 마음을 가진 사람이 있다는 생각에 지금까지도 그 일을 잊지 못하고 있습니다.

Đó là việc xảy ra khi tôi đang đạp xe một mình trong công viên vào 3 năm trước. Tôi đang đi xe đạp với trang phục gọn nhẹ thì đột nhiên trời đổ mưa rào. Tôi không mang theo áo mưa nên không biết phải làm sao, chỉ đạp mạnh pê-đan hết sức. Nhưng đột nhiên, có người gọi tôi và chìa ra cho tôi một chiếc áo mưa. Tôi hơi bối rối và nhìn người đó nhưng là người mà tôi không biết. Người đó nở nụ cười ấm áp, vừa đưa cho tôi chiếc áo mưa vừa nói rằng sẽ bị cảm lạnh nếu mắc mưa. Nhờ người đó mà tôi đã không bị cảm và đã có thể trở về nhà bình yên vô sự. Sau đó, tôi đã trở lại công viên mấy lần để tìm người đó nhưng rốt cuộc đã không tìm được. Suy nghĩ trên thế gian này vẫn còn người ấm áp như thế làm cho tôi đến bây giờ vẫn không thể quên được việc đó.

Từ vựng

- 가벼운 옷차림 trang phục gọn nhẹ
- 갑자기 đột nhiên
- 소나기 mưa rào
- 쏟아지다 (bị) đổ, (bị) trút
- 챙기다 mang theo, sắp xếp
- 페달 pê-đan, bàn đạp
- 힘껏 hết sức, tận tâm
- 밟다 đạp, giẫm
- 비옷 áo mưa
- 내밀다 chìa ra, giơ ra
- 쳐다보다 nhìn (chằm chằm)
- 덕분에 nhờ
- 감기 cảm

Các câu tham khảo cấp IL

Đây là những mẫu câu đa dạng và hữu ích liên quan đến chủ đề. Bạn hãy đánh dấu những câu phù hợp với bản thân và thử tạo nên câu chuyện thú vị của riêng mình.

☐ **Xe đạp trước đây không nhẹ như xe đạp bây giờ.**

예전의 자전거는 오늘날의 자전거만큼 가볍지 않았습니다.

☐ **Tôi đã rất vất vả khi học cách đi xe đạp.**

저는 자전거 타는 법을 배웠을 때 아주 힘들었습니다.

☐ **Ước mơ của tôi là đi xe đạp từ miền Bắc đến miền Nam Việt Nam.**

제 꿈은 베트남 북부에서 남부까지 자전거를 타고 가는 것입니다.

☐ **Ở thành phố tôi sống có câu lạc bộ xe đạp.**

câu lạc bộ của những người cùng sở thích

제가 사는 도시에는 자전거 동호회가 있습니다.

☐ **Xe đạp có nhược điểm là không thể đi vào ngày mưa.**

자전거는 비 오는 날에 탈 수 없다는 단점이 있습니다.

☐ **Tôi thích đi xe đạp vào buổi sáng sớm.**

저는 이른 아침에 자전거 타는 것을 좋아합니다.

☐ **Tháng trước tôi đã bị ngã khi đang đi xe đạp vì một chú cún con đã đột ngột xuất hiện trước xe của tôi.**

지난달에 저는 자전거를 타다가 강아지 한 마리가 갑자기 제 자전거 앞에 나타나서 넘어졌습니다.

☐ **Tôi đã không thể quên được cảm giác đi xe đạp ở đường ven biển.**

저는 해변길에서 자전거를 탔던 느낌을 잊을 수가 없습니다.

Hãy đánh dấu các câu trả lời phù hợp với bản thân. ☑

☐ Xe đạp trước đây không nhẹ như xe đạp bây giờ và bộ phận chống sốc cũng không tốt.

예전의 자전거는 오늘날의 자전거만큼 가볍지 않았고 충격 흡수장치도 좋지 않았습니다.

☐ Khi học cách đi xe đạp, vì không thể giữ thăng bằng nên tôi đã rất vất vả.

저는 자전거 타는 법을 배웠을 때 균형을 잡지 못해서 아주 힘들었습니다.

☐ Ước mơ của tôi là đi xe đạp từ miền Bắc đến miền Nam Việt Nam, và tôi nhất định sẽ thực hiện.

제 꿈은 베트남 북부에서 남부까지 자전거를 타고 가는 것이며, 반드시 실현할 겁니다.

☐ Ở thành phố tôi sống có câu lạc bộ xe đạp nên tôi vừa tham gia.

제가 사는 도시에는 자전거 동호회가 있어서 저도 막 참여했습니다.

☐ Xe đạp có nhược điểm là không thể đi vào ngày mưa nên tôi phải chơi môn thể thao khác vào mùa mưa.

자전거는 비 오는 날에 탈 수 없다는 단점이 있기 때문에 우기에는 다른 스포츠를 해야 합니다.

☐ Tôi thích đi xe đạp vào buổi sáng sớm không khí trong lành.

저는 공기가 맑은 이른 아침에 자전거 타는 것을 좋아합니다.

☐ Tháng trước, khi tôi đang đi xe đạp thì một chú cún con xuất hiện đột ngột trước xe của tôi, nên tôi đã bị ngã do giật mình.

지난달에 저는 자전거를 타다가 강아지 한 마리가 갑자기 제 자전거 앞에 나타나서 놀라서 넘어졌습니다.
↳ giật mình, ngạc nhiên 놀랍다

☐ Tôi đã không thể quên được cảm giác đón gió biển mát dịu khi đi xe đạp ở đường ven biển.
↳ mát dịu 산들 / gió biển 바닷바람 / đón gió 바람을 맞다

저는 해변길에서 자전거를 탔을 때 산들 바닷바람을 맞은 느낌을 잊을 수가 없습니다.

Cầu lông

Trước khi trả lời câu hỏi liên quan, hãy nhớ lại các từ vựng trọng tâm và sắp xếp nội dung câu trả lời trong đầu.

Q 설문지에 배드민턴을 좋아한다고 표시했습니다. 배드민턴을 자주 치나요? 보통 어디서 치나요? 누구와 함께 치나요?

Bạn đã nói trong bản khảo sát là bạn thích cầu lông. Bạn có thường đánh cầu lông không? Bạn thường đánh ở đâu? Bạn thường đánh với ai?

 Từ vựng gợi nhớ

주말마다 mỗi cuối tuần

이른 아침 sáng sớm

늦은 저녁 tối muộn

집 근처 야외 배드민턴장
sân cầu lông ngoài trời ở gần nhà

실내 배드민턴장
sân cầu lông trong nhà

공원 안 trong công viên

동네 khu phố

친구 bạn

직장 동료 đồng nghiệp

지인들 những người quen

Khi thi OPIc, việc hiểu nhanh các câu hỏi và trả lời là quan trọng nhất. Đối với các câu hỏi quen thuộc, bạn càng phải bình tĩnh và trả lời một cách tự nhiên. Hãy liên tục làm quen và luyện tập các dạng câu hỏi liên quan đến chủ đề.

1. 배드민턴의 규칙에 대해 알고 싶습니다. 배드민턴의 규칙에 대해 설명해 주세요.

Tôi muốn biết về luật chơi của cầu lông. Hãy giải thích luật chơi của cầu lông.

2. 설문지에 배드민턴을 친다고 표시했습니다. 배드민턴을 치기 위해서는 무엇을 준비해야 하나요? 배드민턴을 친 후에는 무엇을 하나요? 배드민턴을 치기 전과 후의 활동에 대해 이야기해 주세요.

Bạn đã nói trong bản khảo sát là bạn đánh cầu lông. Bạn phải chuẩn bị gì để đánh cầu lông? Sau khi đánh cầu lông bạn làm gì? Hãy nói về hoạt động trước và sau khi đánh cầu lông của bạn.

3. 배드민턴을 보통 어디서 치나요? 왜 그곳에서 자주 치나요? 그곳에 대해 묘사해 주세요.

Bạn thường đánh cầu lông ở đâu? Vì sao bạn thường đánh ở đó? Hãy miêu tả về nơi đó.

4. 귀하는 언제부터 배드민턴을 배우기 시작했으며, 누가 가르쳐 줬나요? 처음으로 배드민턴에 관심을 갖게 된 것은 언제였나요? 배드민턴을 시작한 후 달라진 점이 있나요?

Bạn bắt đầu học cầu lông khi nào, và ai đã dạy bạn? Bạn cảm thấy có hứng thú với cầu lông lần đầu tiên là khi nào? Có gì thay đổi kể từ sau khi bạn bắt đầu chơi cầu lông không?

5. 배드민턴을 쳤을 때의 기억에 남는 경험에 관해 이야기해 주세요. 그것은 언제, 어디서 일어났나요? 누구와 같이 있었나요?

Hãy kể về kinh nghiệm mà bạn còn nhớ khi chơi cầu lông. Việc đó xảy ra khi nào và ở đâu? Bạn đã đi với ai?

Hãy học rồi ứng dụng các ngữ pháp và cấu trúc tiếng Hàn Quốc vào câu trả lời. Thông qua quá trình này, khả năng diễn đạt và tạo câu của bạn sẽ tiến bộ hơn.

● −기도 하고 −기도 하다 : và cũng, vừa ~ mà cũng vừa

Ngữ pháp này được dùng khi liệt kê các nội dung có liên quan nhau hoặc liệt kê các nội dung mang tính đối lập nhau.

저는 주말에 운동을 하기도 하고 친구와 술 한잔을 하기도 합니다.
Vào cuối tuần, tôi tập thể dục và cũng đi nhậu với bạn bè.

배드민턴은 어렵기도 하고 쉽기도 합니다.
Cầu lông vừa khó mà cũng vừa dễ.

● −기는 하지만 : quả thật ~ nhưng

Thể hiện sự công nhận nội dung ở phía trước nhưng đưa ra thêm sự phản đối hoặc tình huống hay ý kiến khác.

운동은 힘들기는 하지만 건강에 좋습니다.
Thể dục thể thao quả thật vất vả nhưng tốt cho sức khỏe.

오늘이 주말이기는 하지만 여러 활동으로 바쁩니다.
Hôm nay quả thật là cuối tuần nhưng tôi bận vì có vài hoạt động.

Ứng dụng câu trả lời theo hình thức combo và đưa ra câu trả lời mẫu cho từng câu hỏi.

🎧 02-58

Q1. 설문지에 배드민턴을 좋아한다고 표시했습니다. 배드민턴을 자주 치나요? 보통 어디서 치나요? 누구와 함께 치나요?

Bạn đã nói trong bản khảo sát là bạn thích cầu lông. Bạn có thường đánh cầu lông không? Bạn thường đánh ở đâu? Bạn thường đánh với ai?

제가 배드민턴 치는 활동에 관해 말씀드리자면, 저는 보통 주말마다 집 근처 야외 배드민턴 장을 이용합니다. 그 야외 배드민턴장은 공원 안에 있으며 무료이기 때문에 찾아오는 사람 이 정말 많습니다. 그렇기 때문에 저는 보통 이른 아침이나 늦은 저녁에 이용합니다. 보통 친 구들과 같이 치는데 친구가 바쁘면 직장 동료와 치기도 합니다. 비 오는 날에는 야외 배드민 턴장에서 칠 수 없기 때문에 동네에 있는 실내 배드민턴장에 가는데 그곳은 유료입니다. 주 변 지인들이 배드민턴을 모두 좋아해서 주말에 같은 취미를 즐길 수 있다는 것이 좋기도 하 고 매주 나가다 보니 피곤하기도 합니다.

Nếu nói về hoạt động đánh cầu lông thì tôi thường dùng sân cầu lông ngoài trời gần nhà vào *mỗi cuối tuần*. Vì sân cầu lông ngoài trời đó nằm trong công viên và miễn phí nên có nhiều người tìm đến. Vì thế tôi thường dùng vào *sáng sớm* hoặc *tối muộn*. Tôi thường chơi với bạn bè của tôi và nếu bạn tôi bận thì tôi cũng chơi với đồng nghiệp. Vào ngày mưa, vì không thể chơi ở sân cầu lông ngoài trời nên tôi đến *sân cầu lông trong nhà* ở *khu phố* của tôi và nơi đó *có phí*. Vì những người quen xung quanh đều thích cầu lông nên việc có thể cùng tận hưởng sở thích giống nhau vào cuối tuần vừa vui mà cũng vừa mệt do phải đi ra ngoài vào mỗi tuần.

Từ vựng

- 주말마다 mỗi cuối tuần
- 이른 아침 sáng sớm
- 늦은 저녁 tối muộn

- 동네 khu phố
- 실내 배드민턴장 sân cầu lông trong nhà
- 유료 có phí, mất phí

Câu trả lời mẫu

Bạn hãy tái diễn lại tình huống vừa hỏi vừa trả lời đúng với tình huống được đưa ra, tưởng tượng như trong tình huống đó có đối tượng giao tiếp.

🎧 02-59

Q2. 배드민턴의 규칙에 대해 알고 싶습니다. 배드민턴의 규칙에 대해 설명해 주세요.

Tôi muốn biết về luật chơi của cầu lông. Hãy giải thích luật chơi của cầu lông.

배드민턴에는 단식과 복식 경기가 있는데, 둘 중 단식 경기에 대한 규칙을 설명드리겠습니다. 단식 경기는 1:1 경기, 즉 상대방과 단둘이 승부를 겨루는 경기입니다. 서브할 때 상대방의 끝 쪽 엔드라인까지 서브를 넣을 수가 있습니다. 상대는 셔틀콕이 땅에 떨어지기 전에 네트 위로 넘겨야 합니다. 셔틀콕이 상대의 라인 안에 떨어지면 서브를 넣은 자가 점수를 획득할 수 있으며 랠리가 끝납니다. 그리고 상대의 샷이 아웃될 거라고 판단되면 바닥에 떨어지도록 내버려 둬야 합니다. 그렇지 않으면 랠리는 계속됩니다. 경기는 3세트로 진행되며 각각 21점으로 합니다. 규칙은 초보자에게는 복잡하긴 하지만 어렵지 않습니다.

Trong môn cầu lông có trận đấu đánh đơn và đánh đôi, trong hai hình thức tôi sẽ giải thích quy tắc cho trận đấu đánh đơn. Trận đấu đơn là trận đấu một chọi một, tức là một trận đấu đọ sức thắng thua với đối thủ. Khi giao bóng, bạn có thể giao bóng đến vạch cuối của đối phương. Trước khi quả cầu rơi xuống đất, đối phương phải đánh qua lưới. Nếu quả cầu rơi trong phần sân của đối phương, người giao bóng có thể nhận được điểm số và loạt đánh cầu qua lại (rally) kết thúc. Và nếu bạn phán đoán rằng cầu của đối phương sẽ ra ngoài thì bạn phải để yên cho nó rơi xuống sàn. Nếu không thì cuộc rally sẽ được tiếp tục. Trận đấu sẽ được diễn ra trong 3 hiệp, mỗi hiệp 21 điểm. Luật chơi quả thật phức tạp đối với người mới bắt đầu nhưng không khó.

▫ 단식 đánh đơn	▫ 넘기다 đánh qua, làm cho qua
▫ 복식 đánh đôi	▫ 점수를 획득하다 giành được điểm số
▫ 경기 trận đấu	▫ 랠리 loạt đánh cầu qua lại
▫ 상대방 đối thủ, đối phương	▫ 샷 cầu, bóng
▫ 승부 (sự) thắng thua	▫ 아웃 ra ngoài
▫ 겨루다 đọ sức, phân tranh	▫ 판단되다 (được) phán đoán
▫ 서브하다, 서브를 넣다 giao bóng	▫ 내버려 두다 để yên
▫ 엔드라인 vạch cuối	▫ 계속되다 được tiếp tục
▫ 떨어지다 rơi xuống	▫ 초보자 người mới bắt đầu
▫ 네트 lưới	

Q3. 설문지에 배드민턴을 친다고 표시했습니다. 배드민턴을 치기 위해서는 무엇을 준비해야 하나요? 배드민턴을 친 후에는 무엇을 하나요? 배드민턴을 치기 전과 후의 활동에 대해 이야기해 주세요.

Bạn đã nói trong bản khảo sát là bạn đánh cầu lông. Bạn phải chuẩn bị gì để đánh cầu lông? Sau khi đánh cầu lông bạn làm gì? Hãy nói về hoạt động trước và sau khi đánh cầu lông của bạn.

저는 배드민턴을 치러 가기 전에 운동복으로 갈아입고 물과 과일을 준비합니다. 물론 배드민턴을 치기 위한 라켓과 공도 필요해서 항상 이 2가지를 챙깁니다. 배드민턴장에 도착하면, 스트레칭과 준비 운동을 꼼꼼히 한 후에 경기를 시작합니다. 경기는 3세트로 하는데 중간에 쉬는 시간이 있어서 물을 마시고 과일을 먹습니다. 경기가 끝난 후에는 스트레칭을 한 번 더 하고 집에 가서 샤워를 합니다. 가끔 친구 또는 동료와 내기를 해서 지는 사람이 모두에게 밥을 사도록 합니다. 내기를 하면 경기가 좀 더 재미있는 것 같습니다.

Trước khi đi chơi cầu lông, tôi thay quần áo thể thao và chuẩn bị nước và hoa quả. Tất nhiên là cần vợt và cầu lông để đánh cầu lông nên tôi luôn mang theo 2 thứ này. Khi đến sân cầu lông, tôi bắt đầu trận đấu sau khi đã căng cơ và khởi động kĩ. Trận đấu gồm có 3 hiệp, và giữa chừng có giờ nghỉ nên tôi uống nước và ăn trái cây. Sau trận đấu, tôi căng cơ thêm một lần nữa và về nhà tắm. Đôi khi tôi cá cược với bạn bè hoặc đồng nghiệp và người thua mua cơm cho tất cả mọi người. Tôi nghĩ trận đấu sẽ vui hơn nếu chúng tôi cá cược.

Từ vựng	
◻ 운동복 quần áo thể thao	◻ 스트레칭 (sự) căng cơ, (sự) kéo cơ
◻ 갈아입다 thay (quần áo)	◻ 준비 운동 (sự) khởi động
◻ 과일 hoa quả	◻ 꼼꼼히 kĩ
◻ 준비하다 chuẩn bị	◻ 시작하다 bắt đầu
◻ 물론 tất nhiên là, dĩ nhiên là	◻ 중간에 giữa chừng
◻ 항상 luôn	◻ 샤워하다 tắm
◻ 도착하다 đến, đến nơi	◻ 내기를 하다 cá cược

Các câu tham khảo cấp IL

Đây là những mẫu câu đa dạng và hữu ích liên quan đến chủ đề. Bạn hãy đánh dấu những câu phù hợp với bản thân và thử tạo nên câu chuyện thú vị của riêng mình.

☐ Sau khi đánh cầu lông, tâm trạng trở nên sảng khoái.

배드민턴을 치고 나면 기분이 상쾌해집니다.

☐ Đánh cầu lông là cách giảm cân hiệu quả.

배드민턴을 치는 것은 살을 **빼는** 효과적인 방법입니다.

☐ Môn thể thao này làm cho cơ thể di chuyển nhanh hơn.

이 스포츠는 몸을 더 **빨리** 움직이게 해 줍니다.

☐ Trước đây tôi đánh cầu lông không giỏi nhưng bây giờ thì giỏi.

예전에는 배드민턴을 못 쳤지만 지금은 잘 칩니다.

☐ Từ khi học phổ thông, tôi đã bắt đầu chơi cầu lông.

고등학교 때부터 배드민턴을 시작했습니다.

☐ Tôi từng bị chấn thương vai.

저는 어깨 부상을 입은 적이 있습니다.

☐ Tôi thường tham gia trận đấu đánh đôi với bạn thân.

저는 친한 친구와 복식 경기를 자주 합니다.

☐ Trong tương lai, tôi sẽ tiếp tục đánh cầu lông.

앞으로 저는 계속 배드민턴을 칠 겁니다.

Hãy đánh dấu các câu trả lời phù hợp với bản thân. ☑

☐ Sau khi đánh cầu lông, tâm trạng trở nên sảng khoái và căng thẳng được giải tỏa.

배드민턴을 치고 나면 기분이 상쾌해지고 스트레스가 해소됩니다.

☐ Tôi nghe nói đánh cầu lông là cách giảm cân hiệu quả nên đã bắt đầu chơi.

배드민턴을 치는 것은 살을 빼는 효과적인 방법이라고 들어서 시작했습니다.

☐ Môn thể thao này giúp ích cho việc nâng cao tốc độ di chuyển của cơ thể.

이 스포츠는 몸이 움직이는 속도를 향상시키는 데 도움을 줍니다.

→ tốc độ → nâng cao 향상시키다 / cải thiện 개선하다

☐ Trước đây tôi đánh cầu lông không giỏi nhưng bây giờ thì giỏi vì không ngừng luyện tập.

예전에는 배드민턴을 못 쳤지만 지금은 끊임없이 연습해서 잘 칩니다.

☐ Tôi bắt đầu chơi cầu lông khi học phổ thông và đến bây giờ đã chơi hơn 10 năm.

고등학교 때 배드민턴을 시작해서 10년 넘게 해왔습니다.

☐ Tôi từng bị chấn thương vai vì không khởi động kĩ lưỡng.

저는 준비 운동을 꼼꼼히 하지 않아서 어깨 부상을 입은 적이 있습니다.

☐ Tôi thường tham gia trận đấu đánh đôi với bạn thân, và bạn tôi là cộng sự vững chắc của tôi.

저는 친한 친구와 복식 경기를 자주 하며, 친구는 저의 든든한 파트너입니다.

vững chắc, đáng tin 든든하다
→ cộng sự 파트너

☐ Trong tương lai, tôi sẽ tiếp tục chơi cầu lông vì sức khỏe.

앞으로 저는 건강을 위해서 계속 배드민턴을 칠 겁니다.

Chương

7

Du lịch (여행)

Mục tiêu học tập
Xu hướng ra đề

Trong phần khảo sát, thí sinh phải chọn ít nhất một hạng mục liên quan đến du lịch. Cụ thể, chủ đề du lịch được chia thành 'Công tác trong nước', 'Công tác nước ngoài', 'Kì nghỉ ở nhà', 'Du lịch trong nước', và 'Du lịch nước ngoài'. 'Kì nghỉ ở nhà' tương đối dễ hơn so với các hạng mục khác. Nếu chọn 'Du lịch' thì nên chuẩn bị nội dung về các vật dụng chuẩn bị trước khi đi, lí do đi và các mẫu chuyện thú vị, còn nếu chọn 'Kì nghỉ ở nhà' thì nên kết nối câu trả lời với những sở thích hoặc hoạt động giải trí liên quan.

• Bí quyết đạt điểm cao cho từng chủ đề

Bài 1 **Du lịch trong nước** (국내 여행)	✷ Nói về đồ dùng cần thiết khi đi du lịch trong nước → quá trình chuẩn bị đi du lịch trong nước ✷ Nói về địa điểm du lịch yêu thích trong nước → lí do thích → hoạt động khi đi du lịch trong nước ✷ Giới thiệu chuyến du lịch và địa điểm du lịch đáng nhớ # Nên chuẩn bị câu trả lời một cách chiến lược bằng cách kết nối với các hoạt động sở thích và giải trí trong thời gian du lịch
Bài 2 **Du lịch nước ngoài** (해외여행)	✷ Nói về đồ dùng cần thiết khi đi du lịch nước ngoài → quá trình chuẩn bị đi du lịch nước ngoài ✷ Nói về địa điểm du lịch yêu thích ở nước ngoài → lí do thích → hoạt động khi đi du lịch nước ngoài ✷ Nói về các câu chuyện thú vị đáng nhớ khi đi du lịch nước ngoài → cảm nhận # Nên chuẩn bị câu trả lời một cách chiến lược bằng cách kết nối nội dung của du lịch trong nước và du lịch nước ngoài
Bài 3 **Công tác trong nước/ nước ngoài** (국내/해외 출장)	✷ Nói về đồ dùng cần thiết khi đi công tác trong nước/nước ngoài → quá trình chuẩn bị đi công tác trong nước/nước ngoài ✷ Nói về những việc làm trong khi đi công tác → chuyến công tác hoặc địa điểm công tác còn nhớ → cảm nhận # Nên chuẩn bị câu trả lời một cách chiến lược bằng cách kết nối với nội dung công việc của bản thân.
Bài 4 **Kì nghỉ ở nhà** (집에서 보내는 휴가)	✷ Nói về hoạt động khi trải qua kì nghỉ ở nhà → ưu điểm và nhược điểm của việc nghỉ ở nhà ✷ Nói về mẫu chuyện vui còn nhớ khi trải qua kì nghỉ ở nhà → cảm nhận # Nên chuẩn bị câu trả lời một cách chiến lược bằng cách kết nối với các hoạt động sở thích và giải trí

✱ Đây là các loại hình câu hỏi theo dạng combo thường được ra đề nếu bạn chọn hạng mục tương ứng ở Background Survey. Hãy làm quen với các dạng câu hỏi này và luyện tập để có thể hiểu nhanh ý đồ của câu hỏi.

Nắm bắt nhanh dạng câu hỏi theo từng chủ đề

Bài 1 **Du lịch trong nước** (국내 여행)	• 국내 여행을 가기 전에 어떻게 준비를 하나요? 국내 여행을 갈 때 보통 무엇을 챙겨 가나요? 가능한 한 자세히 이야기해 주세요. - Bạn chuẩn bị như thế nào trước khi đi du lịch trong nước? Bạn thường mang theo gì khi đi du lịch trong nước? Hãy nói cho tôi nghe càng chi tiết càng tốt.
Bài 2 **Du lịch nước ngoài** (해외여행)	• 설문지에 해외여행을 좋아한다고 표시했습니다. 가장 좋아하는 해외여행지는 어디인가요? 왜 그곳을 좋아하나요? - Bạn đã nói trong bản khảo sát là bạn thích đi du lịch nước ngoài. Địa điểm du lịch nước ngoài mà bạn thích nhất là ở đâu? Tại sao bạn thích nơi đó?
Bài 3 **Công tác trong nước/ nước ngoài** (국내/해외 출장)	• 해외 출장을 갈 때, 집에서 나올 때부터 호텔 방 열쇠를 받을 때까지 귀하는 보통 어떤 단계들을 거쳐야 하나요? - Khi đi công tác nước ngoài, từ lúc bạn rời nhà cho đến lúc nhận chìa khóa phòng khách sạn, bạn thường phải qua những bước nào?
Bài 4 **Kì nghỉ ở nhà** (집에서 보내는 휴가)	• 휴가 때 방문하거나 만나는 사람들과 함께 즐겨 하는 일 중 몇 가지에 관해 설명해 주세요. - Hãy mô tả một vài việc bạn thích làm với những người đến thăm bạn hoặc người bạn gặp trong kì nghỉ của mình.

Du lịch trong nước

Trước khi trả lời câu hỏi liên quan, hãy nhớ lại các từ vựng trọng tâm và sắp xếp nội dung câu trả lời trong đầu.

Q 국내 여행을 가기 전에 어떻게 준비를 하나요? 국내 여행을 갈 때 보통 무엇을 챙겨 가나요? 가능한 한 자세히 이야기해 주세요.

Bạn chuẩn bị như thế nào trước khi đi du lịch trong nước? Bạn thường mang theo gì khi đi du lịch trong nước? Hãy nói cho tôi nghe càng chi tiết càng tốt.

  **Từ vựng gợi nhớ**

가고 싶은 여행지
điểm du lịch muốn đi

잘 알려지지 않는 여행지
điểm du lịch không được biết đến nhiều

교통편 예약
đặt vé phương tiện giao thông

숙소 예약 đặt chỗ ở

맛집 탐색
tìm kiếm quán ăn ngon

여행 일정 확인
kiểm tra lịch trình du lịch

필수품 vật dụng cần thiết

옷 quần áo

사진기 máy ảnh

휴대폰 충전기
sạc điện thoại di động

Các dạng câu hỏi khác

🎧 02-62

Khi thi OPIc, việc hiểu nhanh các câu hỏi và trả lời là quan trọng nhất. Đối với các câu hỏi quen thuộc, bạn càng phải bình tĩnh và trả lời một cách tự nhiên. Hãy liên tục làm quen và luyện tập các dạng câu hỏi liên quan đến chủ đề.

---

1. 보통 1년에 국내 여행을 몇 번 가나요? 누구와 함께 가나요? 그곳에서 어떤 활동을 하나요?

Một năm bạn thường đi du lịch trong nước mấy lần? Bạn đi với ai? Ở nơi đó bạn thường làm những hoạt động gì?

---

2. 여행을 갈 때 예상하지 못한 상황이 자주 일어납니다. 여행 중 예상하지 못한 상황에 처한 적이 있나요? 그것은 어떤 상황이었나요? 어떻게 해결했나요? 처음부터 끝까지 이야기해 주세요.

Khi đi du lịch thường có những tình huống bất ngờ xảy ra. Bạn có gặp tình huống bất ngờ trong khi đi du lịch bao giờ chưa? Đó là tình huống gì? Bạn đã giải quyết thế nào? Bạn hãy kể cho tôi nghe từ đầu đến cuối.

---

3. 설문지에 국내 여행을 좋아한다고 표시했습니다. 귀하 나라의 지역 중 어디를 좋아하나요? 왜 그곳을 좋아하나요?

Bạn đã nói trong bản khảo sát là bạn thích đi du lịch trong nước. Bạn thích nơi nào trong nước của bạn? Tại sao bạn thích nơi đó?

---

4. 가장 기억에 남는 여행에 대해 이야기해 주세요. 왜 그 여행이 기억에 남나요?

Hãy nói về chuyến du lịch mà bạn nhớ nhất. Tại sao chuyến du lịch đó đáng nhớ?

---

5. 여행 가는 것을 좋아한다고 했습니다. 함께 여행하는 사람들에 대해 소개해 주세요.

Bạn đã nói là bạn thích đi du lịch. Hãy giới thiệu về những người cùng du lịch với bạn.

Hãy học rồi ứng dụng các ngữ pháp và cấu trúc tiếng Hàn Quốc vào câu trả lời. Thông qua quá trình này, khả năng diễn đạt và tạo câu của bạn sẽ tiến bộ hơn.

● –(으)로 인해(서) : vì ~

Đây là ngữ pháp đứng sau danh từ, thể hiện kết quả ở phía sau hoặc nguyên nhân, lí do của tình huống. Ngữ pháp này thường được sử dụng trong văn viết và thể trang trọng cách thức.

여행으로 인해 스트레스가 해소되었습니다.
Vì đi du lịch nên giải tỏa được stress.

폭우로 인해 농민들이 피해를 입었습니다.
Vì mưa to nên nông dân bị thiệt hại.

● –고 나서 : sau khi ~

Thể hiện hành động ở phía trước diễn ra trước hành động ở phía sau về mặt thời gian. '–겠' thể hiện tương lai và '–았/었' thể hiện quá khứ không thể xuất hiện trước '–고 나서'.

오늘 수업을 듣고 나서 친구를 만나러 갈 겁니다.
Hôm nay sau khi nghe giảng xong, tôi sẽ đi gặp bạn.

어제 수영을 하고 나서 집에 갔습니다.
Hôm qua sau khi bơi, tôi đã đi về nhà.

Câu trả lời mẫu

Ứng dụng câu trả lời theo hình thức combo và đưa ra câu trả lời mẫu cho từng câu hỏi.

🎧 02-63

Q1. 국내 여행을 가기 전에 어떻게 준비를 하나요? 국내 여행을 갈 때 보통 무엇을 챙겨 가나요? 가능한 한 자세히 이야기해 주세요.

Bạn chuẩn bị như thế nào trước khi đi du lịch trong nước? Bạn thường mang theo gì khi đi du lịch trong nước? Hãy nói cho tôi nghe càng chi tiết càng tốt.

저는 보통 국내 여행을 가기 전에 미리 가고 싶은 여행지를 선택한 후, 비행기나 기차 표를 예약해 놓습니다. 숙소는 후기를 꼼꼼히 읽어본 후에 후기가 좋고 깨끗한 시설로 숙소를 예약합니다. 저는 사람이 많이 몰리는 곳은 좋아하지 않아서 가능하면 잘 알려지지 않은 곳으로 여행지를 선택하는 편입니다. 여행을 가기 전날에는 맛집을 알아보고 여행 일정을 다시 확인합니다. 그리고 나서 옷, 화장품, 사진기, 휴대폰 충전기 등 필수품을 챙깁니다. 국내 여행을 갈 때는 해외여행만큼 준비해야 할 것이 많지 않지만 누락한 것이 없는지 마지막까지 꼼꼼히 준비하는 편입니다.

Thông thường, trước khi đi du lịch trong nước, tôi đặt sẵn vé máy bay hoặc tàu hỏa sau khi chọn trước điểm du lịch muốn đi. Về nơi ở, sau khi đọc kĩ đánh giá, tôi đặt nơi ở được đánh giá tốt và cơ sở vật chất sạch sẽ. Tôi không thích nơi nhiều người đổ xô đến nên nếu được thì tôi chọn nơi chưa được nhiều người biết đến. Ngày trước khi đi, tôi tìm hiểu nhà hàng ngon và kiểm tra lại lịch trình du lịch. Sau đó, tôi sắp xếp những vật dụng cần thiết như quần áo, mỹ phẩm, máy ảnh, sạc điện thoại di động v.v. Khi đi du lịch trong nước, không có nhiều thứ để chuẩn bị như khi đi du lịch nước ngoài nhưng tôi luôn chuẩn bị kĩ lưỡng đến phút cuối để xem có sót gì không.

Từ vựng

- 선택하다 chọn, lựa chọn
- 비행기 máy bay
- 기차 tàu hỏa
- 표 vé
- 예약하다 đặt
- 후기 đánh giá, review
  (sau khi dùng dịch vụ nào đó)
- 시설 cơ sở vật chất
- 몰리다 đổ xô, dồn lại
- 잘 알려지지 않다 chưa được nhiều người biết đến
- 맛집 nhà hàng ngon
- 여행 일정 lịch trình du lịch
- 필수품 vật dụng cần thiết
- 누락 (sự) sót, (sự) bỏ sót

Bạn hãy tái diễn lại tình huống vừa hỏi vừa trả lời đúng với tình huống được đưa ra, tưởng tượng như trong tình huống đó có đối tượng giao tiếp.

🎧 02-64

Q2. 보통 1년에 국내 여행을 몇 번 가나요? 누구와 함께 가나요? 그곳에서 어떤 활동을 하나요?

Một năm bạn thường đi du lịch trong nước mấy lần? Bạn đi với ai? Ở nơi đó bạn thường làm những hoạt động gì?

저는 보통 1년에 2~3번 정도 국내 여행을 갑니다. 베트남에서는 설 연휴가 가장 길기 때문에 저는 항상 연휴 기간에 맞춰서 국내 여행을 가는 편입니다. 그리고 남부지방 해방 기념일과 국제노동절 연휴에도 여행을 갑니다. 가족과 함께 갈 때도 있고 친구들과 함께 여행을 갈 때도 있습니다. 국내 여행은 체험 목적이 아닌, 휴식을 취하기 위한 여행이기 때문에 되도록 많은 활동을 하지 않고 주로 호텔에서 쉬거나 맛있는 현지 음식을 먹는 등 최대한 피로가 쌓이지 않는 여행을 즐깁니다. 비록 연휴로 인해 관광지에 많은 관광객으로 붐비지만 그래도 여행은 늘 즐거운 것 같습니다.

Tôi thường đi du lịch trong nước 2-3 lần một năm. Vì ở Việt Nam, kì nghỉ Tết Nguyên đán dài nhất nên tôi luôn luôn có xu hướng đi du lịch vào kì nghỉ. Và vào kỳ nghỉ liên tiếp kỉ niệm giải phóng miền Nam và ngày quốc tế lao động tôi cũng đi du lịch. Đôi khi tôi đi với gia đình và đôi khi với bạn bè của tôi. Vì du lịch trong nước không phải là mục đích trải nghiệm mà là để nghỉ ngơi nên nếu được tôi không thực hiện nhiều hoạt động và chủ yếu tận hưởng chuyến du lịch không có sự mệt mỏi, như nghỉ ngơi tại khách sạn hoặc ăn những món ăn địa phương ngon. Dù các địa điểm du lịch luôn đông du khách vì các đợt nghỉ lễ nhưng du lịch thì lúc nào cũng vui.

Từ vựng	
□ 설 연휴 kì nghỉ Tết Nguyên đán	□ 목적 mục đích
□ 남부지방 해방 기념일 (ngày) kỉ niệm giải phóng miền Nam	□ 휴식을 취하다 nghỉ ngơi
□ 국제노동절 ngày Quốc tế lao động	□ 되도록 nếu được, như có thể
□ 체험하다 trải nghiệm	□ 현지 음식 món ăn địa phương
	□ 즐기다 tận hưởng

Q3. 여행을 갈 때 예상하지 못한 상황이 자주 일어납니다. 여행 중 예상하지 못한 상황에 처한 적이 있나요? 그것은 어떤 상황이었나요? 어떻게 해결했나요? 처음부터 끝까지 이야기해 주세요.

Khi đi du lịch thường có những tình huống bất ngờ xảy ra. Bạn có gặp tình huống bất ngờ trong khi đi du lịch bao giờ chưa? Đó là tình huống gì? Bạn đã giải quyết thế nào? Bạn hãy kể cho tôi nghe từ đầu đến cuối.

제가 여행 중 겪은 예상하지 못한 상황에 관해 말씀드리자면, 1년 전 다낭으로 혼자 여행을 갔었을 때의 일입니다. 첫날은 아무 일도 일어나지 않았습니다. 둘째 날, 식당에서 밥을 먹고 계산하러 계산대에 갔을 때 지갑이 사라졌다는 것을 알았습니다. 그 지갑에는 제 모든 여행 경비인 현금과 신용카드가 들어 있었기 때문에 저는 빈털터리가 되었습니다. 식당 주인에게 상황을 설명하고 제 전화번호를 남긴 뒤 지갑을 찾으러 다녔지만 결국 지갑은 찾지 못했습니다. 낙심한 저는 어쩔 줄 몰랐는데, 그때 친구 한 명이 다낭에서 살고 있다는 것이 기억났습니다. 저는 그 친구에게 연락해 현금을 조금 빌리고 나서 식당으로 돌아가 계산을 마쳤습니다. 저는 결국 신용 카드와 은행 카드를 재발급 받아야 했고 남은 여행 기간 동안 전혀 즐겁지 않았습니다. 정말 다시 겪고 싶지 않은 힘든 여행이었습니다!

Nếu nói về tình huống bất ngờ mà tôi đã gặp phải trong chuyến du lịch của mình thì đó là việc xảy ra khi tôi đi du lịch một mình đến Đà Nẵng vào 1 năm trước. Ngày đầu tiên không có việc gì xảy ra cả. Ngày thứ 2, sau khi ăn cơm ở quán ăn, tôi đến quầy tính tiền để thanh toán thì phát hiện ví của tôi đã biến mất. Vì tiền mặt và thẻ tín dụng, tất cả kinh phí du lịch của tôi, đã nằm trong ví nên tôi đã trở thành người rỗng túi. Tôi đã giải thích tình hình cho chủ quán và để lại số điện thoại rồi đi tìm ví nhưng rốt cuộc đã không tìm được. Tôi chán nản không biết phải làm thế nào nhưng lúc đó đã nhớ ra có một người bạn đang sống ở Đà Nẵng. Tôi đã trở lại quán ăn thanh toán sau khi liên lạc bạn ấy vay một ít tiền mặt. Cuối cùng tôi đã phải nhận thẻ tín dụng và thẻ ngân hàng cấp lại, và không hề vui vẻ trong suốt chuyến đi còn lại. Thật là một chuyến đi vất vả mà tôi thật sự không muốn trải qua lần nữa!

Từ vựng

- 계산대 quầy tính tiền
- 지갑 ví
- 사라지다 biến mất
- 경비 kinh phí
- 현금 tiền mặt

- 신용카드 thẻ tín dụng
- 빈털터리 người rỗng túi
- 낙심하다 chán nản
- 어쩔 줄 모르다 không biết phải làm thế nào
- 재발급 (sự) cấp lại, (sự) phát hành lại

Đây là những mẫu câu đa dạng và hữu ích liên quan đến chủ đề. Bạn hãy đánh dấu những câu phù hợp với bản thân và thử tạo nên câu chuyện thú vị của riêng mình.

☐ Trước khi đi du lịch, tôi luôn luôn tìm quán ăn ngon trước.

저는 여행 가기 전에 항상 맛집을 먼저 검색합니다.

☐ Gậy selfie là vật dụng cần thiết không thể thiếu khi đi du lịch.

여행할 때 셀카봉은 빠져서는 안 되는 필수품입니다.

☐ Tôi thích chụp thật nhiều ảnh khi đi du lịch.

저는 여행하면서 사진을 많이 찍는 것을 좋아합니다.

☐ Tôi luôn luôn chuẩn bị thuốc say xe trước khi đi du lịch.

저는 여행 가기 전에 항상 멀미약을 준비합니다.

☐ Tôi muốn giới thiệu đảo Phú Quốc nổi tiếng của Việt Nam.

저는 베트남의 유명한 푸꾸옥 섬을 소개하고 싶습니다.

☐ Miền Bắc Việt Nam có 4 mùa nhưng miền Nam chỉ có 2 mùa.

베트남 북부 지방은 사계절이 있는데 남부지방은 두 계절밖에 없습니다.

☐ Tôi nghĩ lo lắng lớn nhất khi đi du lịch là an toàn.

저는 여행 갈 때 가장 큰 걱정은 안전이라고 생각합니다.

☐ Nếu du lịch ở Việt Nam thì không có gì phải lo lắng cả.

베트남을 여행하게 된다면, 걱정할 것이 없습니다.

Hãy đánh dấu các câu trả lời phù hợp với bản thân. ☑

☐ Đối với tôi ẩm thực là cái quan trọng nhất nên trước khi đi du lịch, tôi luôn luôn tìm quán ăn ngon trước.

저에게 음식은 가장 중요한 것이기 때문에 여행 가기 전에 항상 맛집을 먼저 검색합니다.

☐ Gậy selfie và chân máy ảnh là vật dụng cần thiết không thể thiếu khi đi du lịch.

여행할 때 셀카봉과 카메라 삼각대는 빠져선 안 되는 필수품입니다.

☐ Vì sau chuyến du lịch thì không còn lại gì ngoài ảnh nên tôi thích chụp thật nhiều ảnh khi đi du lịch.

여행이 끝나면 사진밖에 남지 않기 때문에 저는 여행하면서 사진을 많이 찍는 것을 좋아합니다.

☐ Tôi bị say xe nên luôn luôn chuẩn bị thuốc say xe trước khi đi du lịch.

저는 멀미가 있어서 여행 가기 전에 항상 멀미약을 준비합니다.

☐ Tôi muốn giới thiệu Phú Quốc, nơi thuộc khu dự trữ sinh quyển thế giới.

저는 세계 생물권 보존지역에 속해 있는 푸꾸옥을 소개하고 싶습니다.

☐ Việt Nam thì khí hậu và ẩm thực của mỗi vùng đều khác nhau một chút nên việc đi du lịch rất thú vị.

베트남은 지역마다 기후와 음식이 조금씩 달라서 여행하는 것이 아주 재미있습니다.

☐ Tôi nghĩ lo lắng lớn nhất khi đi du lịch là an toàn và chi phí nên trước khi đi du lịch nên lập kế hoạch kỹ.

저는 여행 갈 때 가장 큰 걱정은 안전과 비용이기 때문에 가기 전에 계획을 꼼꼼히 세우는 것이 좋다고 생각합니다.

☐ Vì Việt Nam là đất nước có trị an tương đối tốt nên nếu đi Việt Nam du lịch thì không có gì phải lo lắng cả.

베트남은 치안이 상대적으로 좋은 나라라서 베트남으로 여행을 가면 걱정할 것이 없습니다.

Du lịch nước ngoài

Trước khi trả lời câu hỏi liên quan, hãy nhớ lại các từ vựng trọng tâm và sắp xếp nội dung câu trả lời trong đầu.

Q 설문지에 해외여행을 좋아한다고 표시했습니다. 가장 좋아하는 해외여행지는 어디인가요? 왜 그곳을 좋아하나요?

Bạn đã nói trong bản khảo sát là bạn thích đi du lịch nước ngoài. Địa điểm du lịch nước ngoài mà bạn thích nhất là ở đâu? Tại sao bạn thích nơi đó?

 **Từ vựng gợi nhớ**

한국 Hàn Quốc

섬 đảo

제주도 đảo Jeju

멋진 자연경관
cảnh quan thiên nhiên đẹp
절경 tuyệt cảnh
한라산 núi Halla
아름다운 해변
bãi biển xinh đẹp

흑돼지 lợn đen
추천하고 싶은 음식
món ăn muốn giới thiệu
즐거운 기억 ký ức vui vẻ

Khi thi OPIc, việc hiểu nhanh các câu hỏi và trả lời là quan trọng nhất. Đối với các câu hỏi quen thuộc, bạn càng phải bình tĩnh và trả lời một cách tự nhiên. Hãy liên tục làm quen và luyện tập các dạng câu hỏi liên quan đến chủ đề.

1. 귀하는 해외여행을 가서 주로 무엇을 하나요? 해외로 휴가를 갔을 때의 주요 활동에 대해 이야기해 주세요.

   Bạn chủ yếu thường làm gì khi đi du lịch nước ngoài? Hãy nói về hoạt động chủ yếu khi đi nghỉ phép ở nước ngoài.

2. 귀하의 첫 해외여행에 대해 이야기해 주세요. 어디로, 누구와 함께 갔나요? 여행은 어땠나요?

   Hãy kể về chuyến đi du lịch nước ngoài đầu tiên của bạn. Bạn đã đi đâu, đi cùng với ai? Chuyến đi của bạn thế nào?

3. 여행 가기 전에 보통 무엇을 준비하나요? 챙겨가는 준비물에 대해 이야기해 주세요.

   Bạn thường chuẩn bị gì trước khi đi du lịch? Hãy nói cho tôi biết về những thứ bạn cần mang theo.

4. 여행객들이 해외여행을 할 때 가장 흥미롭게 구경하거나 경험하고 싶어 하는 것에 대해 이야기해 주세요.

   Hãy nói về những cái mà khách du lịch thường có hứng thú xem hoặc trải nghiệm nhất khi đi du lịch nước ngoài.

5. 관광지를 선택할 때 가장 많이 고려하는 것은 무엇인가요? 예를 들어, 비용이나 그 나라의 문화와 치안 등 귀하가 가장 고려하는 것은 무엇인가요?

   Khi chọn địa điểm du lịch, bạn cân nhắc đến điều gì nhiều nhất? Ví dụ như chi phí hay văn hóa, an ninh của đất nước đó … bạn quan tâm đến điều gì nhất?

 **Ngữ pháp**

Hãy học rồi ứng dụng các ngữ pháp và cấu trúc tiếng Hàn Quốc vào câu trả lời. Thông qua quá trình này, khả năng diễn đạt và tạo câu của bạn sẽ tiến bộ hơn.

● ㄹ/을 만하다 : đáng để

① Thể hiện việc có thể thực hiện một hành động nào đó hoặc có khả năng để một việc như thế xảy ra.

② Thể hiện việc làm đến mức như thế là có giá trị.

* Động từ có patchim + 을 만하다

Động từ không có patchim + ㄹ 만하다

이 음식은 정말 먹을 만하다.

Món ăn này thật đáng để ăn.

전주 한옥마을은 외국인 관광객이 방문해 볼 만한 곳입니다.

Làng Hanok Jeonju là nơi đáng để du khách nước ngoài đến thăm.

● ㅡ는 다면 : nếu ~

Ngữ pháp này được dùng khi giả định tình huống nào đó hoặc khi đưa ra điều kiện về tình huống ở phía sau. Chủ yếu dùng khi giả định một việc nào đó mà khả năng xảy ra thấp hoặc tình huống không chắc chắn.

Loại từ (품사)	Kết hợp (결합)	Ví dụ (예시)
Động từ (동사)	Có patchim+는다면 Không có patchim+ㄴ다면	먹는다면 한다면
Tính từ (형용사)	ㅡ다면	재미가 없다면, 예쁘다면
Danh từ (명사)	Có patchim+이라면 Không có patchim+라면	학생이라면 여자라면

해외여행을 가게 된다면 유럽으로 가보고 싶습니다.

Nếu được đi du lịch nước ngoài thì tôi muốn đi đến châu Âu.

학생 시절로 돌아갈 수 있다면 공부를 더 열심히 할 겁니다.

Nếu có thể quay về thời học sinh thì tôi sẽ học chăm chỉ hơn.

Ứng dụng câu trả lời theo hình thức combo và đưa ra câu trả lời mẫu cho từng câu hỏi.

🎧 02-68

Q1. 설문지에 해외여행을 좋아한다고 표시했습니다. 가장 좋아하는 해외여행지는 어디인가요? 왜 그곳을 좋아하나요?

Bạn đã nói trong bản khảo sát là bạn thích đi du lịch nước ngoài. Địa điểm du lịch nước ngoài mà bạn thích nhất là ở đâu? Tại sao bạn thích nơi đó?

제가 가장 좋아하는 해외여행지는 1년 전, 가족과 함께 갔었던 한국에 있는 섬 제주도입니다. 그곳의 많은 절경은 자연이 선물해 준 것이라고 해도 과언이 아니었습니다. 대표적인 절경으로는 한반도에서 두 번째로 높은 산이자 연중 생태계가 풍부한 한라산이 있습니다. 그 외에도 아름다운 해변이 많습니다. 음식으로는 흑돼지가 정말 맛있었기 때문에 추천해 <u>줄 만한</u> 음식으로 기억합니다. 제주도는 섬 전체가 멋진 자연경관으로 가득해서 여행 내내 즐거웠던 기억이 아직도 생생합니다. 기회가 된다면 다시 한번 제주도 여행을 가 보고 싶습니다.

Điểm du lịch nước ngoài tôi yêu thích là Jeju-do, hòn đảo ở Hàn Quốc mà tôi đã đi cùng với gia đình vào 1 năm trước. Không quá lời khi nói nhiều tuyệt cảnh của nơi đó được thiên nhiên ban tặng. Tiêu biểu trong các tuyệt cảnh có núi Halla, ngọn núi cao thứ hai trên bán đảo Hàn và có hệ sinh thái phong phú quanh năm. Ngoài ra cũng có nhiều bãi biển xinh đẹp. Về ẩm thực thì món thịt lợn đen trong trí nhớ của tôi là món ăn đáng để giới thiệu vì thật sự đã rất ngon. Toàn bộ hòn đảo Jeju tràn ngập cảnh quan thiên nhiên tuyệt đẹp nên ký ức vui vẻ trong suốt chuyến du lịch vẫn còn sống động. Nếu có cơ hội, tôi muốn đi du lịch đảo Jeju nữa.

Từ vựng

□ 여행지 điểm du lịch
□ 절경 tuyệt cảnh
□ 자연 thiên nhiên, tự nhiên
□ 선물하다 ban tặng, tặng
□ 과언 quá lời
□ 대표적인 tiêu biểu
□ 반도 bán đảo

□ 연중 quanh năm
□ 생태계 hệ sinh thái
□ 풍부하다 phong phú
□ 음식 ẩm thực, món ăn
□ 흑돼지 lợn đen
□ 자연경관 cảnh quan thiên nhiên
□ 생생하다 sống động

Bạn hãy tái diễn lại tình huống vừa hỏi vừa trả lời đúng với tình huống được đưa ra, tưởng tượng như trong tình huống đó có đối tượng giao tiếp.

🎧 02-69

Q2. 귀하는 해외여행을 가서 주로 무엇을 하나요? 해외로 휴가를 갔을 때의 주요 활동에 대해 이야기해 주세요.

Bạn chủ yếu thường làm gì khi đi du lịch nước ngoài? Hãy nói về hoạt động chủ yếu khi đi nghỉ phép ở nước ngoài.

저는 해외여행을 갈 때 하고 싶은 것이 정말 많습니다. 그중 빠져선 안 되는 3가지를 말씀드리자면, 첫째, 그 나라의 대표적인 음식을 먹는 것입니다. 이것은 저뿐만 아니라 모든 여행객도 마찬가지일 것입니다. 저는 여행 전에 미리 먹어보고 싶은 음식 리스트를 적어뒀다가 바로 찾아가서 그 음식들을 마음껏 즐깁니다. 둘째, 박물관 관람입니다. 그 나라의 역사, 문화, 예술에 대해 더 많이 이해하고 싶기 때문에 박물관을 꼭 관람하는 편입니다. 셋째, 전망대 구경입니다. 높은 곳에서 그 나라의 경치를 한눈에 볼 수 있는 기회이기 때문에 놓치지 않고 가봅니다. 이외에도 다른 많은 명소를 관광합니다. 대체로 해외여행을 갈 때는 제가 원하는 것을 다 할 수 있도록 꼼꼼히 계획을 세우는 편입니다.

Có rất nhiều việc mà tôi muốn làm khi đi du lịch nước ngoài. Trong đó nếu nói về 3 việc không thể thiếu thì thứ nhất là ăn món ăn tiêu biểu của quốc gia đó. Tôi nghĩ không chỉ riêng tôi mà tất cả khách du lịch sẽ đều như thế. Trước khi đi du lịch, tôi viết ra trước danh sách món ăn mà tôi muốn ăn và đi tìm để thưởng thức thỏa thích các món ăn đó. Thứ hai là tham quan bảo tàng. Vì tôi muốn hiểu hơn về lịch sử, văn hóa, nghệ thuật của quốc gia đó nên tôi nhất định đi tham quan bảo tàng. Thứ ba là ngắm đài quan sát. Vì là cơ hội có thể ngắm nhìn phong cảnh của quốc gia đó từ trên cao nên tôi không bỏ lỡ và đi thử. Ngoài ra, tôi cũng đi tham quan nhiều điểm tham quan nổi tiếng khác. Nói chung khi đi du lịch nước ngoài thì tôi thuộc tuýp người lập kế hoạch kĩ để có thể làm hết tất cả những điều tôi muốn.

Từ vựng	
□ 마음껏 thỏa thích	□ 예술 nghệ thuật
□ 즐기다 thưởng thức, tận hưởng	□ 전망대 đài quan sát
□ 관람 tham quan, xem	□ 명소 điểm tham quan nổi tiếng
□ 역사 lịch sử	□ 대체로 nói chung
□ 문화 văn hóa	□ 계획을 세우다 lập kế hoạch

Q3. 귀하의 첫 해외여행에 대해 이야기해 주세요. 어디로, 누구와 함께 갔나요?
여행은 어땠나요?

Hãy kể về chuyến đi du lịch nước ngoài đầu tiên của bạn. Bạn đã đi đâu, đi cùng với ai? Chuyến đi của bạn thế nào?

제 첫 해외여행은 대학 졸업 후 가장 친한 친구들과 함께 6일 동안 태국 여행을 간 것입니다. 첫 3일간은 방콕에서 왕궁을 방문하고 유명한 푸드코트에서 팟타이, 망고 밥, 똠얌꿍 등 태국의 대표적인 음식도 먹고 수상시장에도 갔었습니다. 태국의 왕궁은 매우 크고 독특한 스타일을 가지고 있었습니다. 음식은 흠잡을 데가 없었고 수상시장은 처음 가보는 곳이라서 무섭기도 하고 설레기도 했습니다. 그 후의 3일 동안은 푸껫에서 스노클링과 휴식을 취하며 시간을 보냈습니다. 제 친한 친구들과의 첫 해외여행은 아주 완벽했고 기회가 있다면 다시 태국에 가고 싶습니다.

Chuyến du lịch nước ngoài đầu tiên của tôi là chuyến du lịch Thái Lan trong 6 ngày cùng với các bạn thân nhất sau khi tôi tốt nghiệp đại học. 3 ngày đầu tiên chúng tôi đã thăm cung điện Hoàng gia ở Bangkok, ăn các món ăn tiêu biểu của Thái Lan như Pad Thái, xôi xoài, Tom Yum Goong ở food court nổi tiếng và đi chợ nổi. Cung điện Hoàng gia của Thái Lan rất to và có phong cách độc đáo. Món ăn thì không thể chê vào đâu được và chợ nổi là nơi lần đầu tiên tôi đi thử nên vừa sợ vừa háo hức. Suốt 3 ngày sau đó thì chúng tôi đã dành thời gian đi lặn biển, nghỉ ngơi ở Phuket. Chuyến du lịch nước ngoài đầu tiên cùng với các bạn thân của tôi đã rất hoàn hảo và nếu có dịp thì tôi muốn đi Thái Lan nữa.

Từ vựng

- □ 대학 졸업 tốt nghiệp đại học
- □ 친한 친구 bạn thân
- □ 왕궁 cung điện Hoàng gia
- □ 방문하다 thăm
- □ 유명하다 nổi tiếng
- □ 푸드코트 food court
- □ 팟타이 Pad Thái
- □ 망고 밥 xôi xoài
- □ 똠얌꿍 Tom Yum Goong
- □ 수상시장 chợ nổi

- □ 독특하다 độc đáo
- □ 스타일 phong cách
- □ 흠잡다 chê
- □ 무섭다 sợ
- □ 설레다 háo hức
- □ 스노클링 lặn biển (snorkeling)
- □ 휴식을 취하다 nghỉ ngơi
- □ 완벽하다 hoàn hảo
- □ 기회 dịp, cơ hội

Các câu tham khảo cấp IL

Đây là những mẫu câu đa dạng và hữu ích liên quan đến chủ đề. Bạn hãy đánh dấu những câu phù hợp với bản thân và thử tạo nên câu chuyện thú vị của riêng mình.

☐ Trước khi đi du lịch nước ngoài, tôi học các câu chào hỏi của nước đó.

저는 해외여행을 가기 전에 그 나라의 인사말을 배웁니다.

☐ Tôi thường đi du lịch nước ngoài vào mùa thấp điểm.

저는 보통 비수기에 해외여행을 갑니다.

☐ Vì không có nhiều tiền nên tôi quan tâm đến kinh phí du lịch nhất.

저는 돈이 많지 않기 때문에 여행 경비를 가장 신경 씁니다.

☐ Tôi thích khí hậu và văn hóa của các nước Đông Nam Á.

저는 동남아 국가들의 기후와 문화를 좋아합니다.

☐ Tôi luôn luôn mua sim điện thoại khi vừa đến sân bay ở nước ngoài.

저는 항상 해외공항에 도착하면 유심 카드를 구매합니다.

☐ Tôi thích đi du lịch ở các quốc gia nói tiếng Anh.

저는 영어권 국가에서 여행하는 것을 좋아합니다.

☐ Dạo này đi đâu cũng có nhiều khách du lịch nước ngoài.

요즘은 어디를 가도 외국인 여행객들이 많습니다.

☐ Tôi thỉnh thoảng mang theo mì ăn liền vì sợ món ăn ở nước đó không hợp khẩu vị.

↪ hợp khẩu vị 입맛에 맞다

저는 그 나라의 음식이 입맛에 안 맞을까 봐 라면을 종종 챙겨 갑니다.

Hãy đánh dấu các câu trả lời phù hợp với bản thân. ☑

☐ Trước khi đi du lịch nước ngoài, tôi học các câu chào hỏi và tìm hiểu những điều cấm kị của nước đó.

저는 해외여행을 가기 전에 그 나라의 인사말을 배우고 금기사항을 알아봅니다.

☐ Để tiết kiệm chi phí, tôi thường đi du lịch nước ngoài vào mùa thấp điểm.

저는 비용을 아끼기 위해서 보통 비수기에 해외여행을 갑니다.

☐ Tôi quan tâm đến trị an nhiều nhất, sau đó là chi phí và văn hóa.

저는 치안에 가장 많이 신경을 쓰고 그다음에는 비용과 문화입니다.

☐ Tôi thích khí hậu nhiệt đới và văn hóa khoan thai của các nước Đông Nam Á.

저는 동남아 국가들의 열대 기후와 느긋한 문화를 좋아합니다.

☐ Tôi luôn luôn mua sim điện thoại khi vừa đến sân bay ở nước ngoài cho mục đích liên lạc khẩn cấp.

저는 비상연락의 목적으로 해외공항에 도착하면 항상 유심 카드를 구매합니다.

☐ Tôi thích đi du lịch ở các quốc gia nói tiếng Anh vì sợ có rào cản ngôn ngữ nếu du lịch ở quốc gia không nói tiếng Anh.

⟶ quốc gia không nói tiếng Anh ⟶ rào cản ngôn ngữ

저는 비영어권 나라에서 여행을 하면 언어장벽이 있을까 봐 영어권 나라에서 여행하는 것을 좋아합니다.

☐ Dạo này vì người Việt Nam thích đi du lịch nước ngoài nên đi đâu cũng dễ dàng nhìn thấy du khách Việt Nam.

요즘 베트남 사람들은 해외여행을 좋아해서 어디를 가도 베트남인 여행객들을 쉽게 볼 수 있습니다.

☐ Việc mang theo mì ăn liền vì sợ món ăn ở nước đó không hợp khẩu vị đã trở thành thói quen của tôi.

저는 그 나라의 음식이 입맛에 안 맞을까 봐 라면을 챙겨 가는 것이 습관이 되었습니다.

Công tác
trong nước/nước ngoài

Trước khi trả lời câu hỏi liên quan, hãy nhớ lại các từ vựng trọng tâm và sắp xếp nội dung câu trả lời trong đầu.

Q 해외 출장을 갈 때, 집에서 나올 때부터 호텔 방 열쇠를 받을 때까지 귀하는 보통 어떤 단계들을 거쳐야 하나요?

Khi đi công tác nước ngoài, từ lúc bạn rời nhà cho đến lúc nhận chìa khóa phòng khách sạn, bạn thường phải qua những bước nào?

 **Từ vựng gợi nhớ**

버스를 타고 공항에 가다 đi xe buýt đến sân bay

체크인 수속을 하다 làm thủ tục check-in

출/입국 심사 kiểm tra xuất/nhập cảnh

수하물 부치기 gửi hành lí

보안 검색
kiểm tra an ninh

출국 심사
kiểm tra xuất cảnh

대합실에서 기다리다
chờ ở phòng chờ

출장 일정 확인
kiểm tra lịch trình công tác

자료를 보다 xem tài liệu

영화를 보다 xem phim

Các dạng câu hỏi khác

🎧 02-72

Khi thi OPIc, việc hiểu nhanh các câu hỏi và trả lời là quan trọng nhất. Đối với các câu hỏi quen thuộc, bạn càng phải bình tĩnh và trả lời một cách tự nhiên. Hãy liên tục làm quen và luyện tập các dạng câu hỏi liên quan đến chủ đề.

1. 귀하가 좋아했던 출장을 묘사해 주세요. 언제, 어디로 갔었고 어디서 묵었었나요? 그곳에서 귀하는 누구를 만났고 어떤 점이 좋았나요? 자세한 이야기를 듣고 싶습니다.

   Hãy mô tả một chuyến công tác mà bạn thích. Bạn đã đi lúc nào, đi đến đâu và đã nghỉ lại ở đâu? Ở đó bạn đã gặp ai và có điểm nào thấy thích? Tôi muốn nghe câu chuyện chi tiết.

2. 설문지에 해외 출장을 자주 간다고 표시했습니다. 귀하가 자주 출장을 가는 도시에 대해 이야기해 주세요. 그 도시는 어떻게 생겼나요?

   Bạn đã nói trong bản khảo sát là bạn thường đi công tác nước ngoài. Hãy kể cho tôi nghe về thành phố mà bạn thường đi công tác. Thành phố đó trông như thế nào?

3. 가장 최근에 갔던 출장에 대해 이야기해 주세요. 출장 준비를 위해 무엇을 했고 이동 수단은 무엇이었나요? 숙박은 어디서 하고 출장 중에는 무엇을 했나요?

   Hãy nói về chuyến công tác gần đây nhất của bạn. Bạn đã làm gì để chuẩn bị cho chuyến công tác đó và phương tiện di chuyển là gì? Bạn đã nghỉ lại ở đâu và đã làm gì trong chuyến công tác?

4. 해외 출장 중에는 예상하지 못한 일이 종종 일어납니다. 출장을 갔을 때 겪었던 일에 대해 이야기해 주세요.

   Khi đi công tác nước ngoài thỉnh thoảng có những việc bất ngờ xảy ra. Hãy nói cho tôi nghe về việc bạn đã gặp phải khi đi công tác.

5. 가장 성공적이었던 출장에 대해 이야기해 주세요. 출장을 가서 누구를 만났나요? 그 출장이 성공적이었던 이유는 무엇인가요?

   Hãy nói cho tôi nghe về chuyến công tác thành công nhất của bạn. Khi đi công tác bạn đã gặp ai? Lí do mà chuyến công tác đó thành công là gì?

Hãy học rồi ứng dụng các ngữ pháp và cấu trúc tiếng Hàn Quốc vào câu trả lời. Thông qua quá trình này, khả năng diễn đạt và tạo câu của bạn sẽ tiến bộ hơn.

● ─느라고 : mải ~ nên

Là vĩ tố liên kết dùng sau động từ thể hiện việc một hành vi nào đó của vế trước là nguyên nhân hoặc lý do cho vế sau. Chủ yếu dùng khi viện cớ hoặc nói về lý do không thể thực hiện một việc nào đó hoặc khi xuất hiện kết quả mang tính tiêu cực. Trong văn nói, '─느라' được sử dụng nhiều hơn '─느라고'.

─느라고	• Hành vi nào đó của vế phía trước là nguyên nhân hoặc lý do mang tính tiêu cực của vế phía sau. 늦잠을 자느라고 지각했어요. (O) 일찍 일이느니느라고 학교에 일찍 갔어요. (×) • Chủ ngữ của vế trước và vế sau phải giống nhau. 나는 영화를 보느라고 전화를 못 받았어요. (O) 네가 영화를 보느라고 내가 전화를 못 받았어요. (×) • Không thể kết hợp với '─었─' thể hiện quá khứ và '─겠' thể hiện tương lai. 영화를 봤느라고 전화를 못 받았어요. (×) 공부를 열심히 하겠느라고 친구를 만나지 않을 거예요. (×) • Kết hợp với động từ. 영화를 보느라 전화를 못 받았어요. (O) 몸이 아프느라 친구를 못 만났어요. (×) 고등학교 3학년이느라 너무 바빠요. (×)

저는 어제 공부를 하느라고 밤을 새웠어요.

Hôm qua tôi mải học nên đã thức suốt đêm.

텔레비전을 보느라 전화를 못 받았어요.

Tôi mải xem tivi nên đã không thể nghe điện thoại.

● ─듯이 : như ~

Là vĩ tố liên kết thể hiện nội dung của vế sau hầu như giống với nội dung của vế trước.

사람마다 생김새가 다르듯이 생각도 다릅니다.

Suy nghĩ của mỗi người mỗi khác nhau, như ngoại hình mỗi người đều khác nhau vậy.

비가 온 후에 땅이 굳듯이 어려움을 이겨내고 우리 회사는 더 강해졌습니다.

Như đất trở nên cứng hơn sau cơn mưa, công ty chúng tôi đã chiến thắng khó khăn và trở nên mạnh mẽ hơn.

Câu trả lời mẫu

Ứng dụng câu trả lời theo hình thức combo và đưa ra câu trả lời mẫu cho từng câu hỏi.

🎧 02-73

Q1. 해외 출장을 갈 때, 집에서 나올 때부터 호텔 방 열쇠를 받을 때까지 귀하는 보통 어떤 단계 들을 거쳐야 하나요?

Khi đi công tác nước ngoài, từ lúc bạn rời nhà cho đến lúc nhận chìa khóa phòng khách sạn, bạn thường phải qua những bước nào?

제가 해외 출장을 가는 과정에 대해 말씀드리자면, 우선 저는 출국 수속을 하기 위해 집에 서 국제공항으로 이동해야 합니다. 공항에 도착한 후 체크인, 수하물 부치기, 보안 검색, 출 국 심사 등 필요한 절차를 밟습니다. 그다음 비행기에 탑승할 때까지 대합실에 앉아 기다립 니다. 저는 비행기에 있는 동안 출장 일정, 출장 중 할 일 등을 다시 본 다음 영화를 보거나 눈을 붙입니다. 자료를 보느라 눈을 못 붙일 때도 있었습니다. 외국 공항에 도착하면 입국 수속을 하고 수하물을 찾고 택시를 타고 호텔에 가서 체크인합니다. 이동하고 출입국 수속 을 하는 것은 상당히 귀찮고 시간이 많이 걸립니다.

Nếu nói về quá trình đi công tác nước ngoài thì đầu tiên, tôi phải di chuyển từ nhà ra sân bay quốc tế để làm thủ tục xuất cảnh. Sau khi đến sân bay, tôi làm các thủ tục cần thiết tại sân bay như check-in, gửi hành lí, kiểm tra an ninh, kiểm tra xuất cảnh v.v. Sau đó ngồi ở phòng chờ đến khi lên máy bay. Trong máy bay, tôi xem lại lịch trình công tác, các việc phải làm trong chuyến công tác, rồi xem phim hoặc chợp mắt một chút. Cũng có lúc tôi mải xem tài liệu nên không thể chợp mắt được. Khi đến sân bay nước ngoài thì tôi làm thủ tục nhập cảnh, tìm hành lí rồi đi taxi đến khách sạn nhận phòng. Việc di chuyển và làm các thủ tục xuất nhập cảnh khá phiền phức và mất nhiều thời gian.

Từ vựng

- 과정 quá trình
- 출국 수속 thủ tục xuất cảnh
- 국제공항 sân bay quốc tế
- 이동하다 di chuyển
- 수하물 부치기 gửi hành lí
- 보안 검색 kiểm tra an ninh
- 출국 심사 kiểm tra xuất cảnh
- 필요하다 cần thiết
- 비행기에 탑승하다 lên máy bay

- 대합실 phòng chờ
- 출장 일정 lịch trình công tác
- 눈을 붙이다 chợp mắt
- 입국 수속 thủ tục nhập cảnh
- 체크인하다 nhận phòng
- 출입국 수속 thủ tục xuất nhập cảnh
- 귀찮다 phiền phức
- 시간이 많이 걸리다 mất nhiều thời gian

Bạn hãy tái diễn lại tình huống vừa hỏi vừa trả lời đúng với tình huống được đưa ra, tưởng tượng như trong tình huống đó có đối tượng giao tiếp.

🎧 02-74

Q2. 귀하가 좋아했던 출장을 묘사해 주세요. 언제, 어디로 갔었고 어디서 묵었었나요? 그곳에서 귀하는 누구를 만났고 어떤 점이 좋았나요? 자세한 이야기를 듣고 싶습니다.

Hãy mô tả một chuyến công tác mà bạn thích. Bạn đã đi lúc nào, đi đến đâu và đã nghỉ lại ở đâu? Ở đó bạn đã gặp ai và có điểm nào thấy thích? Tôi muốn nghe câu chuyện chi tiết.

제가 가장 좋았던 출장에 관해 말씀드리자면, 3년 전 직장동료와 함께 갔었던 첫 한국 출장이었습니다. 그 출장의 목적은 한국 고객을 만나서 우리 회사 제품의 판매 계약을 협상하기 위한 것이었습니다. 가격과 납품시간에 대해 저희와 고객 사이에서 의견 불일치가 많았기 때문에 회의의 분위기가 팽팽했습니다. 하지만 다행히 이틀간의 회의 끝에 저희는 성공적으로 계약을 협상했습니다. 일을 마친 후, 동료와 저는 하루 동안 거리를 돌아다니며 한국의 거리를 관광했습니다. 한국은 제가 생각했던 것보다 더 좋았습니다. 포근한 봄 날씨와 맛있었던 음식들이 아직도 기억에 남습니다. 앞으로 한 번 더 한국에 출장을 갈 기회가 있었으면 좋겠습니다.

Nếu nói về chuyến công tác tôi thích nhất thì đó là chuyến công tác Hàn Quốc đầu tiên tôi đã đi cùng với đồng nghiệp công ty vào 3 năm trước. Mục đích của chuyến công tác đó là gặp khách hàng Hàn Quốc để thương thảo hợp đồng bán sản phẩm của công ty tôi. Bầu không khí của cuộc họp đã rất căng vì có nhiều bất đồng ý kiến giữa chúng tôi và khách hàng về giá cả cũng như thời gian giao hàng. Nhưng may mắn là sau 2 ngày họp thì chúng tôi đã thương thảo hợp đồng thành công. Sau khi xong việc, đồng nghiệp và tôi đã đi loanh quanh và tham quan đường phố của Hàn Quốc trong 1 ngày. Hàn Quốc tuyệt hơn những gì tôi đã nghĩ. Thời tiết mùa xuân ấm áp và thức ăn ngon vẫn còn đọng lại trong kí ức của tôi. Tôi hy vọng sau này sẽ có cơ hội đi công tác Hàn Quốc một lần nữa.

Từ vựng

- 목적 mục đích
- 고객을 만나다 gặp khách hàng
- 제품 sản phẩm
- 판매 bán (hàng)
- 계약을 협상하다 thương thảo hợp đồng
- 가격 giá cả
- 납품시간 thời gian giao hàng
- 의견 불일치 (sự) bất đồng ý kiến
- 회의 cuộc họp
- 분위기 bầu không khí
- 팽팽하다 căng
- 성공적으로 (một cách) thành công
- 거리를 관광하다 tham quan đường phố
- 포근하다 ấm áp
- 앞으로 sau này, sắp đến

Q3. 설문지에 해외 출장을 자주 간다고 표시했습니다. 귀하가 자주 출장을 가는 도시에 대해 이야기해 주세요. 그 도시는 어떻게 생겼나요?

Bạn đã nói trong bản khảo sát là bạn thường đi công tác nước ngoài. Hãy kể cho tôi nghe về thành phố mà bạn thường đi công tác. Thành phố đó trông như thế nào?

저는 서울로 출장을 자주 갔었습니다. 서울은 이미 드라마를 통해 많이 알려져 있듯이 국제 도시의 면모를 갖추고 있었습니다. 서울에 가면 많은 고층 건물을 볼 수 있으며 다양한 대중 음식을 즐길 수 있습니다. 한국 음식 중에 삼계탕, 삼겹살, 떡볶이 등 널리 알려진 음식을 먹어봤고 모두 제 입맛에 맞았습니다. 그리고 봄과 가을에 한국 출장을 갔었는데 가을이 가장 좋았습니다. 가을에는 하늘이 새파랗고 공기도 시원했습니다. 요즘은 한국 출장을 자주 못 가지만 기회가 있으면 다시 한번 가고 싶습니다.

Tôi đã thường đi công tác ở Seoul. Như việc đã được biết đến rộng rãi thông qua phim truyền hình, Seoul mang diện mạo của một đô thị tầm quốc tế. Nếu đến Seoul, bạn có thể thấy nhiều tòa nhà cao tầng và có thể thưởng thức nhiều món ăn đại chúng đa dạng. Trong số các món ăn Hàn Quốc, tôi đã ăn thử các món ăn được biết đến rộng rãi như gà hầm sâm, thịt ba chỉ, bánh gạo xào cay, và tất cả đều hợp khẩu vị của tôi. Tôi đã đi công tác ở Hàn Quốc vào mùa xuân và mùa thu nhưng mùa thu tuyệt nhất. Vào mùa thu, bầu trời xanh ngắt và không khí mát mẻ. Dạo này tôi không thể đi công tác Hàn Quốc thường xuyên được nhưng nếu có cơ hội tôi muốn đi lại.

□ 국제도시 đô thị tầm quốc tế	□ 떡볶이 bánh gạo xào cay
□ 면모 diện mạo	□ 널리 알려지다 được biết đến rộng rãi
□ 갖추다 mang, trang bị	□ 입맛에 맞다 hợp khẩu vị
□ 고층 건물 tòa nhà cao tầng	□ 하늘 bầu trời
□ 대중 음식 món ăn đại chúng, ẩm thực đại chúng	□ 새파랗다 xanh ngắt, xanh thẫm
□ 삼계탕 gà hầm sâm	□ 공기 không khí
□ 삼겹살 thịt ba chỉ	□ 시원하다 mát mẻ

Các câu tham khảo cấp IL

Đây là những mẫu câu đa dạng và hữu ích liên quan đến chủ đề. Bạn hãy đánh dấu những câu phù hợp với bản thân và thử tạo nên câu chuyện thú vị của riêng mình.

☐ Tôi đi công tác tỉnh ở Việt Nam nhiều.

저는 베트남에서 지방 출장을 많이 갑니다.

☐ Năm trước, trên đường đi công tác bằng xe ô tô, mưa to nên tai nạn đã suýt xảy ra.

작년에 차로 출장 가는 길에는 비가 많이 와서 사고가 날 뻔했습니다.

☐ Sau khi xong việc tôi phải về Hà Nội nhưng chuyến bay đã bị hủy.

저는 일을 마치고 하노이로 돌아가야 했는데 비행기가 취소됐었습니다.

☐ Nếu đi công tác thì phải làm việc nhiều hơn thường ngày.

출장을 가면 평소보다 일을 더 많이 해야 합니다.

☐ Tôi thỉnh thoảng đi Trung Quốc khảo sát thị trường.

저는 종종 시장 조사를 하러 중국에 갑니다.

☐ Vì tôi không giỏi xếp hành lí nên chị gái thường giúp tôi.

저는 짐을 잘 싸지 못해서 언니가 저를 자주 도와줍니다.

☐ Khi đi công tác nước ngoài, tôi thỉnh thoảng mua quà lưu niệm về cho bạn tôi.

저는 해외 출장 갔을 때, 종종 제 친구에게 줄 기념품을 사옵니다.

☐ Tôi thích dành thời gian xem hàng hóa ở quầy miễn thuế trong sân bay.

저는 공항 면세점에서 물건을 구경하면서 시간 보내는 것을 좋아합니다.

Hãy đánh dấu các câu trả lời phù hợp với bản thân. ☑

☐ Tôi thường đi công tác tỉnh ở Việt Nam nhiều chứ không đi công tác nước ngoài.

저는 보통 해외 출장을 안 가고 베트남에서 지방 출장을 많이 갑니다.

☐ Năm trước, trên đường đi công tác bằng xe ô tô, mưa to nên giao thông ùn tắc nghiêm trọng.

↳ giao thông ùn tắc 교통 체증 / nghiêm trọng 심하다

작년에 차로 출장 가는 길에는 비가 많이 와서 교통 체증이 심했습니다.

☐ Sau khi hoàn thành công việc tôi phải về Hà Nội nhưng do thời tiết xấu mà tất cả các chuyến bay đã bị hủy.

저는 일을 마치고 하노이로 돌아가야 했는데 날씨가 안 좋아서 비행기가 다 취소됐었습니다.

☐ Vì khi đi công tác thì phải làm việc nhiều hơn bình thường nên tôi không thích đi công tác.

출장을 가면 평소보다 일을 더 많이 해야 하기 때문에 저는 출장을 좋아하지 않습니다.

☐ Tôi thỉnh thoảng đi Trung Quốc khảo sát thị trường và tham dự hội thảo.

저는 종종 시장 조사를 하고 세미나에 참석하러 중국에 갑니다.

☐ Tôi rất biết ơn chị gái vì chị thường giúp tôi xếp hành lí mỗi khi tôi đi công tác.

제가 출장을 갈 때마다 언니가 짐 싸는 것을 도와줘서 정말 고맙게 생각합니다.

☐ Khi đi công tác nước ngoài, tôi thường mua quà lưu niệm và mỹ phẩm cho bạn và chị gái ở cửa hàng miễn thuế trong sân bay.

저는 해외 출장 갔을 때 공항 면세점에서 제 친구와 언니에게 줄 기념품과 화장품을 자주 구매합니다.

☐ Tôi thích dành thời gian xem hàng hóa ở quầy miễn thuế trong sân bay trong thời gian chờ lên máy bay.

저는 비행기 탑승 대기 중에 공항 면세점에서 물건을 구경하며 시간 보내는 것을 좋아합니다.

Kì nghỉ ở nhà

Trước khi trả lời câu hỏi liên quan, hãy nhớ lại các từ vựng trọng tâm và sắp xếp nội dung câu trả lời trong đầu.

Q 휴가 때 방문하거나 만나는 사람들과 함께 즐겨 하는 일 중 몇 가지에 관해 설명해 주세요.

Hãy mô tả một vài việc bạn thích làm với những người đến thăm bạn hoặc người bạn gặp trong kì nghỉ của mình.

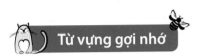 **Từ vựng gợi nhớ**

언니네 가족 gia đình chị gái
행복하고 즐거운 시간
thời gian hạnh phúc và vui vẻ

외국 요리 món ăn nước ngoài
파스타 pasta
태국식 볶음밥
cơm rang kiểu Thái Lan

요리하다 nấu ăn
밥을 먹으면서 수다를 떨다
vừa ăn cơm vừa trò chuyện
커피를 마시다 uống cà phê
영화를 보다 xem phim

Khi thi OPIc, việc hiểu nhanh các câu hỏi và trả lời là quan trọng nhất. Đối với các câu hỏi quen thuộc, bạn càng phải bình tĩnh và trả lời một cách tự nhiên. Hãy liên tục làm quen và luyện tập các dạng câu hỏi liên quan đến chủ đề.

1. 설문지에 집에서 방학을 보내는 것을 즐긴다고 표시했습니다. 집에서 방학을 보낼 때 누구와 함께 보내나요? 그 사람에 관해 이야기해 주세요.

Bạn đã nói trong bản khảo sát là bạn thích trải qua kì nghỉ ở nhà. Bạn thường trải qua kì nghỉ ở nhà với ai? Hãy nói về người đó.

2. 집에서 방학을 보낼 때 무엇을 하나요? 누구와 함께 보내나요? 보통 첫날부터 마지막 날까지 무엇을 하는지 모두 이야기해 주세요.

Bạn làm gì khi trải qua kì nghỉ ở nhà? Bạn trải qua kì nghỉ với ai? Hãy nói cho tôi nghe bạn thường làm gì từ ngày đầu tiên đến ngày cuối cùng.

3. 집에서 방학을 보낼 때 특별한 일이나 예상하지 못한 일이 있었나요? 그것은 무엇인가요? 자세히 이야기해 주세요.

Khi bạn trải qua kì nghỉ hè ở nhà, đã có việc gì đặc biệt hoặc bất ngờ xảy ra không? Việc đó là gì? Hãy nói chi tiết.

4. 설문지에 집에서 휴가를 보내는 것을 좋아한다고 했습니다. 휴가 보낼 때 만나는 사람들을 말해주세요.

Bạn đã nói trong bản khảo sát là bạn thích trải qua kì nghỉ ở nhà. Hãy nói cho tôi nghe về những người mà bạn gặp trong kì nghỉ.

5. 귀하 나라의 사람들은 보통 휴가를 어떻게 보내나요? 어렸을 때와 현재, 사람들이 휴가를 보내는 방법이 어떻게 달라졌는지 비교해 보세요.

Mọi người ở nước của bạn thường trải qua kì nghỉ như thế nào? Hãy thử so sánh cách mọi người trải qua kì nghỉ của mình ở hiện tại khác thế nào so với trước đây.

Hãy học rồi ứng dụng các ngữ pháp và cấu trúc tiếng Hàn Quốc vào câu trả lời. Thông qua quá trình này, khả năng diễn đạt và tạo câu của bạn sẽ tiến bộ hơn.

● –고 나면 : nếu ~ xong, sau khi ~ xong

Thể hiện hành động mà nội dung ở phía trước diễn đạt đã kết thúc.

영화를 보고 나면 기분이 많이 좋아질 겁니다.
Nếu xem phim xong thì tâm trạng sẽ trở nên tốt lên nhiều.

밥을 먹고 나면 너무 졸립니다.
Sau khi ăn cơm xong thì tôi thấy rất buồn ngủ.

● –ㄹ/을까 하다 : nghĩ hay là ~

Kết hợp với động từ, thể hiện ý định không chắc chắn về một hành vi nào đó.
* Động từ có patchim + 을까 하다
Động từ không có patchim + ㄹ까 하다

저는 주말에 친구와 함께 여행을 갈까 합니다.
Tôi đang nghĩ hay là cuối tuần đi du lịch với bạn.

저는 배고파서 지금 간식을 조금 먹을까 합니다.
Vì đói bụng nên bây giờ tôi đang nghĩ hay là ăn một ít đồ ăn vặt.

Câu trả lời mẫu

Ứng dụng câu trả lời theo hình thức combo và đưa ra câu trả lời mẫu cho từng câu hỏi.

🎧 02-78

Q1. 휴가 때 방문하거나 만나는 사람들과 함께 즐겨 하는 일 중 몇 가지에 관해 설명해 주세요.

Hãy mô tả một vài việc bạn thích làm với những người đến thăm bạn hoặc người bạn gặp trong kì nghỉ của mình.

제가 집에서 휴가를 보낼 때는 보통 언니네 가족이 방문하러 옵니다. 저와 언니 모두 요리를 잘 하고 미식가이기 때문에 자주 같이 요리를 합니다. 저는 언니가 해주는 파스타나 태국식 볶음밥과 같은 외국 요리를 좋아합니다. 식사 때 우리는 밥을 먹으면서 생활, 일, 육아법 등에 대해 이야기합니다. 밥을 먹고 나면 우리는 다 같이 커피를 마십니다. 서로 좋아하는 영화 장르가 꽤 비슷하기 때문에 가끔 같이 영화도 봅니다. 대체로 우리는 특별한 것을 하지는 않지만, 저에게는 행복하고 즐거운 시간입니다.

Khi tôi nghỉ ở nhà trong kì nghỉ thì gia đình chị gái thường đến thăm. Chúng tôi thường cùng nhau nấu ăn vì cả tôi và chị gái đều nấu ăn giỏi và chúng tôi là những người sành ăn. Tôi thích những món ăn nước ngoài mà chị gái tôi nấu như mì Ý hay cơm rang kiểu Thái Lan. Trong bữa ăn, chúng tôi vừa ăn cơm vừa trò chuyện về cuộc sống, công việc, cách nuôi dạy con cái v.v. Sau khi ăn cơm xong chúng tôi cùng nhau uống cà phê. Thỉnh thoảng chúng tôi cũng cùng xem phim vì thể loại phim mà chúng tôi thích khá giống nhau. Nói chung chúng tôi không làm gì đặc biệt cả, nhưng đó là thời gian hạnh phúc và vui vẻ đối với tôi.

Từ vựng

□ 방문하다 thăm

□ 미식가 người sành ăn

□ 생활 cuộc sống, sinh hoạt

□ 일 công việc

□ 육아법 cách nuôi dạy con cái

□ 장르 thể loại

□ 대체로 nói chung

□ 특별하다 đặc biệt

Bạn hãy tái diễn lại tình huống vừa hỏi vừa trả lời đúng với tình huống được đưa ra, tưởng tượng như trong tình huống đó có đối tượng giao tiếp.

🎧 02-79

Q2. 집에서 방학을 보낼 때 특별한 일이나 예상하지 못한 일이 있었나요? 그것은 무엇인가요? 자세히 이야기해 주세요.

Khi bạn trải qua kì nghỉ hè ở nhà, đã có việc gì đặc biệt hoặc bất ngờ xảy ra không? Việc đó là gì? Hãy nói chi tiết.

집에서 방학을 보내면서 특별했던 경험을 말씀드리자면, 작년 여름방학 때 아르바이트를 했던 경험입니다. 방학은 약 2달 정도 되기 때문에 그동안 영어나 공부할까 고민 중이었는데 친한 친구가 아르바이트를 같이 하자고 제안했습니다. 무슨 아르바이트냐고 물어보니 커피숍에서 하는 아르바이트라고 했습니다. 저와 친구가 커피를 워낙 좋아하고 아르바이트를 하면서 커피 만드는 법을 배울 수 있겠다는 생각이 들어서 지원해서 같이 하게 되었습니다. 우리가 예상한 대로 매일 가게에서 청소와 서빙 외에도 매니저에게 커피 만드는 법을 조금씩 배울 수 있었습니다. 2달 동안 돈도 벌고 커피 타는 법도 배울 수 있어서 정말 좋은 시간이었습니다.

Nếu nói về kinh nghiệm đặc biệt khi trải qua kì nghỉ ở nhà thì đó là kinh nghiệm làm thêm vào kì nghỉ hè năm trước. Vì kì nghỉ kéo dài khoảng 2 tháng nên tôi đang nghĩ hay là học tiếng Anh trong thời gian đó thì một người bạn thân đề nghị chúng tôi đi làm thêm cùng nhau. Tôi hỏi đó là công việc làm thêm gì thì bạn tôi nói rằng đó là công việc làm thêm ở quán cà phê. Tôi và bạn tôi rất thích cà phê và chúng tôi đã nghĩ chắc là có thể học cách pha cà phê khi đi làm thêm nên chúng tôi đã cùng nhau ứng tuyển rồi làm. Như chúng tôi dự đoán, tôi đã có thể học cách pha cà phê từng chút từ người quản lí ngoài việc dọn dẹp và phục vụ ở quán mỗi ngày. Đó là khoảng thời gian tuyệt vời vì tôi vừa có thể kiếm tiền vừa học cách pha cà phê trong 2 tháng.

Từ vựng

- 여름방학 kì nghỉ hè
- 아르바이트 (sự) làm thêm, (sự) làm bán thời gian
- 제안하다 đề nghị
- 커피 만드는 법 cách pha cà phê
- 지원하다 ứng tuyển

- 예상하다 dự đoán
- 청소 (sự) dọn dẹp
- 서빙 (sự) phục vụ (trong quán ăn, quán cà phê)
- 매니저 người quản lí
- 조금씩 từng chút

Q3. 귀하 나라의 사람들은 보통 휴가를 어떻게 보내나요? 어렸을 때와 현재, 사람들이 휴가를 보내는 방법이 어떻게 달라졌는지 비교해 보세요.

Mọi người ở nước của bạn thường trải qua kì nghỉ như thế nào? Hãy thử so sánh cách mọi người trải qua kì nghỉ của mình ở hiện tại khác thế nào so với trước đây.

제 생각에는 현재 베트남 사람들이 휴가를 보내는 법은 제가 어렸을 때와 많이 다른 것 같습니다. 첫 번째 차이점은 대부분 베트남인들의 소득이 이전보다 높아져서 사람들이 휴가 때 여행을 더 많이 간다는 것입니다. 두 번째 차이점은 사람들이 휴가 때 쇼핑에 더 많이 소비한다는 것입니다. 대체적으로 많은 사람이 쇼핑몰에서 휴가를 보냅니다. 마지막 차이점은 최근 3년간 휴가 때 이곳저곳을 돌아다니지 않고 지친 몸과 마음을 충전하기 위한 휴식의 시간으로 호캉스라는 것이 유행하고 있다는 점입니다. 베트남 사람들이 휴가를 보내는 방식은 이렇게 계속해서 조금씩 변해가고 있는 것 같습니다.

Theo suy nghĩ của tôi, cách mà người Việt Nam trải qua kì nghỉ hiện nay có lẽ khác nhiều với khi tôi còn bé. Điểm khác biệt thứ nhất là do thu nhập của đa số người Việt Nam cao hơn trước đây nên người ta đi du lịch vào kì nghỉ nhiều hơn. Điểm khác biệt thứ hai là người ta tiêu dùng nhiều hơn cho mua sắm trong kì nghỉ của mình. Nói chung, nhiều người trải qua kì nghỉ trong các trung tâm mua sắm. Điểm khác biệt cuối cùng là trong 3 năm gần đây, người ta không đi nơi này nơi kia trong kì nghỉ và staycation đang thịnh hành như là khoảng thời gian nghỉ ngơi để nạp năng lượng cho cơ thể và tâm hồn mệt mỏi. Cách thức người Việt Nam trải qua kì nghỉ dường như đang liên tục thay đổi từng chút một như thế này.

Từ vựng

- 대부분 đa số, đại bộ phận
- 소득 thu nhập
- 더 많이 소비하다 tiêu dùng nhiều hơn
- 대체적으로 nói chung
- 쇼핑몰 trung tâm mua sắm

- 이곳저곳 nơi này nơi kia
- 몸과 마음 cơ thể và tâm hồn
- 충전하다 nạp năng lượng
- 호캉스 staycation

Các câu tham khảo cấp IL

Đây là những mẫu câu đa dạng và hữu ích liên quan đến chủ đề. Bạn hãy đánh dấu những câu phù hợp với bản thân và thử tạo nên câu chuyện thú vị của riêng mình.

☐ Nếu đi du lịch trong kì nghỉ thì rất mệt và tốn nhiều tiền nên tôi không thích.

휴가 때 여행을 가면 매우 피곤하고 돈이 많이 들기 때문에 좋아하지 않습니다.

☐ Tôi thấy nghỉ ngơi ở nhà là cách trải qua kì nghỉ tốt nhất.

저는 집에서 쉬는 것이 휴가를 보내는 가장 좋은 방법이라고 생각합니다.

☐ Tôi thường tổng vệ sinh nhà trong kì nghỉ.

저는 휴가 때 보통 집을 대청소합니다.

☐ Tôi thường chỉ tập thể dục và gặp bạn trong kì nghỉ.

저는 보통 휴가 때 운동하고 친구만 만납니다.

☐ Vào ngày đầu tiên của kì nghỉ, tôi thường ngủ cả ngày.

저는 휴가 첫날에는 보통 하루 종일 잠을 잡니다.

☐ Kì nghỉ trước, tôi chỉ ăn và ngủ thôi.

저는 지난 휴가 때 먹고 자기만 했습니다.

☐ Kì nghỉ trước, tôi đã dành thời gian chăm sóc sắc đẹp.

저는 지난 휴가 때 미용에 시간을 보냈습니다.

☐ Các bạn của tôi đã đến nhà tôi uống rượu.

친구들이 우리 집에 와서 술을 마셨습니다.

244   한 번에 끝! OPIc 한국어 for Vietnamese

Hãy đánh dấu các câu trả lời phù hợp với bản thân. ☑

☐ Trong kì nghỉ, không chỉ khó đặt vé máy bay và khách sạn mà giá còn đắt nên tôi không thích đi du lịch lúc đó.

휴가 때는 항공권과 호텔 예약하기가 어려울 뿐 아니라 가격도 비싸기 때문에 여행 가는 것은 좋지 않습니다.

→ vé máy bay → đặt

☐ Tôi thấy nghỉ ngơi ở nhà là cách trải qua kì nghỉ thoải mái và tiết kiệm nhất.

저는 집에서 쉬는 것이 가장 편하고 알뜰하게 휴가를 보내는 방법이라고 생각합니다.

☐ Vì thường ngày không có thời gian nên tôi tổng vệ sinh nhà trong kì nghỉ.

저는 평소에 대청소할 시간이 없기 때문에 휴가 때 합니다.

☐ Trong kì nghỉ, tôi thường không muốn đi xa nên chỉ tập thể dục và gặp bạn.

저는 보통 휴가 때 멀리 가고 싶지 않아서 운동하고 친구만 만납니다.

☐ Vì tôi luôn trong tình trạng thiếu ngủ nên vào ngày đầu tiên của kì nghỉ, tôi thường ngủ cả ngày.

저는 항상 수면 부족 상태이기 때문에 휴가 첫날에는 보통 하루 종일 잠을 잡니다.

☐ Kì nghỉ trước, tôi chỉ ăn và ngủ thôi nên đã béo lên một chút.

저는 지난 휴가 때 먹고 자기만 했더니 조금 살이 쪘습니다.

→ béo lên, tăng cân 살이 찌다

☐ Kì nghỉ trước, tôi đã dành thời gian chăm sóc sắc đẹp và cảm thấy rất hài lòng.

저는 지난 휴가 때 미용에 시간을 보냈고 아주 만족스러웠습니다.

→ hài lòng 만족스럽다

☐ Kì nghỉ trước, các bạn của tôi đã đến nhà tôi rồi thức suốt đêm uống rượu.

지난 휴가 때 제 친구들이 우리 집에 와서 밤새 술을 마셨습니다.

→ thức suốt đêm 밤새다

Roleplay của OPIc khác so với roleplay của các cuộc thi khác, trong phần này bạn phải tưởng tượng giám khảo đang diễn tình huống cùng với bạn để có thể hỏi đáp một cách tự nhiên. Có thể hiểu là bạn diễn một mình hai vai.

Mẫu theo hình thức thi

Tình huống được đưa ra

🖊 당신은 레스토랑에서 예약을 하고 싶습니다.
웨이터에게 예약에 관해 3~4가지 질문을 해 보십시오.

Bạn muốn đặt chỗ ở nhà hàng.
Hãy hỏi nhân viên phục vụ 3~4 câu hỏi về việc đặt chỗ.

테이블 하나를 예약하고 싶습니다.	Tôi muốn đặt một bàn.
몇 가지 질문을 해도 될까요?	Tôi có thể hỏi vài câu hỏi không?
가격을 알고 싶습니다.	Tôi muốn biết giá.
학생 할인은 없나요?	Không có giảm giá cho học sinh ạ?
안타깝네요!	Tiếc quá!
알려주셔서 감사합니다.	Cảm ơn vì đã cho tôi biết.

" Hãy 'tự biên tự diễn' một mình, đừng ngại!"

ROLEPLAY 10

1   Đặt câu hỏi cho người phỏng vấn : 면접관에게 질문하기

Đây là những câu hỏi thường xuất hiện với những chủ đề mở rộng hoặc những chủ đề có liên quan đến nội dung bạn đã chọn ở phần Background Survey, với độ khó từ bậc 3 đến bậc 4. Bạn nên đặt câu hỏi với vĩ tố kết thúc câu '~(으)세요?', 'ㅂ/습니까?' mang ý nghĩa trang trọng. Không được sử dụng cách nói không trang trọng khi đặt câu hỏi.

Ai (누구)	• 그 사람은 누구예요?	Người đó là ai ?
Khi nào (언제)	• 언제 한국에 가세요?	Khi nào anh/chị đi Hàn Quốc?
Đâu (어디)	• 어디에 살아요?	Anh/chị sống ở đâu?
Gì (무엇)	• 무엇을 하세요? • 이건 뭐예요?	Anh/chị làm gì ạ? Cái này là gì ạ?
Nào, thế nào, gì (어느, 어떤, 무슨)	• 저분은 어느 나라 사람이세요? • 저분은 어떤 사람이세요? • 이것은 무슨 색깔이에요?	Vị kia là người nước nào ạ? Vị kia là người thế nào ạ? Cái này màu gì ạ?
Mấy, bao nhiêu (몇, 얼마)	• 책이 몇 권 있어요? • 이것은 얼마예요?	Anh/chị có mấy quyển sách ạ? Cái này bao nhiêu ạ?
Như thế nào, như thế nào, thế nào (어때요, 어떠세요, 어떻게)	• 이 모자 어때요? • 이 요리는 어떠세요? • 엄마는 이 빵을 어떻게 만드셨어요?	Cái nón này thế nào ạ? Món ăn này thế nào ạ? Mẹ đã làm bánh này như thế nào ạ?

Khi thi OPIc, việc hiểu nhanh các câu hỏi và trả lời là quan trọng nhất. Đối với các câu hỏi quen thuộc, bạn càng phải bình tĩnh và trả lời một cách tự nhiên.

1. 저는 '패치스'라는 이름의 강아지를 한 마리 기르고 있습니다. 제가 기르는 강아지에 대한 3~4개의 질문을 해보세요.

    Tôi đang nuôi một chú cún con tên là Patches. Hãy đặt 3~4 câu hỏi về chú cún con tôi đang nuôi.

2. 저에게 이용하는 교통수단에 대해 3~4개의 질문을 해보세요.

    Hãy đặt cho tôi 3~4 câu hỏi về phương tiện giao thông tôi đang sử dụng.

3. 저는 한국 음식을 만드는 것을 좋아합니다. 한국 음식을 만드는 데 필요한 재료에 대해서 3~4개의 질문을 해보세요.

    Tôi thích làm món Hàn Quốc. Hãy đặt 3~4 câu hỏi về nguyên liệu cần thiết để làm món ăn Hàn Quốc.

4. 저는 집에서 쉬는 것을 좋아합니다. 저에게 집에서 보내는 휴가에 대해 3~4개의 질문을 해보세요.

    Tôi thích việc nghỉ ngơi ở nhà. Hãy đặt cho tôi 3~4 câu hỏi về kì nghỉ ở nhà của tôi.

5. 다음 주에 미국으로 여행을 갈 예정입니다. 제 여행에 대해 3~4개의 질문을 해보세요.

    Tôi định đi du lịch Mỹ tuần sau. Hãy đặt cho tôi 3~4 câu hỏi về chuyến du lịch của tôi.

6. 저는 캐나다 서부에 살고 있습니다. 제가 사는 지역의 날씨에 대해 3~4개의 질문을 해보세요.

    Tôi sống ở miền Tây Canada. Hãy đặt cho tôi 3~4 câu hỏi về thời tiết nơi tôi đang sống.

Bạn hãy tưởng tượng như đang giao tiếp với đối phương và diễn xuất tình huống vừa hỏi vừa trả lời cho đúng với đề bài được đưa ra.

🎧 03-02

Q1. 저는 '패치스'라는 이름의 강아지를 한 마리 기르고 있습니다. 제가 기르는 강아지에 대한 3~4개의 질문을 해보세요.

Tôi đang nuôi một chú cún con tên là Patches. Hãy đặt 3~4 câu hỏi về chú cún con tôi đang nuôi.

우선, 선생님이 키우시는 강아지의 종류가 무엇인지 질문하고 싶습니다. 몇 살인가요?

선생님이 키우시는 강아지는 품종이 파피용이고 3살이 되었네요.

저는 치와와 품종을 키우고 있습니다. 제가 키우는 강아지는 말을 잘 듣지만 음식을 가려 먹어서 몸이 좀 약해요.

선생님의 강아지는 어떻게 생겼나요?

흰색에 블랙 무늬를 가지고 몸무게는 5kg이라고요? 귀엽겠네요.

선생님의 강아지가 너무 귀여워서 산책 갈 때마다 쳐다보는 사람이 많았겠어요.

파피용 품종을 키운 경험에 대해 말씀해 주시겠어요?

저는 파피용 강아지를 한 마리 더 키우고 싶어요.

아, 파피용 강아지를 키우는 것은 힘드네요. 저는 다시 생각해 봐야 되겠어요.

선생님이 알려 주신 경험 정말 감사합니다.

질문을 다 했습니다.

Trước tiên, em muốn hỏi chú cún con cô đang nuôi là loại gì. Nó mấy tuổi rồi ạ?

Chú cún con cô đang nuôi là giống chó Bướm được 3 tuổi rồi ạ.

Em đang nuôi giống chó Chihuahua. Chú cún con em đang nuôi rất nghe lời nhưng nó hơi yếu do kén ăn ạ.

Chú cún con của cô trông thế nào ạ?

Cô nói nó màu trắng xen kẽ họa tiết màu đen, nặng 5 kg ạ? Chắc nó dễ thương lắm.

Chú cún con rất dễ thương nên chắc mỗi lần đi dạo sẽ có nhiều người nhìn theo.

Cô có thể chia sẻ kinh nghiệm nuôi giống chó Bướm không ạ?

Em định nhận nuôi thêm một chú cún con giống chó Bướm nữa.

À, nuôi cún con giống chó Bướm vất vả cô nhỉ. Chắc em sẽ phải suy nghĩ lại.

Em cảm ơn những kinh nghiệm cô đã chia sẻ ạ.

Em đã hỏi xong rồi ạ.

Từ vựng

- 종류 loại, chủng loại
- 파피용 chó Bướm
- 치와와 chó Chihuahua
- 품종 giống, chủng
- (음식을) 가려 먹다 kén ăn
- 쳐다보다 nhìn theo
- 경험 kinh nghiệm

Q2. 저에게 이용하는 교통수단에 대해 3~4개의 질문을 해보세요.

Hãy đặt cho tôi 3~4 câu hỏi về phương tiện giao thông tôi đang sử dụng.

선생님은 차와 대중교통 중 어느 교통수단을 이용하시나요?
아, 대중교통을 이용하시는군요. 지하철로 출근하신다고요?
저도 지하철을 타고 싶지만 아쉽게도 베트남에는 지하철이 없어요.
서울의 지하철은 출근시간에 사람이 매우 많다고 들었어요. 맞나요?
그렇군요. 아침에 지하철을 이용한다면 긴 줄을 서야 한다고요?
그러면, 선생님께서는 대중교통을 이용할 때 불편한 점을 이야기해 줄 수 있나요?
아, 맞아요. 대중교통을 이용할 때 기다리는 시간이 많이 걸리고 사람이 많아서 불편하겠네요.
앞으로 선생님께서는 차를 구매할 생각이 있나요? 아니면 지하철을 계속 이용할 생각이신가요? 그렇군요. 지하철을 계속 이용하고 싶다고요?
대중교통을 이용하면 돈을 절약하기도 하고 환경보호에도 도움이 돼서 일거양득이겠네요.
질문을 다 했습니다. 감사합니다.

Giữa xe ô tô và giao thông công cộng, cô sử dụng phương tiện giao thông nào ạ?
À, cô dùng giao thông công cộng ạ. Cô nói là đi làm bằng tàu điện ngầm ạ?
Em cũng muốn đi tàu điện ngầm nhưng thật tiếc, ở Việt Nam không có tàu điện ngầm.
Em nghe nói, vào giờ đi làm ở Seoul tàu điện ngầm rất đông người, đúng không cô?
Ra là vậy. Vào buổi sáng đi tàu điện ngầm phải xếp hàng rất dài ạ?
Vậy, cô có thể chia sẻ điểm bất tiện khi sử dụng giao thông công cộng không ạ?
À, đúng rồi. Sử dụng phương tiện giao thông công cộng sẽ mất nhiều thời gian chờ đợi và có nhiều người nên chắc sẽ bất tiện.
Trong thời gian sắp tới cô có suy nghĩ sẽ mua xe ô tô không? Hay là tiếp tục sử dụng tàu điện ngầm ạ? Thì ra là vậy. Cô vẫn muốn sử dụng tàu điện ngầm ạ?
Nếu sử dụng giao thông công cộng thì vừa tiết kiệm tiền vừa giúp bảo vệ môi trường nên sẽ nhất cử lưỡng tiện cô nhỉ.
Em đã hỏi xong rồi ạ. Cảm ơn cô.

Từ vựng
- 대중교통 giao thông công cộng
- 지하철 tàu điện ngầm
- 출근시간 giờ đi làm
- 불편한 점 điểm bất tiện
- 돈을 절약하다 tiết kiệm tiền
- 환경보호 bảo vệ môi trường
- 일거양득 nhất cử lưỡng tiện

2 | Lên lịch hẹn : 약속 잡기

Đối với nội dung '약속 잡기 (Lên lịch hẹn)' có thể chia thành 2 dạng chính là 'Gọi điện cho bạn/người quen để lên lịch hẹn' hoặc 'Nhận điện thoại từ bạn/người quen và nhận lịch hẹn'. Các bạn nên suy nghĩ và chuẩn bị trước những thông tin bên dưới, nên luyện tập theo bố cục được trình bày trong bảng.

Nội dung (내용)	Gọi điện cho bạn/người quen và lên lịch hẹn (친구/지인에게 전화해서 약속 잡기)	Nhận điện thoại từ bạn/người quen và nhận lịch hẹn (친구/지인에게 연락 와서 약속 제안받기)
Mở bài (서론)	• 여보세요, (이름)이죠? A lô, (tên) đấy à? • (요일)에 시간 되나요? Vào (thứ), bạn có thời gian không? • (요일)에 (활동) 가려고 하는데 같이 갈래요? Mình định đi (hoạt động) vào (thứ), bạn đi cùng mình nhé? • (요일)에 (이름)하고 (활동)하고 싶어서 전화했어요. 같이 갈까요? Vào (thứ) mình muốn (hoạt động) cùng với bạn nên đã gọi điện. Bạn đi cùng mình nhé?	• 여보세요, (이름)이에요/예요. A lô, (tên) nghe. • 나야/저예요. Mình đây/Tôi đây. • 당신은 (요일)에 (활동)하러 가고 싶다고 했죠? Nghe nói bạn muốn đi (hoạt động) vào (thứ) à? • 당신이 (요일)에 (활동)하러 가고 싶다고 들었는데 맞나요? Mình nghe nói bạn muốn (hoạt động) vào (thứ), đúng không?
Thân bài (본론)	• Hỏi thời gian bạn/người quen có thể đi (친구/지인이 가능한 시간 묻기) • Hỏi cụ thể muốn làm gì, muốn ăn gì v.v. (구체적으로 무엇을 하고 싶은지/먹고 싶은지 등 묻기) • Hỏi địa điểm gặp, đi bằng phương tiện gì v.v. (어디서 만나는지, 무엇을 타고 가는지 등 묻기) • Hỏi những thứ cần thiết khác (기타 질문하기)	• Nói thời gian mà bản thân có thể đi (본인이 갈 수 있는 시간 말하기) • Hỏi bạn/người quen muốn làm gì, muốn ăn gì (친구/지인에게 무엇을 하고 싶은지, 무엇이 먹고 싶은지 묻기) • Hỏi địa điểm gặp, phương tiện di chuyển (만나는 장소 및 이동 수단 묻기) • Hỏi những thứ cần thiết khác (기타 질문하기)
Kết bài (결론)	• 생각해 보고 저에게 연락해 주세요. Bạn suy nghĩ rồi gọi mình nhé. • 전화 끊을게요. 안녕히 계세요. Tạm biệt. Mình cúp máy nhé.	• 계획을 세우고 저에게 더 자세히 알려 주세요. Bạn lên kế hoạch rồi cho mình biết cụ thể nhé. • 전화 끊을게요. 안녕히 계세요. Tạm biệt. Mình cúp máy nhé.

Khi thi OPIc, việc hiểu nhanh các câu hỏi và trả lời là quan trọng nhất. Đối với các câu hỏi quen thuộc, bạn càng phải bình tĩnh và trả lời một cách tự nhiên.

1. 귀하는 친구와 함께 여행을 가고 싶어 합니다. 여행 갈 계획을 세우기 위해 친구에게 전화해서 3~4개의 질문을 해보세요.

   Bạn muốn đi du lịch với bạn bè. Để lên kế hoạch đi du lịch, hãy gọi điện thoại cho bạn của bạn và hỏi 3~4 câu hỏi.

2. 귀하는 친구와 함께 조깅을 하고 싶어 합니다. 조깅과 관련된 계획을 세우기 위해 친구에게 전화해서 3~4개의 질문을 해보세요.

   Bạn muốn chạy bộ với bạn bè. Hãy gọi điện thoại cho bạn của bạn và hỏi 3~ 4 câu hỏi để lên kế hoạch chạy bộ.

3. 귀하는 다음 주말에 친구와 함께 공원에 가고 싶어 합니다. 공원에 갈 계획을 세우기 위해 친구에게 전화해서 3~4개의 질문을 해보세요.

   Bạn muốn đi công viên với bạn bè vào cuối tuần sau. Hãy gọi điện thoại và hỏi bạn của bạn 3~4 câu hỏi để lên kế hoạch đi công viên.

4. 귀하의 친구는 함께 영화를 보러 가고 싶다고 했습니다. 영화를 보러 갈 계획을 세우는 것에 대해 친구에게 3~4개의 질문을 해보세요.

   Bạn của bạn nói là muốn cùng đi xem phim. Hãy đặt 3~4 câu hỏi cho bạn của bạn về việc lập kế hoạch đi xem phim.

5. 귀하의 친구는 헬스장에 같이 가고 싶다고 했습니다. 헬스장에 가는 것에 대해 친구에게 3~4개의 질문을 해보세요.

   Bạn của bạn nói rằng muốn cùng đi phòng gym. Hãy hỏi bạn của bạn 3~4 câu hỏi về việc đi phòng gym.

6. 귀하의 친구는 학교 근처에 새로 개업한 식당에 같이 가고 싶다고 했습니다. 그 식당에 가는 것에 대해 친구에게 3~4개의 질문을 해보세요.

   Bạn của bạn nói rằng muốn cùng đi quán ăn mới mở ở gần trường. Hãy hỏi bạn của bạn 3~4 câu hỏi về việc đi đến quán ăn mới đó.

Bạn hãy tưởng tượng như đang giao tiếp với đối phương và diễn xuất tình huống vừa hỏi vừa trả lời cho đúng với đề bài được đưa ra.

🎧 03-05

Q1. 귀하는 친구와 함께 여행을 가고 싶어 합니다. 여행 갈 계획을 세우기 위해 친구에게 전화해서 3~4개의 질문을 해보세요.

Bạn muốn đi du lịch với bạn bè. Để lên kế hoạch đi du lịch, hãy gọi điện thoại cho bạn của bạn và hỏi 3~4 câu hỏi.

친구에게 전화해서 같이 여행 가자고 물어보겠습니다.
여보세요? 수진이니? 나 짱이야.
이번 주말에 같이 여행 가고 싶어서 전화했어.
이번 주말에 시간 돼? 나는 토요일이든 일요일이든 상관없으니까 너 갈 수 있는 날로 정해서 가자. 어디로 여행 가고 싶어? 혹시 강릉 가봤니? 강릉이 경치가 좋아서 드라이브하기 좋다고 하던데, 가 볼까? 먹어보고 싶은 강릉 음식이 있다면 같이 가서 먹어 보자.
우리 어디서 만날까? 서울역에서 볼까 아니면 네 집 근처로 내가 갈까?
생각해 보고 나한테 연락 줘.
그럼 끊을게. 안녕!

Tôi sẽ gọi điện thoại cho bạn và rủ bạn cùng đi du lịch.
A lô? Soo-jin à? Mình là Trang đây.
Mình gọi điện thoại vì muốn cùng đi du lịch vào cuối tuần này.
Cuối tuần này bạn có thời gian không? Mình thứ Bảy hay Chủ nhật đều được nên bạn chọn ngày rồi mình cùng đi nhé. Bạn muốn đi đâu? Bạn đi Gangneung chưa? Mình nghe nói Gangneung đẹp nên lái xe ngắm cảnh rất tuyệt, chúng mình đi thử nhé? Nếu có món ăn Gangneung nào bạn muốn ăn thì chúng ta cùng đi ăn nhé.
Chúng ta gặp ở đâu nhỉ? Gặp ở ga Seoul hay gặp ở gần nhà bạn?
Bạn suy nghĩ thử rồi liên lạc cho mình nhé.
Vậy mình cúp máy đây. Tạm biệt!

Từ vựng

- 강릉 Gangneung
- 드라이브하다 lái xe ngắm cảnh
- 서울역 ga Seoul
- 집 근처 gần nhà

Q2. 귀하의 친구는 학교 근처에 새로 개업한 식당에 같이 가고 싶다고 했습니다. 그 식당에 가는 것에 대해 친구에게 3~4개의 질문을 해보세요.

Bạn của bạn nói rằng muốn cùng đi quán ăn mới mở ở gần trường. Hãy hỏi bạn của bạn 3~4 câu hỏi về việc đi đến quán ăn mới đó.

여보세요? 민지구나! 잘 지내?

응. 그날 별일은 없는데, 왜?

학교 근처에 새로 개업한 식당? 나도 가보고 싶었는데, 좋아. 같이 가자!

그런데, 사실은 이번 주말 오전에는 좀 바빠서 저녁에 가면 더 좋을 것 같아. 우리 여유 있게 저녁에 가자. 그 곳 분위기는 어때? 메뉴는 뭐가 있어? 사람이 많을 것 같은데 줄 서야 돼? 미리 예약 안 해도 될까? 우리 저녁 먹고 뭐 할까? 자주 가던 카페 갈까? 내가 살게.

주말이라 부모님 차를 가져갈 수 있을 것 같아. 내가 네 집 앞으로 데리러 갈까?

그래. 자세히 알아보고 다시 연락 줘. 안녕!

A lô? Min-ji hả! Bạn khoẻ không?

Uhm. Hôm đó mình không có việc gì đặc biệt, sao thế?

Quán ăn mới khai trương gần trường à? Mình cũng muốn đi thử, thích quá. Cùng đi nào!

Thế nhưng, thật ra buổi sáng cuối tuần này mình hơi bận nên nếu đi buổi tối thì tốt hơn. Chúng ta đi vào buổi tối cho thong thả thời gian. Bầu không khí ở đó thế nào? Thực đơn có món gì? Chắc sẽ đông người, có phải xếp hàng không? Không đặt trước cũng được à? Sau khi ăn xong chúng ta làm gì? Chúng ta đi quán cà phê thường đi nhé? Mình sẽ mời.

Cuối tuần nên có lẽ mình có thể đi xe ô tô của bố mẹ. Mình đón bạn ở trước nhà bạn nhé?

Ừ. Bạn tìm hiểu kĩ rồi liên lạc lại cho mình nhé. Tạm biệt!

Từ vựng

- 개업 khai trương
- 메뉴 thực đơn
- 줄을 서다 xếp hàng
- 예약 đặt
- 데리러 가다 đón, đi đón

3 | Hỏi và mua hàng : 상품 문의 및 구매하기

Nội dung phần thi '상품 문의 및 구매하기 (Hỏi và mua hàng)' có thể chia thành 2 dạng lớn là 'Hỏi về hàng hóa', 'Hỏi trước khi mua hàng'. Các bạn có thể tham khảo cách đặt câu hỏi và trả lời theo bảng dưới đây.

Nội dung (내용)	Hỏi và mua hàng
Phân loại (구분)	Đồ dùng trong nhà, điện thoại, xe đạp, máy tính v.v.

Mở bài
(서론)
	• 여보세요. 거기는 _____ 입니까?
	
	  A lô. Đó là _____? (Các bạn hãy thêm tên cụ thể của cửa hàng vào chỗ trống.)
	
	• 저는 _____ 하려고 전화했습니다.
	
	  Tôi gọi điện thoại để _____.
	
	• 저는 _____ 에 대해 문의하려고 방문했습니다.
	
	  Tôi đến để hỏi về _____.
	
	• 저는 _____ 을 알아보고 싶습니다.
	
	  Tôi muốn tìm hiểu _____.
	
	• 저는 _____ 에 관해 상담을 받고 싶어서 전화했습니다.
	
	  Tôi muốn được tư vấn về _____ nên đã gọi điện thoại.

Thân bài
(본론)
	• Hỏi giá cả, số lượng, nhãn hiệu, loại
	  (가격, 수량, 브랜드, 종류 묻기)
	
	• Hỏi thời hạn bảo hành
	  (보증기간 묻기)
	
	• Hỏi phương thức thanh toán
	  (결제방법 묻기)
	
	• Hỏi về thông tin ưu đãi, giảm giá, đổi hàng, vận chuyển
	  (혜택, 할인, 교환, 배송에 대한 정보 묻기)

Kết bài
(결론)
	• 자세히 설명해 주셔서 감사합니다.
	  Cảm ơn đã giải thích cụ thể cho tôi.
	
	• 생각해 보고 전화드리겠습니다.
	  Tôi sẽ suy nghĩ và gọi lại sau. • 안내해 주셔서 감사합니다.
	  Cảm ơn đã hướng dẫn cho tôi.
	
	• 상품을 빨리 배송해 주시면 감사하겠습니다.
	  Tôi sẽ cảm ơn nếu giao hàng sớm cho tôi.

Khi thi OPIc, việc hiểu nhanh các câu hỏi và trả lời là quan trọng nhất. Đối với các câu hỏi quen thuộc, bạn càng phải bình tĩnh và trả lời một cách tự nhiên.

1. 다음의 상황을 잘 듣고 맡은 역할을 연기해 주세요. 세일 중인 가구 가게에서 가구를 구매하기 위한 3~4개의 질문을 해보세요. 3가지의 가구를 구매한다는 가정하에 구매할 물품에 대해 이야기해 보세요.

   Hãy nghe tình huống sau và đóng vai được giao. Hãy đặt 3~4 câu hỏi để mua đồ nội thất ở cửa hàng nội thất đang giảm giá. Giả định là bạn mua 3 món đồ nội thất, hãy nói chuyện liên quan đến những món đồ mà bạn sẽ mua.

2. 귀하는 이번 주에 친구 생일 파티를 위해 생일 케이크를 주문하고 싶어 합니다. 케이크 가게에 전화해서 케이크를 주문하기 위해 필요한 3~4개의 질문을 해보세요.

   Bạn muốn đặt bánh sinh nhật cho tiệc sinh nhật của một người bạn vào tuần này. Hãy thử gọi điện thoại đến cửa hàng bánh và đặt 3~4 câu hỏi cần thiết để đặt bánh.

3. 친구와 극장에 가려고 합니다. 극장에 전화해서 영화 예매를 위해 필요한 정보에 대해 3~4개의 질문을 해보세요.

   Bạn định đến rạp hát cùng với bạn bè. Hãy gọi điện thoại đến rạp hát đặt 3~4 câu hỏi về thông tin cần thiết để mua vé phim.

4. 귀하는 새 자전거를 사고 싶어 합니다. 가게에 전화해서 자전거 특징에 대해 3~4개의 질문을 해보세요.

   Bạn muốn mua một chiếc xe đạp mới. Hãy gọi điện thoại đến cửa hàng và hỏi 3~4 câu hỏi về đặc điểm của xe đạp.

5. 귀하는 새 핸드폰으로 바꾸고 싶어 합니다. 핸드폰 가게에 전화해서 영업사원에게 새 핸드폰에 대한 상담을 받고 3~4개의 질문도 해보세요.

   Bạn muốn đổi điện thoại mới. Hãy gọi điện thoại đến cửa hàng điện thoại và nhận tư vấn từ nhân viên bán hàng cũng như hỏi 3~4 câu hỏi về điện thoại mới.

6. 귀하의 노트북이 고장 났습니다. 새 노트북을 구매하기 위해 전자제품 매장에 전화해서 3~4개의 질문을 해보세요.

   Máy vi tính xách tay của bạn đã bị hỏng. Hãy gọi điện thoại đến cửa hàng điện tử, hỏi 3~4 câu hỏi để mua máy vi tính xách tay mới.

Câu trả lời mẫu

Bạn hãy tưởng tượng như đang giao tiếp với đối phương và diễn xuất tình huống vừa hỏi vừa trả lời cho đúng với đề bài được đưa ra.

🎧 03-08

Q1. 다음의 상황을 잘 듣고 맡은 역할을 연기해 주세요. 세일 중인 가구 가게에서 가구를 구매하기 위한 3~4개의 질문을 해보세요. 3가지의 가구를 구매한다는 가정하에 구매할 물품에 대해 이야기해 보세요.

Hãy nghe tình huống sau và đóng vai được giao. Hãy đặt 3~4 câu hỏi để mua đồ nội thất ở cửa hàng nội thất đang giảm giá. Giả định là bạn mua 3 món đồ nội thất, hãy nói chuyện liên quan đến những món đồ mà bạn sẽ mua.

가구 가게에서 가구를 구매하기 위한 질문을 하겠습니다.

안녕하세요. 책상을 구매하려고 왔습니다.

지금 세일 중이던데 할인되는 책상이 어떤 것인지 알려 주시겠어요? 저는 넓고 편한 책상을 좋아합니다. 조립하기 쉽고 가벼운 책상이면 더 좋아요. 그리고 전동 높이 조절 책상이 편하다던데 그런 책상도 있나요? 그 책상의 가격은 얼마인가요? 몇 가지의 색상이 있나요? 보증 기간은 얼마인가요? 그리고 의자와 스탠드도 같이 구매하고 싶은데 어떤 종류가 있나요?

자세히 설명해 주셔서 고맙습니다.

생각해 보고 다시 오겠습니다.

Tôi sẽ đặt câu hỏi để mua đồ nội thất ở cửa hàng nội thất.

Xin chào. Tôi đến đây để mua bàn.

Bây giờ đang đợt giảm giá, anh có thể cho tôi biết bàn nào được giảm giá không? Tôi thích bàn rộng và thoải mái. Nếu là bàn dễ lắp ráp và nhẹ thì càng tốt ạ. Và tôi nghe nói bàn điều chỉnh độ cao tự động rất tiện, anh có bàn như thế không? Giá của bàn đó thế nào? Có mấy màu? Thời hạn bảo hành bao lâu? Và tôi cũng muốn mua ghế và đèn để bàn nữa, có loại nào ạ?

Cảm ơn anh vì đã giải thích cụ thể cho tôi.

Tôi sẽ suy nghĩ và quay lại sau nhé.

Từ vựng

□ 넓고 편하다 rộng và thoải mái 　　　　　□ 전동 높이 조절 điều chỉnh độ cao tự động

□ 조립하기 쉽고 가볍다 dễ lắp ráp và nhẹ

Q2. 친구와 극장에 가려고 합니다. 극장에 전화해서 영화 예매를 위해 필요한 정보에 대해 3~4개의 질문을 해보세요.

Bạn định đến rạp hát cùng với bạn bè. Hãy gọi điện thoại đến rạp hát đặt 3~4 câu hỏi về thông tin cần thiết để mua vé phim.

극장에 전화해서 극장표를 사기 위한 질문을 해보겠습니다.

안녕하세요, 영화표를 사려고 전화했습니다.

저와 친구는 저녁 7시에 영화를 보러 가려고 합니다. 혹시 7시에 상영하는 영화가 있나요? 미국 영화를 좋아해서, 재미있는 미국 영화로 추천해 주세요. 영화표 2장 예매할 수 있을까요? 빈 좌석을 알려주세요. 앞자리가 있다면 앞 쪽의 자리로 해주세요. 그리고 저희가 할인 쿠폰이 하나 있는데 혹시 써도 되나요? 결제는 어떻게 하나요? 카드 결제는 현장에서 해도 되나요?

네. 잘 알았습니다. 도와주셔서 고맙습니다.

Tôi sẽ gọi điện thoại đến rạp chiếu phim và thử đặt câu hỏi để mua vé xem phim.
Xin chào, tôi gọi điện thoại để mua vé xem phim.
Tôi và bạn tôi định xem phim lúc 7 giờ tối. Không biết có phim chiếu lúc 7 giờ tối không ạ? Chúng tôi thích phim Mỹ nên anh giới thiệu giúp chúng tôi phim Mỹ nào thú vị. Tôi có thể đặt mua 2 vé phim không? Hãy cho tôi biết chỗ ngồi còn trống. Nếu còn chỗ phía trước, anh lấy chỗ phía trước giúp tôi. Và chúng tôi có một phiếu giảm giá, không biết có thể dùng không? Thanh toán như thế nào vậy? Thanh toán bằng thẻ tại chỗ được không ạ?
Vâng, tôi đã hiểu rõ. Cảm ơn anh vì đã giúp đỡ.

Từ vựng

◻ 할인쿠폰 phiếu giảm giá   ◻ 결제 thanh toán

4 Đặt câu hỏi phù hợp với tình huống : 상황에 맞게 질문하기

Nội dung phần thi '상황에 맞게 질문하기 (Đặt câu hỏi phù hợp với tình huống)' là hỏi đối phương về tình huống được cho. Nội dung có thể được chia thành 2 dạng chính là 'Hỏi về việc sử dụng dịch vụ/thiết bị' hoặc 'Hỏi bạn/người khác'. Các bạn nên nghĩ trước những thông tin bên dưới và luyện tập theo nội dung đã được sắp xếp theo bố cục trong bảng.

Nội dung (내용)	Hỏi về việc sử dụng dịch vụ/thiết bị (서비스/장비 사용에 관해 묻기)		Hỏi bạn hoặc người khác (친구나 다른 사람에게 묻기)
Phân loại (구분)	• Đăng kí phòng gym, thư viện, trung tâm ngoại ngữ, mở tài khoản ngân hàng (헬스장, 도서관, 어학당 신청, 은행 계좌 개설 등)		• Hỏi để yêu cầu sự giúp đỡ hoặc nhận sự giúp đỡ từ bạn hoặc người khác (친구나 다른 사람에게 도움을 요청하거나 도움 받기 위해 묻기)
Mở bài (서론)	• 여보세요, 거기는 _____ 입니까? A lô, đó có phải là _____ không? → Điền tên rạp chiếu phim, nhà hàng, quán ăn, khách sạn hoặc bệnh viện vào chỗ trống. (빈칸에 영화관, 식당, 호텔이나 병원 이름 넣기) • _____ 하기 위해 전화했습니다. Tôi gọi điện thoại để _____. • _____ 에 대해 문의하기 위해 방문했습니다. Tôi đến để hỏi về _____. • _____ 을 알고 싶습니다. Tôi muốn biết về _____.		
	• Thông tin chi tiết liên quan đến dịch vụ (PT phòng gym, yoga v.v.) (서비스와 관련 정보 (헬스장, 요가 PT 등))		• Chi tiết nội dung giúp đỡ (도움 관련 내용)
Thân bài (본론)	• Hỏi thời gian mở cửa, giá (영업 시간, 가격 묻기) • Hỏi cách đăng kí hội viên (회원 가입 방법 묻기) • Hỏi điều kiện giảm giá, nhận ưu đãi (할인이나 혜택을 받는 조건 묻기) • Các hạng mục khác (기타)		• Hỏi vấn đề phát sinh (발생할 문제 묻기) • Hỏi triệu chứng, tình trạng (증상, 상태 묻기) • Hỏi việc có thể giúp đỡ (도와 줄 수 있는 사항 묻기) • Các hạng mục khác (기타)
Kết bài (결론)	• 정보를 알려주셔서 감사합니다. Cảm ơn anh/chị đã cho biết thông tin. • 또 만나요. Hẹn gặp lại.		• 안내해 주셔서 감사합니다. Cảm ơn anh/chị đã hướng dẫn cho tôi.

Các dạng câu hỏi khác 🎧 03-10

Khi thi OPIc, việc hiểu nhanh các câu hỏi và trả lời là quan trọng nhất. Đối với các câu hỏi quen thuộc, bạn càng phải bình tĩnh và trả lời một cách tự nhiên.

1. 다음의 상황을 잘 듣고 맡은 역할을 연기해 주세요. 집의 창문이 고장 났습니다. 수리점에 전화해서 3~4개의 질문을 해보세요.

   Bạn hãy nghe kĩ tình huống sau và diễn xuất theo vai được giao. Cửa sổ nhà đã bị hỏng. Hãy gọi điện thoại đến cửa hàng sửa chữa và đặt 3~4 câu hỏi.

2. 귀하는 중국어 수업에 등록하고 싶어 합니다. 학원에 전화해서 중국어 수업에 대해 3~4개의 질문을 해보세요.

   Bạn muốn đăng kí lớp học tiếng Trung Quốc. Hãy gọi điện thoại đến trung tâm và đặt 3~4 câu hỏi về lớp học tiếng Trung Quốc.

3. 귀하는 은행 계좌를 새로 개설하고 싶어 합니다. 은행에 가서 은행 직원에게 계좌개설에 대해 3~4개의 질문을 해보세요.

   Bạn muốn mở một tài khoản ngân hàng mới. Hãy đến ngân hàng và hỏi nhân viên ngân hàng 3~4 câu hỏi về việc mở tài khoản ngân hàng.

4. 귀하는 해외여행을 계획하고 있습니다. 여행사에 전화해서 가고 싶은 여행에 대해 3~4개의 질문을 해보세요.

   Bạn đang lên kế hoạch đi du lịch nước ngoài. Hãy gọi điện thoại đến công ty du lịch và hỏi 3~4 câu hỏi về chuyến du lịch mà bạn muốn đi.

5. 귀하는 한국어 수업에 등록하고 싶어 합니다. 학원에 전화해서 한국어 수업에 대해 3~4개의 질문을 해보세요.

   Bạn muốn đăng kí lớp học tiếng Hàn Quốc. Hãy gọi điện thoại đến trung tâm và đặt 3~4 câu hỏi về lớp học tiếng Hàn Quốc.

6. 귀하는 도서관에서 책을 빌리려고 하는데 필요한 책을 찾을 수 없습니다. 사서에게 책을 찾는 방법에 대해 3~4개의 질문을 해보세요.

   Bạn định mượn sách ở thư viện nhưng bạn không thể tìm được quyển sách mà bạn cần. Hãy hỏi thủ thư 3~4 câu hỏi về cách tìm sách.

Bạn hãy tưởng tượng như đang giao tiếp với đối phương và diễn xuất tình huống vừa hỏi vừa trả lời cho đúng với đề bài được đưa ra.

🎧 03-11

Q1. 다음의 상황을 잘 듣고 맡은 역할을 연기해 주세요. 집의 창문이 고장 났습니다. 수리점에 전화해서 3~4개의 질문을 해보세요.

Bạn hãy nghe kĩ tình huống sau và diễn xuất theo vai được giao. Cửa sổ nhà đã bị hỏng. Hãy gọi điện thoại đến cửa hàng sửa chữa và đặt 3~4 câu hỏi.

집의 창문을 수리하기 위해 수리점에 전화하겠습니다.

여보세요, ABC 수리점입니까?

창문 수리에 대해 문의하려고 전화했습니다.

어제부터 창문이 잘 안 닫혀서 어떻게 해야 할지 잘 모르겠습니다.

혹시 주말에 오셔서 창문 수리를 해 주실 수 있나요?

평일은 출근 때문에 집에 아무도 없습니다.

주말에 몇 시쯤 와 주실 수 있나요? 주말은 추가 출장비가 있나요?

카드 결제되나요? 현금으로 결제하면 영수증 받을 수 있나요?

네, 잘 알겠습니다. 상담해 주셔서 고맙습니다.

Tôi sẽ gọi điện thoại đến tiệm sửa chữa để hỏi về việc sửa cửa sổ.

A lô, có phải là tiệm sửa chữa ABC không ạ?

Tôi gọi điện thoại để hỏi về việc sửa cửa sổ.

Từ hôm qua cửa sổ không đóng lại được nên tôi không biết phải làm thế nào.

Cuối tuần anh đến sửa cửa sổ giúp tôi được không?

Ngày thường tôi phải đi làm nên không có ai ở nhà.

Cuối tuần khoảng mấy giờ anh đến được ạ? Cuối tuần thì có phải trả thêm phí công tác không ạ?

Có thể thanh toán bằng thẻ không ạ? Nếu thanh toán bằng tiền mặt tôi có thể nhận hóa đơn không ạ?

Vâng, tôi hiểu rồi. Cảm ơn anh đã tư vấn cho tôi.

Từ vựng

□ 창문이 잘 안 닫히다
  cửa sổ không đóng lại được

□ 출장비 phí công tác
□ 영수증 hóa đơn

Q2. 귀하는 중국어 수업에 등록하고 싶어 합니다. 학원에 전화해서 중국어 수업에 대해 3~4개의 질문을 해보세요.

Bạn muốn đăng kí lớp học tiếng Trung Quốc. Hãy gọi điện thoại đến trung tâm và đặt 3~4 câu hỏi về lớp học tiếng Trung Quốc.

중국어 수업 관련 문의를 하기 위해 전화하겠습니다.

여보세요, ABC 중국어 학원입니까?

중국어 수업에 대해 문의하려고 전화했습니다.

저는 회사원이기 때문에 평일에는 매우 바쁩니다. 주말반이 있나요? 주말반은 하루에 몇 시간 수업하나요? 저는 기초 교재로 독학하고 있습니다. 수강신청하기 전에 레벨 테스트가 있나요? 기초반 수강료는 얼마인가요? 인터넷으로 신청하면 할인받을 수 있나요? 신용카드로 결제할 수 있나요? 몇 개월 할부까지 가능한가요? 혹시 일시불로 결제해야 하나요?

네, 잘 알겠습니다. 상담해 주셔서 고맙습니다.

고민하고 나중에 다시 전화드리겠습니다.

Tôi sẽ gọi điện thoại để hỏi về lớp học tiếng Trung Quốc.

A lô, trung tâm tiếng Trung Quốc ABC phải không ạ?

Tôi gọi điện thoại để hỏi về lớp học tiếng Trung Quốc ạ.

Tôi là nhân viên công ty nên rất bận vào ngày thường. Có lớp cuối tuần không ạ? Lớp cuối tuần thì học mấy giờ một ngày à? Tôi đang tự học bằng giáo trình sơ cấp. Có kiểm tra xếp lớp trước khi đăng kí học không ạ? Học phí lớp học sơ cấp là bao nhiêu ạ? Nếu tôi đăng kí qua internet thì có được giảm giá không ạ? Tôi có thể thanh toán bằng thẻ tín dụng không ạ? Có thể trả góp trong mấy tháng? Hay tôi phải trả một lần?

Vâng, tôi hiểu rồi. Cảm ơn cô đã tư vấn cho tôi.

Tôi sẽ suy nghĩ và gọi điện thoại lại sau.

Từ vựng		
□ 기초 교재 giáo trình sơ cấp		□ 수강료 học phí
□ 독학하다 tự học		□ 할인받다 được giảm giá
□ 레벨 테스트 kiểm tra xếp lớp		□ 상담하다 tư vấn

5 Đặt chỗ/Đặt vé : 예약/예매하기

Đối với phần thi '예약/예매하기 (Đặt chỗ/Đặt vé)' nội dung chủ yếu xoay quanh chủ đề 'Đặt vé(표 예 매하기)', 'Đặt chỗ(장소 예약하기)', 'Đặt lịch khám bệnh (진료 예약하기)'. Các bạn nên suy nghĩ trước những thông tin bên dưới và luyện tập theo nội dung đã được sắp xếp theo bố cục trong bảng.

Nội dung (내용)	Đặt vé (표 예매하기)	Đặt chỗ (장소 예약하기)	Đặt lịch khám bệnh (진료 예약하기)
Phân loại (구분)	• Vé xem phim, vé máy bay, vé concert/biểu diễn/kịch (영화 표, 항공권, 곤서트/공연/연극 표)	• Nhà hàng, khách sạn (식당, 호텔)	• Bệnh viện, phòng khám (병원, 의원)
Mở bài (서론)	• 여보세요, 거기는 _____ 입니까? A lô, đó có phải là _____ không? → Điền tên rạp chiếu phim, nhà hàng, quán ăn, khách sạn hoặc bệnh viện vào chỗ trống. (빈칸에 영화관, 식당, 호텔이나 병원 이름 넣기) • 표 예매/자리 예약을 하기 위해 전화드렸습니다. Tôi gọi điện thoại để đặt vé/đặt chỗ.		
	• Bộ phim/buổi biểu diễn, ngày và thời gian muốn xem, số lượng người, tên và số điện thoại người đặt (보고 싶은 영화/공연, 날짜 및 시간, 인원, 예약자 이름 및 전화번호)	• Tên và số điện thoại người đặt (예약하는 사람의 이름과 전화번호) • Nhà hàng : ngày và thời gian đặt, số lượng người 　(식당 : 예약하는 날짜와 시간, 인원) • Khách sạn : ngày và thời gian check in/check out, số lượng người 　(호텔 : 체크인/체크아웃 날짜와 시간, 인원)	• Tên và số điện thoại người đặt (예약하는 사람의 이름과 전화번호) • Triệu chứng (증상) • Ngày và thời gian muốn khám 　(진료를 받고 싶은 날짜와 시간)
Thân bài (본론)	• 질문 있습니다. Tôi có câu hỏi.		
	• Hỏi thông tin liên quan vé muốn đặt (ngày, thời gian v.v.) 　(예매하고 싶은 표 관련 정보(날짜, 시간 등) 묻기) • Hỏi về những tiện ích xung quanh như bãi đỗ xe v.v. 　(주차장 등 부대시설 묻기) • Hỏi về việc giảm giá, tích điểm v.v. 　(할인, 적립 등 묻기) • Thông tin khác 　(기타)	• Hỏi thông tin liên quan đến chỗ hoặc phòng muốn đặt 　(예약하고 싶은 좌석이나 방 관련 정보 묻기) • Hỏi về những tiện ích xung quanh như bãi đỗ xe, khu vui chơi, hồ bơi v.v. 　(주차장, 놀이터, 수영장 등 부대시설 묻기) • Hỏi về dịch vụ phòng, thực đơn v.v. 　(룸 서비스, 메뉴 등 묻기) • Thông tin khác 　(기타)	• Hỏi thời gian điều trị của bác sĩ mà bản thân muốn được điều trị 　(진료 받고 싶은 의사의 진료 시간 묻기) • Hỏi về việc xử lý bảo hiểm 　(보험 처리 묻기) • Hỏi về những tiện ích xung quanh như bãi đỗ xe v.v. 　(주차장 등 부대시설 묻기) • Thông tin khác 　(기타)
Kết bài (결론)	• 정보를 알려주셔서 감사합니다. 　Cảm ơn anh/chị đã cho biết thông tin. • 또 만나요. 　Hẹn gặp lại.	• 안내해 주셔서 감사합니다. 　Cảm ơn anh/chị đã hướng dẫn cho tôi.	

Khi thi OPIc, việc hiểu nhanh các câu hỏi và trả lời là quan trọng nhất. Đối với các câu hỏi quen thuộc, bạn càng phải bình tĩnh và trả lời một cách tự nhiên.

1. 제가 상황을 읽어 주면 귀하는 한국어로 연기해 주세요. 귀하는 다음 주에 친구와 함께 식당에 가고 싶어 합니다. 식당에 전화해서 테이블을 예약해 보세요.

   Nếu tôi đọc tình huống, bạn hãy diễn xuất bằng tiếng Hàn Quốc. Bạn muốn đi đến nhà hàng với bạn bè vào tuần sau. Hãy gọi điện thoại đến nhà hàng và đặt bàn.

2. 귀하는 이번 주말에 친구와 영화를 관람하고 싶어서 영화 표를 인터넷으로 구매했습니다. 하지만 날짜를 잘못 선택했습니다. 영화관에 전화해서 영화 표의 날짜를 바꾸기 위해 3~4의 질문을 해보세요.

   Cuối tuần này bạn muốn xem phim cùng với bạn nên đã đặt vé qua mạng. Nhưng bạn đã chọn nhầm ngày. Hãy gọi điện thoại rạp chiếu phim và đặt 3~4 câu hỏi để đổi ngày của vé xem phim.

3. 해외여행을 위한 비행기 표를 예매하려고 합니다. 항공사에 전화해서 표를 예약해 보세요.

   Bạn muốn mua vé máy bay đi du lịch nước ngoài. Hãy gọi điện thoại đến hãng hàng không và đặt vé máy bay.

4. 해외여행을 준비하고 있는데 아직 호텔을 예약하지 않았습니다. 호텔에 전화해서 호텔에 대해 3~4개의 질문을 한 후, 예약해 보세요.

   Bạn đang chuẩn bị đi du lịch nước ngoài nhưng bạn chưa đặt khách sạn. Hãy gọi điện thoại đến khách sạn và hỏi 3~4 câu hỏi về khách sạn rồi đặt phòng.

5. 몸이 좋지 않아서 진찰을 받으러 가야 합니다. 병원에 전화해서 3~4개의 질문을 하고 진료예약을 잡으세요.

   Bạn cảm thấy không khỏe nên phải đi khám bệnh. Hãy gọi điện thoại đến bệnh viện và hỏi 3~4 câu hỏi rồi đặt giờ khám bệnh.

Câu trả lời mẫu

Bạn hãy tưởng tượng như đang giao tiếp với đối phương và diễn xuất tình huống vừa hỏi vừa trả lời cho đúng với đề bài được đưa ra.

🎧 03-14

Q1. 제가 상황을 읽어 주면 귀하는 한국어로 연기해 주세요. 귀하는 다음 주에 친구와 함께 식당에 가고 싶어 합니다. 식당에 전화해서 테이블을 예약해 보세요.

Nếu tôi đọc tình huống, bạn hãy diễn xuất bằng tiếng Hàn Quốc. Bạn muốn đi đến nhà hàng với bạn bè vào tuần sau. Hãy gọi điện thoại đến nhà hàng và đặt bàn.

식당을 예약해 보겠습니다.
여보세요, 거기 '윤 식당'이죠?
다음 주 월요일 저녁 7시에 8명 자리 예약 할 수 있을까요?
밖에 앉으면 좀 불편해서 룸으로 예약하고 싶어요. 룸이 있나요? 그리고 그날 친구 생일 파티를 하려고 하는데, 생일 축하 노래를 틀어 주실 수 있을까요? 마지막으로, 무료 주차장이 있나요? 무료가 아니라면, 주차요금이 얼마인가요?
네, 정보 감사합니다. 다음 주 월요일에 뵙겠습니다.

Tôi sẽ đặt chỗ nhà hàng.
A lô, đó có phải là 'Nhà hàng Yoon' không ạ?
Tôi có thể đặt chỗ cho 8 người vào lúc 7 giờ tối thứ Hai tuần sau không ạ?
Nếu ngồi bên ngoài thì hơi bất tiện nên tôi muốn đặt phòng riêng. Có phòng riêng không ạ? Và tôi định tổ chức tiệc sinh nhật bạn vào ngày hôm đó, chị có thể mở giúp bài hát chúc mừng sinh nhật được không ạ? Cuối cùng, nhà hàng có chỗ đỗ xe miễn phí không ạ? Nếu không miễn phí thì phí đỗ xe là bao nhiêu?
Vâng, xin cảm ơn thông tin của chị. Hẹn gặp chị vào thứ Hai tuần sau.

Từ vựng

- 생일 파티 tiệc sinh nhật
- 생일 축하 노래 bài hát chúc mừng sinh nhật
- 틀어 주다 mở giúp (bài hát, máy móc …)
- 무료 주차장 chỗ đỗ xe miễn phí
- 주차요금 phí đỗ xe

Q2. 몸이 좋지 않아서 진찰을 받으러 가야 합니다. 병원에 전화해서 3~4개의 질문을 하고 진료 예약을 잡으세요.

Bạn cảm thấy không khỏe nên phải đi khám bệnh. Hãy gọi điện thoại đến bệnh viện và hỏi 3~4 câu hỏi rồi đặt giờ khám bệnh.

지금 병원 진료 시간을 예약하기 위하여 병원에 전화를 해보겠습니다.
여보세요, 거기 부산대학교병원 맞죠?
지난주부터, 위가 쓰리고 계속 아파서 진찰을 받으러 가고 싶습니다.
내일 오전 10시에 진료 시간을 예약해 주실 수 있나요? 진료를 받으러 가기 전에 금식을 해야 하나요? 내시경 검사를 받으면 시간이 많이 걸리나요? 비용은 얼마나 나오나요? 보험 처리해도 되나요?
네, 정보 감사합니다.

Bây giờ, tôi sẽ bắt đầu gọi điện thoại đến bệnh viện đặt giờ khám tại bệnh viện.
A lô, đó có phải là Bệnh viện Đại học Busan không ạ?
Từ tuần rồi, dạ dày bị cồn cào và đau liên tục nên tôi muốn đến khám ạ.
Chị có thể đặt lịch khám vào 10 giờ sáng ngày mai cho tôi không ạ? Trước khi đi khám, tôi có cần phải nhịn ăn không ạ? Nếu nội soi thì có mất nhiều thời gian không ạ? Chi phí khoảng bao nhiêu ạ? Có thể được xử lý bảo hiểm không ạ?
Vâng, cảm ơn thông tin của chị.

Từ vựng

- 병원 진료 시간을 예약하다
  đặt giờ khám tại bệnh viện
- 위가 쓰리다 dạ dày bị cồn cào
- 금식하다 nhịn ăn

- 내시경 검사를 받다 nội soi
- 비용 chi phí
- 보험 처리 xử lý bảo hiểm

Đối với roleplay, bạn nên luyện tập cả 2 vai.

6 | Hủy hẹn và đề ra phương án : 약속 취소 및 대안 제시하기

Đối với phần thi '약속 취소 및 대안 제시하기 (Hủy hẹn và đề ra phương án)', tình huống được đưa ra là bạn đã hẹn với bạn bè hoặc người quen đi du lịch/xem phim/chạy bộ v.v… nhưng vì lí do nào đó bạn không thể làm được. Bạn cần phải tự suy nghĩ lí do để hủy hẹn và đề ra phương án giải quyết.

Nội dung (내용)	
Mở bài (서론)	**Tóm tắt tình huống và dẫn nhập** (상황 요약 및 도입) • _____, 안녕하세요. Chào _____. • 죄송하지만, _____ 할 수 없을 것 같아요. Xin lỗi nhưng có lẽ tôi không thể _____. • 왜냐하면, _____. Vì _____.
Thân bài (본론)	**Thể hiện sự tiếc nuối và xin lỗi vì không thể giữ lời hứa và đưa ra cách giải quyết.** (약속을 지키지 못해서 아쉬움과 미안함을 표현하면서 해결책을 제시한다.) • 약속을 지키지 못해서 너무 미안하고 아쉽게 생각합니다. Tôi cảm thấy có lỗi và rất tiếc vì không thể giữ lời hứa. • 첫 번째 해결책 Giải pháp thứ nhất • 두 번째 해결책 Giải pháp thứ hai
Kết bài (결론)	• 이해해 주셨으면 합니다. Mong bạn/anh/chị thông cảm. • 생각하고 저에게 전화해 주세요. Bạn/anh/chị hãy suy nghĩ và gọi lại cho tôi nhé.

268   한 번에 끝! OPIc 한국어 for Vietnamese

Khi thi OPIc, việc hiểu nhanh các câu hỏi và trả lời là quan trọng nhất. Đối với các câu hỏi quen thuộc, bạn càng phải bình tĩnh và trả lời một cách tự nhiên.

1. 해결해야 할 문제가 생겼습니다. 귀하는 스포츠 경기를 보러 가는 날 갑자기 몸이 아픕니다. 친구에게 전화해서 상황을 설명하고 이 상황을 해결하기 위한 2가지 대안을 제시해 보세요.

Có vấn đề bạn phải giải quyết. Vào ngày đi xem trận đấu thể thao, bạn đột nhiên bị bệnh. Hãy gọi điện thoại cho bạn của bạn giải thích tình huống và đưa ra 2 phương án khác nhau để giải quyết tình huống này.

2. 오늘 오후에 친구와 같이 헬스장에 가려고 했는데, 갈 수 없다는 것을 알게 되었습니다. 그 친구에게 상황을 설명하는 메시지를 남기고 헬스장에 가기 위한 2~3개의 대안을 제시해 보세요.

Bạn định đến phòng gym vào chiều nay cùng với bạn nhưng bạn nhận ra là mình không thể đi được. Hãy để lại tin nhắn giải thích tình huống và đưa ra 2~3 phương án khác để đến phòng gym.

3. 친구와 함께 해외여행을 가기로 했는데 어떤 이유로 귀하가 가지 못할 것입니다. 친구에게 전화해서 이유를 설명하고 문제 해결을 위해 2~3개의 대안을 제시해 보세요.

Bạn đã có hẹn đi du lịch nước ngoài với bạn bè nhưng vì lí do nào đó bạn không thể đi được. Hãy gọi điện thoại cho bạn của bạn và giải thích lí do, sau đó đưa ra 2~3 phương án để giải quyết vấn đề.

4. 친척들과 함께 파티를 하기로 한 날에 귀하는 참석하지 못 합니다. 친척에게 전화해서 상황을 설명하세요. 그런 다음에 2~3개의 대안을 제시해 보세요.

Vào ngày quyết định tổ chức tiệc với họ hàng, bạn không thể tham dự. Hãy gọi điện thoại cho họ hàng và giải thích vấn đề. Sau đó, đưa ra 2~3 phương án để giải quyết.

5. 친구와 오늘 저녁 영화를 보러 가기 위해 영화표 2장을 예매했습니다. 그러나 급한 일이 생겨서 갈 수 없습니다. 그 친구에게 전화해서 상황을 설명하고 이 문제를 해결하기 위한 2~3개의 대안을 제시해 보세요.

Bạn đã mua 2 vé xem phim để đi xem phim tối nay với bạn. Tuy nhiên, có việc gấp xảy ra nên bạn không thể đi được. Hãy gọi điện thoại cho người bạn đó, giải thích tình huống rồi đưa ra 2~3 phương án để giải quyết vấn đề.

Bạn hãy tưởng tượng như đang giao tiếp với đối phương và diễn xuất tình huống vừa hỏi vừa trả lời cho đúng với đề bài được đưa ra.

🎧 03-17

Q1. 친구와 오늘 저녁 영화를 보러 가기 위해 영화표 2장을 예매했습니다. 그러나 급한 일이 생겨서 갈 수 없습니다. 그 친구에게 전화해서 상황을 설명하고 이 문제를 해결하기 위한 2~3개의 대안을 제시해 보세요.

Bạn đã mua 2 vé xem phim để đi xem phim tối nay với bạn. Tuy nhiên, có việc gấp xảy ra nên bạn không thể đi được. Hãy gọi điện thoại cho người bạn đó, giải thích tình huống rồi đưa ra 2~3 phương án để giải quyết vấn đề.

상황 설명을 하고 문제 해결을 위해 대안을 제시해 보겠습니다.

여보세요, 마이니? 나 화야.

오늘 저녁에 급하게 월간 보고서를 끝내야 해서, '어벤저스' 영화를 같이 못 보러 갈 것 같아.

사장님 지시라서 나도 어쩔 수가 없어. 정말 미안해.

대신, 몇 가지 대안이 있어. 첫 번째는 네 동생도 그 영화를 좋아한다고 들었는데, 나 대신 네 여동생과 보러 가는 건 어때? 두 번째는 오늘 저녁 표를 취소하고 주말에 다시 보러 가는 거야. 영화 끝나고 내가 밥 살게.

난 다시 업무 보러 들어가야 해서 이만 끊을게.

정말 미안하고 생각해 보고 연락 줘.

Tôi sẽ giải thích tình huống và đưa ra phương án để giải quyết vấn đề.

A lô, Mai à? Mình là Hoa đây.

Vì tối nay mình phải làm xong báo cáo tháng gấp nên có lẽ mình không thể cùng đi xem phim Avengers được. Vì là lệnh của giám đốc nên mình không còn cách nào khác. Thật sự xin lỗi.

Thay vào đó, mình có một vài phương án. Thứ nhất, mình nghe nói là em của bạn cũng thích phim đó, bạn thấy thế nào về việc đi xem phim cùng với em bạn thay vì mình? Thứ hai, huỷ vé tối nay và sẽ đi xem lại vào cuối tuần. Xem phim xong mình mời cơm.

Vì mình lại phải vào xem công việc nên mình gác máy tại đây nhé.

Thật sự xin lỗi, bạn suy nghĩ rồi liên lạc cho mình nhé.

Từ vựng

- □ 월간 보고서 báo cáo tháng
- □ 어쩔 수가 없다 không còn cách nào khác

- □ 취소하다 hủy

Q2. 친구와 함께 해외여행을 가기로 했는데 어떤 이유로 귀하가 가지 못할 것입니다. 친구에게 전화해서 이유를 설명하고 문제 해결을 위해 2~3개의 대안을 제시해 보세요.

Bạn đã có hẹn đi du lịch nước ngoài với bạn bè nhưng vì lí do nào đó bạn không thể đi được. Hãy gọi điện thoại cho bạn của bạn và giải thích lí do, sau đó đưa ra 2~3 phương án để giải quyết vấn đề.

상황 설명을 하고 문제 해결을 위해 대안을 제시해 보겠습니다.

여보세요, 마이니? 나 화야.

이번 주말에 너와 베트남 여행을 정말 기대하고 있었는데, 정말 운이 없게도 내가 코로나에 걸려 버렸어. 증상이 심해서 입원해야 할 것 같아. 언제 퇴원할 수 있을지는 아직 몰라. 불가피한 상황이라서 정말 미안해. 대신, 몇 가지 대안이 있어. 먼저, 원한다면 나 없이 혼자 가도 돼. 조금 심심하겠지만 충분히 좋은 경험이 될 거야. 아니면 이번 주말 여행을 취소하고 내가 완쾌한 후에 다시 같이 가는 건 어때? 그러면, 내가 베트남 음식도 많이 사 주고 가이드도 해 줄게.

네가 이해해 줬으면 해. 생각해 보고 다시 전화해 줘.

이만 끊을게.

Tôi sẽ giải thích tình huống và thử đưa ra phương án để giải quyết vấn đề.

A lô, Mai à? Mình là Hoa đây.

Mình đã rất mong đợi chuyến du lịch Việt Nam với bạn vào cuối tuần này, nhưng không may là mình đã bị Corona. Vì triệu chứng nặng nên có lẽ mình phải nhập viện. Mình chưa biết khi nào có thể xuất viện. Mình rất xin lỗi vì đây là tình huống bất khả kháng. Thay vào đó, mình có một vài phương án. Thứ nhất, nếu bạn muốn thì có thể đi một mình mà không có mình. Hơi chán nhưng bạn sẽ có nhiều trải nghiệm thú vị. Hoặc là chúng ta hủy chuyến du lịch cuối tuần này, sau khi mình khỏe lại chúng ta cùng đi, bạn thấy thế nào? Nếu vậy, mình sẽ mời bạn món Việt Nam và làm hướng dẫn viên cho bạn.

Mong bạn thông cảm cho mình. Bạn suy nghĩ rồi gọi điện thoại lại cho mình nhé.

Tạm biệt.

Từ vựng
- 기대하다 mong đợi
- 운이 없게도 không may là, xui xẻo là
- 코로나 Corona
- 증상이 심하다 triệu chứng nặng
- 입원하다 nhập viện
- 퇴원하다 xuất viện
- 완쾌하다 khỏe lại

7 Yêu cầu giúp đỡ sau khi giải thích tình huống
: 상황 설명 후 도움 요청하기

Đối với nội dung '상황 설명 후 도움 요청하기 (Yêu cầu giúp đỡ sau khi giải thích tình huống) chủ yếu xuất hiện các chủ đề như 'Giới thiệu tình huống và yêu cầu giúp đỡ', 'Báo mất đồ và tìm kiếm', 'Yêu cầu sửa chữa' v.v.

Nội dung (내용)	Báo và tìm đồ thất lạc (분실 신고 및 찾기)	Yêu cầu sử dụng tiện ích (시설 사용 요청하기)	Yêu cầu sửa chữa (수리 요청하기)
Phân loại (구분)	•Điện thoại, thẻ ngân hàng, đồ vật v.v. (휴대폰, 은행카드, 물건 등)	•Máy tính thư viện, nhà ăn nội khu v.v. (도서관 컴퓨터, 구내 식당 등)	•Máy tính thư viện, máy bán hàng tự động trong công viên v.v. (도서관 컴퓨터, 공원 안 자동 판매기 등)
Mở bài (서론)	**Tóm tắt tình huống và dẫn nhập** (상황 요약 및 도입) •여보세요, _____ 하기 위해 전화했습니다. A lô, tôi gọi điện thoại để _____. •안녕하세요, _____ 에 대해 문의하고 싶습니다. Xin chào, tôi muốn hỏi về _____.		
	•_____ 분실되었다는 것을 알게 되었습니다. Tôi phát hiện _____ đã bị mất.	•_____ 을 사용할 필요가 있습니다. Tôi cần sử dụng _____.	•_____ 을 사용하고 있었는데 갑자기 작동되지 않습니다. Tôi đang sử dụng _____ thì nó đột nhiên không hoạt động nữa.
Thân bài (본론)	•Yêu cầu kiểm tra có ở trung tâm bảo quản đồ thất lạc không (분실물 보관센터에 있는지 확인 요청) •Yêu cầu liên hệ nếu có người tìm thấy (찾는 사람이 있으면 연락 요청) •Yêu cầu khác (기타 요청)	•Giải thích lí do phải sử dụng tiện ích (시설을 이용해야 하는 이유 설명하기) •Yêu cầu giúp đỡ (도움 요청) •Yêu cầu khác (기타 요청)	•Giải thích tình trạng của đồ vật (물건 상태 설명하기) •Lý do phải sử dụng gấp đồ vật tương ứng (해당 물건을 급하게 사용해야 하는 이유) •Yêu cầu khác (기타 요청)
Kết bài (결론)	•도와주셨으면 합니다. Mong anh/chị giúp đỡ. •좋은 하루 되세요. Chúc anh/chị một ngày tốt lành.	•도와주셔서 감사합니다. Cảm ơn anh/chị vì đã giúp đỡ.	

Các dạng câu hỏi khác

🎧 03-19

Khi thi OPIc, việc hiểu nhanh các câu hỏi và trả lời là quan trọng nhất. Đối với các câu hỏi quen thuộc, bạn càng phải bình tĩnh và trả lời một cách tự nhiên.

1. 제시한 문제를 해결해 주세요. 창문 수리 기사가 이번 주까지 창문 수리를 못 한다고 했습니다. 수리점에 전화해서 문제를 해결해 보세요.

   Bạn hãy giải quyết tình huống tôi đưa ra. Thợ sửa cửa sổ bảo không thể sửa cửa sổ cho đến tuần sau. Bạn hãy gọi điện thoại đến cửa hàng sửa chữa và giải quyết vấn đề.

2. 귀하는 집 근처 식당에 자리를 예약해야 합니다. 하지만 안타깝게도 VIP 고객을 위한 테이블 몇 개만 남았습니다. 매니저에게 그 식당에서 식사를 해야 하는 2~3개의 이유를 설명해 보세요.

   Bạn cần đặt bàn tại nhà hàng gần nhà bạn. Nhưng không may là chỉ còn lại một vài bàn cho khách hàng VIP. Hãy giải thích với người quản lý 2~3 lý do vì sao bạn phải dùng bữa tại nhà hàng đó.

3. 귀하는 호텔까지 타고 온 택시에 가방을 두고 내렸습니다. 택시 회사에 전화해서 무슨 일이 있었는지 설명하고 가방이 어떻게 생겼는지 묘사한 후, 가방을 찾을 방법을 문의해 보세요.

   Bạn đã để quên túi xách trên taxi khi đi về khách sạn. Hãy gọi điện thoại cho công ty taxi, giải thích việc đã xảy ra, miêu tả túi xách của bạn, và hỏi cách nhận lại túi xách.

4. 귀하는 은행 카드를 잃어버렸습니다. 은행에 전화해서 상황을 설명하고 귀하를 위해 무엇을 도와줄 수 있는지 물어보세요.

   Bạn đã bị mất thẻ ngân hàng. Hãy gọi điện thoại đến ngân hàng để giải thích tình huống và hỏi xem họ có thể giúp gì cho bạn.

5. 귀하는 현금과 신분증이 들어 있는 지갑을 잃어버렸습니다. 경찰서에 가서 지갑 분실 신고를 하고 신분증 재발급 방법을 문의한 후, 재발급을 받기 위한 도움을 요청해 보세요.

   Bạn đã bị mất ví, trong đó có tiền mặt và giấy tờ tùy thân của bạn. Hãy đi đến đồn cảnh sát để trình báo mất ví và hỏi họ phương pháp cấp lại giấy tờ tùy thân cũng như yêu cầu giúp cấp lại.

 **Câu trả lời mẫu**

Bạn hãy tưởng tượng như đang giao tiếp với đối phương và diễn xuất tình huống vừa hỏi vừa trả lời cho đúng với đề bài được đưa ra.

🎧 03-20

Q1. 제시한 문제를 해결해 주세요. 창문 수리 기사가 이번 주까지 창문 수리를 못 한다고 했습니다. 수리점에 전화해서 문제를 해결해 보세요.

Bạn hãy giải quyết tình huống tôi đưa ra. Thợ sửa cửa sổ bảo không thể sửa cửa sổ cho đến tuần sau. Bạn hãy gọi điện thoại đến cửa hàng sửa chữa và giải quyết vấn đề.

창문 수리점에 전화해서 문제를 해결하겠습니다.
여보세요? ABC 수리점인가요?
창문이 고장 났는데 기사님이 이번 주까지 수리가 어렵다고 해서 전화했습니다.
수리가 늦어지는 이유를 물어봐도 될까요? 스케줄이 바쁘신 거라면 저녁에 오셔서 수리해 주셔도 되세요. 저희가 수리비를 더 드리겠습니다. 이번 주말에 비가 많이 온다고 해서 창문 수리가 안되면 큰일나거든요. 혹시 수리가 어려우면 새로 창문을 바꿔 주셔도 되세요. 이번 주 안으로 꼭 좀 수리를 부탁드릴게요.
그럼, 일정 확인 후 다시 연락해 주세요. 감사합니다.

Tôi sẽ gọi điện thoại đến tiệm sửa cửa sổ và giải quyết vấn đề.
A lô? Có phải là tiệm sửa chữa ABC không ạ?
Cửa sổ bị hỏng nhưng tôi nghe thợ nói không thể sửa trong tuần này nên tôi đã gọi điện thoại ạ. Có thể cho tôi hỏi lý do sửa muộn được không ạ? Nếu lịch trình bận rộn thì đến sửa vào buổi tối cũng được ạ. Tôi có thể gửi thêm phí sửa chữa. Vì nghe nói cuối tuần này sẽ có mưa nên nếu không sửa cửa sổ sẽ lớn chuyện ạ. Nếu cửa sổ khó sửa thì có thể thay cửa mới cũng được ạ. Xin hãy giúp tôi sửa cửa sổ trong tuần này ạ.
Vậy, sau khi kiểm tra lịch trình xin hãy liên hệ lại giúp tôi. Xin cảm ơn ạ.

 Từ vựng

☐ 고장 나다 bị hỏng
☐ 수리비 phí sửa chữa

☐ 큰일나다 lớn chuyện
☐ 일정 lịch trình

Q2. 귀하는 집 근처 식당에 자리를 예약해야 합니다. 하지만 안타깝게도 VIP 고객을 위한 테이블 몇 개만 남았습니다. 매니저에게 그 식당에서 식사를 해야 하는 2~3개의 이유를 설명해 보세요.

Bạn cần đặt bàn tại nhà hàng gần nhà bạn. Nhưng không may là chỉ còn lại một vài bàn cho khách hàng VIP. Hãy giải thích với người quản lý 2~3 lý do vì sao bạn phải dùng bữa tại nhà hàng đó.

식당에서 식사를 해야 하는 상황을 설명하고 도움을 요청해 보겠습니다.
안녕하세요, 이 식당의 매니저시죠?
오늘 저녁에 테이블 예약을 하려고 하는데, 모든 테이블은 예약되어 있고, VIP 테이블 2개 밖에 안 남았다고 해서 부탁을 드리려고 찾아왔습니다. 오늘이 어머니 생신인데, 이 식당의 소갈비구이를 매우 좋아하세요. 그리고 이 근처에는 이 식당만큼 생신 축하하기 적합한 식당이 없네요. 어머니께 이곳의 음식으로 식사를 대접해 드리고 싶은데 예약을 도와주실 수 있을까요? 손님이 많지 않은 저녁 8시쯤으로 예약해 주셔도 됩니다.
제 전화번호는 010-1234-1234이고, 이름은 '리'입니다.
확인 후 전화 부탁드려요. 그럼, 좋은 하루 보내세요.

Tôi sẽ giải thích tình huống phải dùng bữa tại nhà hàng và thử yêu cầu sự giúp đỡ.
Xin chào, anh là quản lý của nhà hàng này phải không ạ?
Tôi định đặt bàn cho tối nay nhưng nghe nói tất cả các bàn đã được đặt hết, chỉ còn lại 2 bàn cho VIP nên tôi đến đây để nhờ anh giúp đỡ ạ. Hôm nay là sinh nhật của mẹ tôi, mà mẹ tôi rất thích món sườn bò nướng của nhà hàng này. Hơn nữa xung quanh đây không có nhà hàng nào phù hợp để chúc mừng sinh nhật như nhà hàng của anh cả. Nên tôi muốn mời mẹ tôi dùng bữa ở đây, anh có thể giúp tôi đặt chỗ không ạ? Anh đặt giúp tôi 8 giờ tối, lúc không có nhiều khách cũng được ạ.
Số điện thoại của tôi là 010-1234-1234, tôi tên Ly.
Anh gọi điện thoại lại cho tôi sau khi kiểm tra nhé. Vậy, chúc anh một ngày tốt lành.

Từ vựng

- □ 매니저 quản lý
- □ 테이블 예약 đặt bàn
- □ 소갈비구이 sườn bò nướng
- □ 적합하다 phù hợp
- □ 식사를 대접하다 mời dùng bữa

8 Đề ra phương án sau khi giải thích tình huống
: 상황 설명 후 대안 제시하기

Đối với phần thi '상황을 설명 후 대안 제시하기 (Đề ra phương án sau khi giải thích tình huống)', bạn trả lời theo bố cục là 'Tóm tắt câu hỏi và dẫn nhập' giống với yêu cầu của đề bài là 'Hủy hẹn và đưa ra phương án' hoặc 'Giải thích rõ tình huống và yêu cầu giúp đỡ', sau đó bạn 'Giải thích tình huống và đưa phương án giải quyết' và cuối cùng là 'Kết luận' để kết thúc phần thi.

Nội dung (내용)	
Mở bài (서론)	**Tóm tắt tình huống và dẫn nhập** (상황 요약 및 도입) • 여보세요, _____ 이죠? A lô, _____ phải không? • 저는 _____ 입니다. Tôi là _____ . • _____ 하기 위해 전화했습니다. Tôi gọi điện thoại để _____ .

Thân bài
(본론)
	• Giải thích nội dung liên quan đến tình huống
	  (상황 관련 내용 설명하기)
	• Giải thích nguyên nhân và lý do liên quan
	  (관련 원인과 이유 설명하기)
	• 첫 번째 대안 Phương án 1
	• 두 번째 대안 Phương án 2

Kết bài
(결론)
	• 이해해 주셨으면 합니다.
	  Mong bạn/anh/chị thông cảm.
	• 생각해 보시고 저에게 전화해 주세요.
	  Thử suy nghĩ và gọi lại cho tôi nhé.

Khi thi OPIc, việc hiểu nhanh các câu hỏi và trả lời là quan trọng nhất. Đối với các câu hỏi quen thuộc, bạn càng phải bình tĩnh và trả lời một cách tự nhiên.

1. 여행사에서 방금 예약한 투어에 문제가 있다는 연락이 왔습니다. 친구에게 전화해서 상황을 설명하고 2~3개의 대안을 제시해 보세요.

   Công ty du lịch vừa gọi bạn và nói rằng có vấn đề với tour du lịch bạn đã đặt. Hãy gọi điện thoại cho bạn của bạn và giải thích tình hình và đưa ra 2~3 phương án.

2. 환불 불가한 항공권을 예약했는데, 일이 생겨서 여행을 갈 수 없게 되었습니다. 항공권 대리점에 전화해서 2~3개의 대안을 제시해 보세요.

   Bạn đã đặt vé máy bay không hoàn lại, nhưng bạn có việc không thể đi du lịch được. Hãy gọi điện thoại cho đại lý vé máy bay và đưa ra 2~3 phương án giải quyết.

3. 오늘 가려고 했던 해변 날씨가 좋지 않다는 것을 방금 알게 되었습니다. 친구에게 전화해서 날씨에 대해 말하고 2~3개의 대안을 제시해 보세요.

   Bạn vừa biết được là thời tiết ở bãi biển mà bạn định đi hôm nay sẽ không tốt. Hãy gọi điện thoại cho bạn của bạn và nói về thời tiết, và đưa ra 2~3 phương án.

4. 명절을 보내러 부모님께 가는 길에 교통사고가 났습니다. 형제/자매에게 전화해서 상황을 설명하고 2~3개의 대안을 제시한 후, 도착 예정시간과 이동 소요시간을 형제/자매에게 알려주세요.

   Trên đường về với bố mẹ để nghỉ lễ, bạn bị tai nạn xe. Hãy gọi cho anh em/chị em của bạn, giải thích tình huống và đưa ra 2~3 phương án, sau đó hãy nói cho anh em/chị em của bạn thời gian bạn dự kiến đến và thời gian cần thiết để di chuyển.

5. 친구의 스피커를 빌렸는데 사용 중에 스피커가 고장 났습니다. 그 친구에게 전화해서 상황을 설명하고 문제를 해결하기 위한 2~3개의 대안을 제시해 보세요.

   Bạn đã mượn loa của một người bạn nhưng loa đã bị hỏng khi đang sử dụng. Hãy gọi điện thoại cho người bạn ấy giải thích tình huống và đưa ra 2~3 phương án để giải quyết vấn đề.

Bạn hãy tưởng tượng như đang giao tiếp với đối phương và diễn xuất tình huống vừa hỏi vừa trả lời cho đúng với đề bài được đưa ra.

🎧 03-23

Q1. 명절을 보내러 부모님께 가는 길에 교통사고가 났습니다. 형제/자매에게 전화해서 상황을 설명하고 2~3개의 대안을 제시한 후, 도착 예정시간과 이동 소요시간을 형제/자매에게 알려주세요.

Trên đường về với bố mẹ để nghỉ lễ, bạn bị tai nạn xe. Hãy gọi cho anh em/chị em của bạn, giải thích tình huống và đưa ra 2~3 phương án, sau đó hãy nói cho anh em/chị em của bạn thời gian bạn dự kiến đến và thời gian cần thiết để di chuyển.

여보세요, 오빠야? 나 '린'이야.

지금 명절 보내러 차를 몰고 집으로 가는 중이었는데 교통사고가 났어. 뒤에서 차가 내 차를 들이받았어. 나는 다행히 다치지 않았고 지금 보험사를 불러서 기다리고 있는 중이야. 차 뒤에 범퍼가 파손돼서 견인해야 할 것 같아. 상황 정리하는데 3~4시간 정도 걸릴 것 같아서 아무래도 집에는 저녁 늦게 도착할 것 같아. 혹시, 오빠가 여기로 나를 데리러 와 줄 수 있어? 아니면, 보험처리하고 차 수리 맡긴 후에 택시 타고 갈게. 부모님께는 걱정하시지 않도록 잘 말해 줘.

다시 통화해. 끊을게!

A lô, anh hả? Em là Linh đây.

Bây giờ em đang lái xe về nhà để nghỉ lễ nhưng đã xảy ra tai nạn giao thông. Xe phía sau đã tông vào xe em. May là em không bị thương và em đã gọi công ty bảo hiểm và đang chờ họ đến. Thanh chắn sau xe bị hỏng nên chắc là phải kéo đi. Có lẽ mất khoảng 3~4 tiếng để xử lý nên dù gì có thể tối muộn em mới đến. Không biết anh có thể đến đây để đón em không? Nếu không, sau khi xử lý bảo hiểm và gửi xe sửa em sẽ đón tắc xi về.

Anh nói khéo để bố mẹ đừng lo lắng nhé.

Em sẽ gọi lại. Em cúp máy nhé!

Từ vựng	
▫ 교통사고 tai nạn giao thông	▫ 범퍼가 파손되다 thanh chắn sau xe bị hỏng
▫ 들이받다 tông vào	▫ 견인하다 kéo đi
▫ 다치다 bị thương	▫ 아무래도 dù gì
▫ 보험사 công ty bảo hiểm	▫ 수리 sửa

Q2. 친구의 스피커를 빌렸는데 사용 중에 스피커가 고장 났습니다. 그 친구에게 전화해서 상황을 설명하고 문제를 해결하기 위한 2~3개의 대안을 제시해 보세요.

Bạn đã mượn loa của một người bạn nhưng loa đã bị hỏng khi đang sử dụng. Hãy gọi điện thoại cho người bạn ấy giải thích tình huống và đưa ra 2~3 phương án để giải quyết vấn đề.

여보세요, 효영이니? 나 '린'이야.

지난주에 영화 보기 위해 너에게 빌려 간 블루투스 스피커에 조금 문제가 생겼어. 어제 영화를 보는데 갑자기 소리가 꺼지더니 전원이 켜지지 않아. 나도 왜 고장 났는지 이유를 모르겠어. 그래서 내가 2가지 대안을 제시해 볼게. 들어보고 선택해 줘.

첫째, 만약 스피커 A/S 기간이 아직 남아있으면 내가 고객센터에 가지고 가볼게.

둘째, A/S 기간이 끝났다면, 똑같은 스피커를 새로 사줄게. 아니면 네가 원하는 스피커로 사도 괜찮아. 고의는 아니지만 정말 미안해.

생각해 보고 다시 전화 줘. 그럼 이만 끊을게, 안녕.

A lô, Hyo-young à? Mình là Linh đây.

Cái loa bluetooth mình đã mượn bạn tuần rồi để xem phim có chút vấn đề. Hôm qua lúc mình xem phim, đột nhiên âm thanh bị tắt và không mở nguồn được. Mình cũng không biết lí do tại sao hỏng. Vì vậy mình thử đề xuất 2 phương án. Bạn nghe thử và chọn giúp mình nhé.

Thứ nhất, nếu thời hạn A/S vẫn còn thì mình sẽ thử mang đến trung tâm dịch vụ khách hàng.

Thứ hai, nếu thời hạn A/S đã hết mình sẽ mua cho bạn loa mới giống như vậy. Nếu không thì mình có thể mua cho bạn cái loa mà bạn muốn cũng được. Mình không cố ý nhưng thật sự xin lỗi.

Bạn thử nghĩ rồi gọi điện thoại lại cho mình nhé. Vậy mình cúp máy nhé, tạm biệt.

Từ vựng

- 블루투스 스피커 loa bluetooth
- 갑자기 소리가 꺼지다 đột nhiên âm thanh bị tắt
- 전원이 켜지지 않다 không mở nguồn được
- A/S 기간 thời hạn A/S
- 고객센터 trung tâm dịch vụ khách hàng
- 고의 cố ý

9 Phản ánh bất mãn, trả và đổi hàng
: 불만 제기, 환불 및 교환하기

Đối với phần thi '불만 제기, 환불 및 교환하기 (Phản ánh bất mãn, trả và đổi hàng)' có thể chia thành 3 dạng chủ yếu là 'Nhầm lẫn đặt/mua vé', 'Nhầm lẫn lúc đặt hàng', 'Sản phẩm lỗi'.

Nội dung (내용)	Nhầm lẫn đặt/mua (예매/구매 착오)	Nhầm lẫn lúc đặt hàng (제품 예매 착오)	Sản phẩm lỗi (불량 상품)
Phân loại (구분)	• Vé xem phim, biểu diễn v.v. (영화 표, 공연 표 등)	• Đồ gia dụng, máy móc điện tử, đồ điện gia dụng, thức ăn v.v. (가구, 전자 기기, 가전 제품, 식품 등)	• Đồ dùng sinh hoạt, điện thoại v.v. (생활용품, 휴대폰 등)
Mở bài (서론)	**Tóm tắt tình huống và dẫn nhập** (상황 요약 및 도입) • 여보세요, _____ 하기 위해 전화했습니다.　　A lô, tôi gọi điện thoại để _____. • 제 이름은 (이름)이고, (날짜)에 제품을 구매했습니다/표를 예약했습니다. Tôi tên là (tên), đã mua hàng/đặt vé vào (ngày tháng).		
Mở bài (서론)	• 제가 받은 표는 예약 정보와 일치하지 않습니다. Vé mà tôi nhận được không giống thông tin mà tôi đã đặt. • 표를 잘못 주셨습니다. Anh/chị đã đưa nhầm vé.	• 제가 받은 상품은 주문한 상품이 아닙니다. Sản phẩm mà tôi nhận được không phải là sản phẩm mà tôi đã đặt hàng. • 저에게 상품을 잘못 보냈습니다. Anh/chị đã gửi nhầm sản phẩm cho tôi.	• _____ 을 사용하던 중 갑자기 작동되지 않았습니다. Tôi đang sử dụng ____ thì nó đột nhiên không hoạt động nữa.
Thân bài (본론)	• Nói chi tiết thông tin liên quan đến vé đã mua (예매 표 관련 정보 말하기) • Yêu cầu đổi hàng (교환 요청하기) • Yêu cầu hoàn tiền (환불 요청하기) • Yêu cầu khác (기타 요청)	• Giải thích sản phẩm đã đặt là gì (주문한 상품이 무엇인지 설명하기) • Yêu cầu đổi hàng (교환 요청하기) • Yêu cầu hoàn tiền (환불 요청하기) • Yêu cầu khác (기타 요청)	• Giải thích tình trạng sản phẩm (상품 상태 설명하기) • Yêu cầu đổi hàng (교환 요청하기) • Yêu cầu hoàn tiền (환불 요청하기) • Yêu cầu khác (기타 요청)
Kết bài (결론)	• 빨리 처리해 주셨으면 합니다. Mong anh/chị xử lí nhanh giúp tôi. • 다음번에는 이런 착오가 없기를 바랍니다. Hy vọng lần sau không có nhầm lẫn như thế này.		

Khi thi OPIc, việc hiểu nhanh các câu hỏi và trả lời là quan trọng nhất. Đối với các câu hỏi quen thuộc, bạn càng phải bình tĩnh và trả lời một cách tự nhiên.

1. 친구와 함께 극장에 도착했는데 구입한 입장권에 착오가 있다는 사실을 깨달았습니다. 매표소의 판매원에게 상황을 설명하고 문제를 해결할 수 있는 방법 2~3개를 제안해 보세요.

   Bạn đã đến rạp hát cùng bạn bè nhưng đã phát hiện sự thật là có sự nhầm lẫn về vé vào cổng. Bạn hãy giải thích tình huống cho nhân viên tại quầy bán vé và đưa ra 2~3 phương án có thể giải quyết vấn đề.

2. 새 휴대폰을 사고 집에 도착한 후 휴대폰에 원하는 성능이 없다는 것을 알게 되었습니다. 가게에 전화해서 상황을 설명하고 원하는 성능이 있는 휴대폰으로 바꿀 수 있도록 이야기해 보세요.

   Sau khi mua điện thoại mới và về đến nhà, bạn nhận ra nó không có những tính năng trong điện thoại mà bạn muốn. Hãy gọi điện thoại cho cửa hàng giải thích tình huống, và nói chuyện để có thể đổi lại điện thoại có tính năng mà bạn muốn.

3. 자전거를 사서 집에 가져갔지만 제대로 작동하지 않는다는 것을 알게 되었습니다. 자전거 가게에 전화해서 상황을 설명하고 해결책을 제시해 보세요.

   Bạn đã mua xe đạp và mang về nhà nhưng phát hiện ra xe đạp không hoạt động bình thường. Hãy gọi điện thoại đến cửa hàng bán xe đạp và giải thích tình huống rồi đưa ra cách giải quyết vấn đề.

4. 가구를 구매하고 배송을 요청했는데, 다른 가구가 도착했습니다. 가게에 전화해서 상황을 설명하고 원하는 가구로 교환할 수 있도록 이야기해 보세요.

   Bạn đã mua đồ nội thất và yêu cầu vận chuyển, nhưng đồ nội thất khác đã được gửi đến. Hãy gọi điện thoại cho cửa hàng giải thích tình huống, và nói chuyện để có thể đổi thành đồ nội thất mà bạn muốn.

5. 여행 당일 공항에 도착했지만, 비행기는 취소되었고 다른 항공편은 모두 좌석이 없습니다. 여행사에 전화해서 상황을 설명하고 2~3개의 제안을 한 후, 문제를 해결해 보세요.

   Bạn đã đến sân bay vào ngày đi du lịch, nhưng chuyến bay đã bị hủy và các chuyến bay khác đều không còn chỗ. Hãy gọi điện thoại cho công ty du lịch, giải thích tình huống và đưa ra 2~3 đề nghị, sau đó giải quyết vấn đề.

Câu trả lời mẫu

Bạn hãy tưởng tượng như đang giao tiếp với đối phương và diễn xuất tình huống vừa hỏi vừa trả lời cho đúng với đề bài được đưa ra.

🎧 03-26

Q1. 친구와 함께 극장에 도착했는데 구입한 입장권에 착오가 있다는 사실을 깨달았습니다. 매표소의 판매원에게 상황을 설명하고 문제를 해결할 수 있는 방법 2~3개를 제안해 보세요.

Bạn đã đến rạp hát cùng bạn bè nhưng đã phát hiện sự thật là có sự nhầm lẫn về vé vào cổng. Bạn hãy giải thích tình huống cho nhân viên tại quầy bán vé và đưa ra 2~3 phương án có thể giải quyết vấn đề.

문제를 해결해 보겠습니다.

안녕하세요. 죄송하지만 좀 도와주실 수 있나요?

어제 제가 기생충 영화표 2장을 인터넷으로 구매했는데, 지금 확인해 보니까 제가 표를 잘못 구매한 것 같아요. 오늘 상영 날짜를 내일 날짜로 잘못 구매했어요. 친구도 함께 와서 돌아가기 아쉬워요. 혹시 오늘 표로 바꿔 주실 수 있나요? 표를 바꾸면 돈을 더 내야 하나요? 얼마 정도 내야 하나요? 그리고 상영 시간표를 보니까 8시와 9시에도 상영하던데, 6시 표가 모두 매진됐다면 8시나 9시 표를 주셔도 됩니다. 저희가 밥 먹고 다시 올게요.

잘 부탁드려요.

Tôi sẽ thử giải quyết vấn đề.

Xin chào, xin lỗi nhưng anh có thể giúp tôi không ạ?

Hôm qua tôi đã mua 2 vé xem phim 'Kí sinh trùng' trên internet nhưng bây giờ tôi kiểm tra lại thì thấy hình như tôi đã mua nhầm. Tôi đã mua nhầm vé chiếu hôm nay thành vé ngày mai. Bạn tôi cũng đến đây rồi nên quay về thì rất tiếc. Anh có thể đổi sang vé ngày hôm nay giúp tôi không? Nếu đổi vé thì có phải trả thêm tiền không? Phải trả khoảng bao nhiêu? Và tôi nhìn bảng thời gian chiếu phim thì thấy 8 giờ và 9 giờ cũng có suất, nên nếu suất 6 giờ hết vé có thể cho tôi suất 8 giờ hoặc 9 giờ. Chúng tôi sẽ đi ăn cơm rồi quay lại.

Xin nhờ anh nhé.

Từ vựng

□ 아쉽다 tiếc   □ 매진 hết vé

□ 상영 시간표 bảng thời gian chiếu phim

Q2. 새 휴대폰을 사고 집에 도착한 후 휴대폰에 원하는 성능이 없다는 것을 알게 되었습니다. 가게에 전화해서 상황을 설명하고 원하는 성능이 있는 휴대폰으로 바꿀 수 있도록 이야기해 보세요.

Sau khi mua điện thoại mới và về đến nhà, bạn nhận ra nó không có những tính năng trong điện thoại mà bạn muốn. Hãy gọi điện thoại cho cửa hàng giải thích tình huống, và nói chuyện để có thể đổi lại điện thoại có tính năng mà bạn muốn.

상황을 해결해 보겠습니다.

여보세요, 삼성 휴대폰 가게죠?

제 이름은 '뚜'이고, 약 1시간 전에 거기서 갤럭시 S를 구매한 사람입니다.

지금 사용설명서를 읽고 있는데 이 휴대폰은 방수 기능이 없고 야간 촬영 시 밝기를 조절할 수 없다는 것을 알게 됐어요. 저는 일 때문에 어두운 야외에서 자주 사진을 찍어야 해서 이 2개의 기능이 가장 중요해요. 2개의 기능이 있는 다른 휴대폰으로 교환해 주실 수 있을까요? 돈을 더 내는 것은 문제되지 않아요. 네, 지금 바로 가게로 다시 갈게요.

상담해 주셔서 감사합니다. 잠시 후에 뵐게요.

Tôi sẽ thử giải quyết vấn đề.

A lô, cửa hàng điện thoại Samsung phải không ạ?

Tôi tên là Tú, là người vừa mua chiếc điện thoại Galaxy S ở đó khoảng một tiếng trước.

Bây giờ tôi đang đọc giấy hướng dẫn sử dụng và phát hiện ra chiếc điện thoại này không có chức năng chống thấm nước cũng như không thể chỉnh sáng khi chụp hình vào ban đêm. Do công việc tôi thường chụp hình ngoài trời tối nên 2 chức năng này rất quan trọng. Tôi có thể đổi sang điện thoại khác có 2 chức năng đó không? Thêm tiền cũng không có vấn đề gì. Vâng, bây giờ tôi sẽ đến cửa hàng ngay.

Cảm ơn anh đã tư vấn cho tôi. Lát nữa gặp ạ.

Từ vựng

▫ 사용설명서 giấy hướng dẫn sử dụng   ▫ 밝기를 조절하다 chỉnh sáng
▫ 방수 기능 chức năng chống thấm nước

10 | Nói về kinh nghiệm tương tự : 유사한 경험 말하기

Đây là loại hình thi cuối cùng trong phần Roleplay. Loại hình này khác hơn những loại hình trước đó, bạn phải nói chi tiết về những trải nghiệm tương tự của bạn liên quan đến tình huống hoặc giống với tình huống được đề ra trước đó.

Nội dung (내용)	Kinh nghiệm giống với tình huống (상황과 유사한 경험)	Kinh nghiệm ấn tượng liên quan đến chủ đề (주제와 관련된 인상 깊은 경험)

Mở bài
(서론)
	• 저는 1년 전에 비슷한 경험이 있습니다.
	  Tôi đã có kinh nghiệm tương tự vào một năm trước.
	
	• 저에게도 비슷한 일이 일어났습니다.
	  Chuyện tương tự đã xảy ra với tôi.
	
	Giới thiệu nội dung liên quan đến kinh nghiệm
	(경험과 관련된 내용 소개)
		• 이것과 관련된 경험이 있습니다.
		  Tôi đã có kinh nghiệm liên quan đến việc này.
		
		Giới thiệu nội dung liên quan đến kinh nghiệm
		(경험과 관련된 내용 소개)

Thân bài
(본론)
	• Thời gian và địa điểm sự việc diễn ra
	  (사건이 일어난 시간과 장소)
	• Người đã ở cùng bạn khi sự việc xảy ra
	  (사건이 일어났을 때 같이 있던 사람)
	• Nội dung cụ thể liên quan đến kinh nghiệm
	  (경험과 관련된 자세한 내용)
	• Cách giải quyết
	  (해결 방법)
	• Kết quả
	  (결과)
		• Thời gian và địa điểm sự việc diễn ra
		  (사건이 일어난 시간과 장소)
		• Người đã ở cùng bạn khi sự việc xảy ra
		  (사건이 일어났을 때 같이 있던 사람)
		• Nội dung cụ thể liên quan đến kinh nghiệm
		  (경험과 관련된 자세한 내용)
		• Cách giải quyết
		  (해결 방법)
		• Kết quả
		  (결과)

Kết bài
(결론)
	Suy nghĩ và cảm nhận về kinh nghiệm
	(경험에 대한 생각 및 느낌)
	• 이것은 잊을 수 없는 경험이라고 생각합니다.
	  Tôi nghĩ đây là kinh nghiệm mà tôi không thể quên được.
	
	• 이것은 재미있는 경험이라고 생각합니다.
	  Tôi nghĩ đây là kinh nghiệm thú vị.	

Khi thi OPIc, việc hiểu nhanh các câu hỏi và trả lời là quan trọng nhất. Đối với các câu hỏi quen thuộc, bạn càng phải bình tĩnh và trả lời một cách tự nhiên.

1. 어떤 이유로 친구와 했던 계획을 바꿔야 한 적이 있나요? 그때 무엇을 하려고 했나요? 그리고 왜 계획을 바꿔야 했나요? 결과는 어땠나요?

   Bạn đã từng đổi kế hoạch đã lập ra với bạn của mình vì một lý do nào đó chưa? Lúc đó bạn đã định làm gì? Và tại sao bạn phải thay đổi kế hoạch? Kết quả đã như thế nào?

2. 영화 보는 것을 계획했는데 못 간 적이 있나요? 그런 상황이 언제 벌어졌나요? 무슨 일이 있었나요? 그리고 어떻게 해결했나요?

   Bạn có bao giờ lên kế hoạch đi xem phim nhưng rồi không đi được không? Tình huống như thế xảy ra khi nào? Việc gì đã xảy ra? Và bạn đã giải quyết thế nào?

3. 필요 없거나 마음에 들지 않는 전자 기기를 구매한 적이 있나요? 그 기기는 불량품이었을 수도 있고 귀하가 작동에 미숙했을 수도 있습니다. 그 문제가 무엇인지 그리고 어떻게 해결했는지 이야기해 주세요.

   Bạn đã bao giờ mua đồ điện tử nào mà bạn không cần hoặc không như ý không? Có thể đồ điện tử đó bị lỗi hoặc bạn chưa sử dụng thành thạo. Bạn hãy nói vấn đề đó là gì và đã giải quyết như thế nào.

4. 자전거 때문에 문제를 겪거나 어떤 이유 때문에 구입한 자전거를 가게에 다시 돌려준 적이 있나요? 무슨 일이 있었나요?

   Bạn có bao giờ gặp vấn đề với xe đạp hoặc vì lí do nào đó phải trả lại xe đạp đã mua cho cửa hàng không? Việc gì đã xảy ra?

5. 여행을 계획할 때 몇 가지 문제를 겪을 수 있습니다. 여행을 계획했을 때 겪어본 문제에 대해 이야기해 주세요. 그 문제는 무엇이었고 어떻게 해결했나요?

   Bạn có thể gặp vài vấn đề khi lên kế hoạch cho chuyến du lịch của bạn. Hãy nói về các vấn đề bạn đã gặp khi lên kế hoạch chuyến đi. Vấn đề đó là gì và bạn đã xử lý thế nào?

Bạn hãy tưởng tượng như đang giao tiếp với đối phương và diễn xuất tình huống vừa hỏi vừa trả lời cho đúng với đề bài được đưa ra.

🎧 03-29

Q1. 어떤 이유로 친구와 했던 계획을 바꿔야 한 적이 있나요? 그때 무엇을 하려고 했나요? 그리고 왜 계획을 바꿔야 했나요? 결과는 어땠나요?

Bạn đã từng đổi kế hoạch đã lập ra với bạn của mình vì một lý do nào đó chưa? Lúc đó bạn đã định làm gì? Và tại sao bạn phải thay đổi kế hoạch? Kết quả đã như thế nào?

비슷한 경험을 말씀드리겠습니다.

저는 지난주에 집 근처에 새로 개업한 식당을 가볼 계획이 있었으나 결국 가지 못했습니다. 자세히 설명하자면, 집 근처에 새로 개업한 한국식당에서 제가 정말 좋아하는 갈비찜을 팔기 때문에 친한 친구에게 전화해서, 지난주 토요일에 그곳에서 같이 저녁을 먹고 커피 한잔을 하기로 약속했었습니다. 그러나 지난주에 부모님이 다른 곳으로 이사를 가시는데 제 도움이 필요했기 때문에 약속 전날 부모님 댁으로 가야만 했습니다. 그래서 어쩔 수 없이 친구에게 전화해서 상황을 설명하고 미안함을 전하며 다음 주에 보자고 했습니다. 우리는 다음 주에 그 식당에서 식사를 할 예정이고, 지난주에 약속을 지키지 못했기 때문에 제가 친구에게 맛있는 음식을 사줄 생각입니다.

친구와 함께 좋은 주말을 보내기를 기대하고 있습니다.

Tôi xin nói về kinh nghiệm tương tự.

Tôi đã có kế hoạch đi ăn thử ở một quán ăn mới mở gần nhà tôi vào tuần rồi nhưng cuối cùng đã không đi được. Nếu giải thích cụ thể là, một quán ăn Hàn Quốc mới mở gần nhà tôi có bán món sườn om mà tôi rất thích nên tôi đã gọi điện thoại rủ bạn thân cùng đi ăn và chúng tôi quyết định cùng ăn tối và uống cafe vào thứ Bảy tuần rồi. Nhưng vì tuần rồi bố mẹ tôi chuyển nhà đến nơi khác, cần sự giúp đỡ của tôi nên tôi phải đến nhà bố mẹ một ngày trước đó để giúp bố mẹ. Vì vậy không còn cách nào khác phải gọi điện thoại giải thích và xin lỗi bạn rồi hẹn gặp vào tuần sau. Tuần sau, chúng tôi dự định sẽ ăn ở quán đó, và tôi sẽ mời bạn tôi món ngon vì tôi đã thất hứa vào tuần trước.

Tôi mong rằng tôi sẽ có một cuối tuần vui vẻ cùng với bạn.

- □ 새로 개업하다 mới mở
- □ 자세히 설명하자면 nếu giải thích cụ thể là
- □ 갈비찜 sườn om
- □ 약속을 지키지 못하다 thất hứa

한 번에 끝! OPIc 한국어 for Vietnamese

Q2. 필요 없거나 마음에 들지 않는 전자 기기를 구매한 적이 있나요? 그 기기는 불량품이었을 수도 있고 귀하가 작동에 미숙했을 수도 있습니다. 그 문제가 무엇인지 그리고 어떻게 해결했는지 이야기해 주세요.

Bạn đã bao giờ mua đồ điện tử nào mà bạn không cần hoặc không như ý không? Có thể đồ điện tử đó bị lỗi hoặc bạn chưa sử dụng thành thạo. Bạn hãy nói vấn đề đó là gì và đã giải quyết như thế nào.

비슷한 경험을 말씀드리겠습니다.
1년 전에 태블릿이 너무 예뻐서 샀지만 실은 노트북과 스마트폰이 있어서 태블릿이 별로 필요하지 않았습니다. 구매 후 처음 한달 동안은 매일 태블릿을 사용했지만, 그 후에는 노트북 사용이 더 편리하고 빠르다고 느꼈습니다. 그래서 저는 점차 태블릿을 사용하지 않게 되었습니다. 그리고 나서 여동생이 도서관에서 자습하기 위해 태블릿이 필요했기 때문에 제 태블릿을 주기로 결정했습니다. 지금까지 제 여동생은 그 태블릿으로 매일 공부를 하고 음악을 듣거나 영화를 봅니다.
그 후로는 예쁘다고 해서 바로 물건을 사지 않고 꼭 필요한 경우에만 구매합니다.

Tôi xin nói về kinh nghiệm tương tự.
Một năm trước tôi đã mua một chiếc máy tính bảng vì nó rất đẹp nhưng thật ra tôi không cần máy tính bảng lắm vì tôi có máy tính xách tay và điện thoại thông minh. Sau khi mua, trong tháng đầu tiên tôi đã sử dụng máy tính bảng mỗi ngày nhưng sau đó tôi đã cảm thấy sử dụng máy tính xách tay tiện hơn và nhanh hơn. Do đó tôi dần dần không sử dụng máy tính bảng nữa. Rồi tôi quyết định cho em gái tôi chiếc máy tính bảng đó vì em gái tôi cần máy tính bảng để tự học ở thư viện. Đến bây giờ em gái của tôi vẫn học, nghe nhạc hay xem phim mỗi ngày bằng máy tính bảng.
Sau việc đó thì tôi không mua ngay đồ đạc chỉ vì nó đẹp, mà chỉ mua trong trường hợp thật sự cần.

Từ vựng

□ 태블릿 máy tính bảng
□ 노트북 máy tính xách tay
□ 점차 dần dần

□ 자습하다 tự học
□ 결정하다 quyết định

Câu hỏi đột xuất là phần bạn phải xử lý câu hỏi không thuộc các chủ đề bạn đã chọn. Tiêu chuẩn đánh giá là nhận định thí sinh chỉ học thuộc kịch bản đã chuẩn bị sẵn hay có thể tạo câu ngay tại chỗ một cách tự nhiên. Quyển sách này đưa ra nhiều câu trả lời cho các câu hỏi thường được ra đề nên bạn hãy cố gắng luyện tập và đừng quên chuẩn bị thêm nội dung liên quan đến các vấn đề xã hội, kinh tế.

Câu hỏi đột xuất 10

1. Ngân hàng
(은행)

> Đây là câu trả lời mẫu cho câu hỏi đột xuất thuộc chủ đề có tần suất ra đề cao. Hãy làm quen với nhiều câu hỏi và câu trả lời đa dạng để không bối rối dù gặp bất cứ câu hỏi nào.

Q1. 자주 가는 은행을 묘사할 수 있나요? 그 은행은 어디에 있나요? 그 은행에서 무엇을 할 수 있나요?

Bạn có thể miêu tả về ngân hàng mà bạn thường đi được không? Ngân hàng đó nằm ở đâu? Có thể làm gì ở ngân hàng đó?

제가 주로 가는 은행은 집 근처에 있는 비엣콤뱅크라는 은행입니다. 그 은행은 베트남에서 가장 큰 은행 중 하나입니다. 우리 집 근처에 있는 비엣콤은행은 큰 사거리에 위치해 있는 10층짜리 건물의 1, 2층에 있습니다. 그 은행에 들어가면 우선 오른쪽에 ATM기 4대가 설치되어 있습니다. ATM기를 사용하여 현금을 인출하거나 계좌로 입금하거나 계좌이체 등을 할 수 있습니다. 더 안쪽에 들어가면 거래를 대기하는 사람들을 위한 좌석이 보입니다. 그 공간에는 모두가 지루하지 않게 기다릴 수 있도록 재미있는 프로그램을 방영하는 TV가 있습니다. 고객 대기석 뒤에는 은행 창구가 있습니다. 거기서 은행 직원은 고객들이 신속하고 친절하게 업무를 처리할 수 있도록 도움을 줍니다.

Ngân hàng mà tôi thường đi là ngân hàng ở gần nhà có tên là Vietcombank. Ngân hàng đó là một trong những ngân hàng lớn nhất ở Việt Nam. Ngân hàng Vietcom gần nhà tôi ở tầng 1 và tầng 2 trong tòa nhà 10 tầng nằm ở một ngã tư lớn. Nếu bước vào ngân hàng đó, đầu tiên có bốn máy ATM được lắp ở bên phải. Tôi có thể dùng máy ATM rút tiền mặt, nộp tiền vào tài khoản, hoặc chuyển khoản v.v. Đi vào bên trong nữa thì có thể thấy chỗ ngồi dành cho những người đang đợi để giao dịch. Trong không gian đó, có một chiếc tivi chiếu các chương trình thú vị để mọi người có thể chờ mà không bị chán. Sau khu sảnh chờ có các quầy ngân hàng. Tại đó, nhân viên ngân hàng sẽ giúp khách hàng có thể xử lý công việc một cách nhanh chóng và thân thiện.

Lưu ý của giáo viên

~(이)라는+Danh từ : danh từ được gọi là ~, có tên là ~

□ 위치하다 nằm (ở vị trí nào đó), tọa lạc	□ 대기하다 đợi
□ ATM기 máy ATM	□ 좌석 chỗ ngồi
□ 사용하다 dùng, sử dụng	□ 지루하다 chán
□ 현금 tiền mặt	□ 프로그램 chương trình
□ 인출하다 rút (tiền)	□ 방영하다 chiếu
□ 계좌 tài khoản	□ 은행 창구 quầy ngân hàng
□ 입금하다 nộp tiền	□ 신속하다 nhanh chóng
□ 계좌이체 (sự) chuyển khoản	□ 친절하다 thân thiện
□ 거래 (sự) giao dịch	□ 처리하다 xử lý

Q2. 사람들이 은행에서 하는 일에 대해 상세히 이야기해 주세요.

Hãy nói cho tôi chi tiết về những việc mọi người thường làm tại ngân hàng.

저는 대부분의 베트남인들과 마찬가지로 보통 은행 계좌를 개설하거나 은행 카드를 만들기 위해서 은행에 갑니다. 그 밖에 사람들은 계좌에 돈을 입금하거나 인출하기 위해서 혹은 송금하거나 예금을 하기 위해서 갑니다. 또한 해외에 가기 전에 외환으로 환전하기 위해서 가기도 합니다. 그리고 집이나 차를 사고 싶지만 돈이 충분하지 않은 사람들은 은행에 가서 신용대출이나 담보대출을 받기도 합니다. 그러나 요즘은 전체적으로 인터넷뱅킹이 매우 발달되어 있어서 은행에 가지 않고도 인터넷뱅킹을 통해 많은 일들을 할 수 있기 때문에 은행에 가는 사람들이 줄어들고 있습니다.

Tôi cũng như đa số người Việt Nam, thường đến ngân hàng để mở tài khoản hoặc làm thẻ ngân hàng. Ngoài ra, người ta đi để nộp tiền hoặc rút tiền trong tài khoản, hay chuyển tiền, gửi tiết kiệm. Người ta còn đi để đổi ngoại tệ trước khi đi nước ngoài. Và những người muốn mua nhà hoặc mua xe nhưng không đủ tiền thì đến ngân hàng để vay tín dụng hoặc vay thế chấp. Nhưng dạo này về tổng thể, ngân hàng trực tuyến rất phát triển nên chúng tôi không cần đi ngân hàng vẫn có thể làm nhiều việc thông qua ngân hàng trực tuyến nên người đến ngân hàng đang giảm đi.

Lưu ý của giáo viên

Danh từ + 을/를 통해 ~ : thông qua ~

Từ vựng

- 계좌를 개설하다 mở tài khoản
- 은행 카드를 만들다 làm thẻ ngân hàng
- 송금하다 chuyển tiền
- 예금하다 gửi tiết kiệm, gửi tiền
- 환전하다 đổi ngoại tệ
- 충분하다 đủ

- 신용대출 (sự) vay tín dụng
- 담보대출 (sự) vay thế chấp
- 인터넷뱅킹 ngân hàng trực tuyến
- 발달되다 phát triển
- 줄어들다 giảm đi

2. Khách sạn
(호텔)

Đây là câu trả lời mẫu cho câu hỏi đột xuất thuộc chủ đề có tần suất ra đề cao. Hãy làm quen với nhiều câu hỏi và câu trả lời đa dạng để không bối rối dù gặp bất cứ câu hỏi nào.

Q1. 귀하 나라의 호텔에 대해서 말해 주세요. 보편적인 호텔은 어떻게 생겼나요?

Hãy nói về khách sạn ở quốc gia của bạn. Khách sạn phổ biến trông thế nào?

베트남에서의 보편적인 호텔은 보통 3성급이나 4성급의 호텔입니다. 호텔 안으로 들어가면 손님들을 위해 문을 열고 안내해 주는 안내 직원이 있습니다. 그리고 보통 1층에는 체크인 카운터가 있습니다. 호텔에는 피트니스센터, 식당, 카페 등의 부대시설도 있습니다. 호텔은 보통 지하층에 주차장이 있습니다. 호텔의 객실들은 케이블 TV, 냉장고, 침대, 욕조 등 많은 시설을 갖추고 있어서 매우 편안하고 아늑합니다. 그리고 일부 호텔에는 손님들이 주변의 경치를 감상하면서 수영할 수 있는 야외 수영장도 있습니다. 어떤 호텔들은 전망이 매우 좋은 곳에 위치에 있습니다. 베트남의 호텔은 상대적으로 저렴하면서 서비스가 좋다고 생각합니다.

Các khách sạn phổ biến ở Việt Nam thường là khách sạn 3 sao hoặc 4 sao. Khi vừa vào khách sạn, sẽ có nhân viên hướng dẫn mở cửa và hướng dẫn cho khách. Và thường ở tầng 1 sẽ có quầy check-in. Khách sạn có các cơ sở vật chất như phòng gym, nhà hàng, quán cà phê v.v. Các khách sạn thường có bãi đỗ xe ở tầng hầm. Vì phòng của khách sạn có nhiều tiện nghi như tivi truyền hình cáp, tủ lạnh, giường và bồn tắm nên rất thoải mái và ấm cúng. Và một số khách sạn có hồ bơi ngoài trời để khách có thể vừa ngắm cảnh xung quanh vừa bơi. Một số khách sạn ở vị trí có tầm nhìn rất đẹp. Tôi nghĩ khách sạn của Việt Nam tương đối rẻ và dịch vụ tốt.

Lưu ý của giáo viên

–(으)면서 ～하다 : vừa ～ vừa ～

 Từ vựng

- 보편적이다 phổ biến
- 3성급 3 sao
- 4성급 4 sao
- 안내 직원 nhân viên hướng dẫn
- 체크인 카운터 quầy check-in
- 피트니스센터 phòng gym, fitness center
- 부대시설 cơ sở vật chất
- 지하층 tầng hầm
- 주차장 bãi đỗ xe
- 객실 phòng (khách sạn)
- 케이블 TV tivi truyền hình cáp
- 욕조 bồn tắm
- 편안하다 thoải mái
- 아늑하다 ấm cúng
- 주변 xung quanh
- 경치 cảnh
- 감상하다 ngắm
- 야외 수영장 hồ bơi ngoài trời
- 전망 tầm nhìn, view
- 상대적으로 tương đối
- 저렴하다 rẻ

Q2. 최근에 투숙했던 호텔에 대해서 묘사하세요. 그 호텔은 어떤가요? 무엇을 봤나요?

Hãy miêu tả khách sạn gần đây bạn đã ở. Khách sạn đó như thế nào? Bạn đã thấy gì?

최근에 묵었던 호텔에 대해 말하겠습니다. 작년 여름에 저는 가족과 함께 베트남의 유명한 관광지인 다낭으로 휴가를 가서 5성급 호텔에 묵었습니다. 우리 방은 넓고 깨끗했으며 에어컨과 무료 영화를 볼 수 있는 케이블 TV 등의 시설이 완비되어 있었습니다. 게다가 그 방은 전망이 예뻐서 아침에는 침대에 누워서 아름다운 경치를 볼 수 있었습니다. 공항에서 호텔까지는 가깝기 때문에 이동하기가 편리했고 호텔에서 보낸 시간이 매우 만족스러웠습니다.

Tôi sẽ nói về khách sạn gần đây tôi đã ở. Vào mùa hè năm trước, tôi đã đi nghỉ mát với gia đình ở Đà Nẵng, địa điểm du lịch nổi tiếng của Việt Nam, và đã nghỉ lại ở một khách sạn 5 sao. Phòng của chúng tôi rộng rãi, sạch sẽ và có đầy đủ tiện nghi như máy điều hòa và tivi truyền hình cáp có thể xem phim miễn phí. Thêm nữa, phòng đó có tầm nhìn đẹp nên vào buổi sáng tôi có thể nằm trên giường ngắm nhìn phong cảnh rất đẹp. Do từ sân bay đến khách sạn gần nên việc di chuyển đã rất tiện lợi và tôi rất hài lòng về thời gian đã trải qua ở khách sạn.

Lưu ý của giáo viên

−하기가 ~ : danh từ hóa động từ, mang nghĩa 'việc ~'

이동하기가 어렵다	việc di chuyển khó khăn
집 마련하기가 쉽지 않다	việc mua nhà không dễ

Từ vựng

- 유명하다 nổi tiếng
- 관광지 địa điểm du lịch
- 묵다 nghỉ lại, ở lại
- 넓다 rộng rãi
- 깨끗하다 sạch sẽ

- 에어컨 máy điều hòa
- 시설이 완비되다 đầy đủ tiện nghi
- 게다가 thêm nữa
- 편리하다 tiện lợi

3. Thư viện
(도서관)

Đây là câu trả lời mẫu cho câu hỏi đột xuất thuộc chủ đề có tần suất ra đề cao. Hãy làm quen với nhiều câu hỏi và câu trả lời đa dạng để không bối rối dù gặp bất cứ câu hỏi nào.

Q1. 귀하 나라의 도서관을 묘사하세요. 도서관은 어떻게 생겼나요? 거기에서 무엇을 볼 수 있나요?

Hãy miêu tả thư viện ở nước của bạn. Thư viện trông như thế nào? Bạn có thể thấy gì ở đó?

베트남에는 도서관이 많이 없습니다. 주로 학교 도서관과 시립 도서관이 있습니다. 보통 도서관 입구에 안내 데스크가 있으며, 도서 위치를 안내하거나 처음 오는 사람들이 회원증을 발급받을 수 있도록 도와줄 사서가 있을 것입니다. 안내 데스크를 지나가면 책꽂이에서 알파벳순으로, 그리고 문학, 사회, 역사 등의 주제로 다양한 책들이 깔끔하게 배치되어 있는 것을 볼 수 있습니다. 그 밖에 도서관에는 사람들이 책을 읽거나 공부할 수 있는 무료 와이파이를 갖춘 공간도 있습니다. 또한 자료를 쉽게 검색할 수 있는 컴퓨터도 있습니다. 베트남의 도서관은 현대적이지 않지만 많이 좋아지고 있습니다.

Ở Việt Nam, thư viện không có nhiều. Chủ yếu có thư viện trường học và thư viện thành phố. Thường thì thư viện có quầy hướng dẫn tại lối vào thư viện, có thủ thư hướng dẫn vị trí sách hoặc giúp người mới đến lần đầu để có thể được cấp thẻ hội viên. Đi qua khỏi quầy hướng dẫn, có thể nhìn thấy rất nhiều sách được bố trí gọn gàng trên kệ sách theo thứ tự alphabet và theo chủ đề như văn học, xã hội, lịch sử v.v. Ngoài ra, trong thư viện cũng có khu vực để cho mọi người đọc sách hoặc học tập được trang bị wifi miễn phí. Hơn nữa có máy vi tính để có thể tìm tài liệu dễ dàng. Thư viện của Việt Nam không mang tính hiện đại nhưng đang trở nên tốt hơn nhiều.

Lưu ý của giáo viên

−적 : '−적'는 hậu tố làm tăng thêm nghĩa 'có tính chất đó', 'có liên quan đến cái đó', 'mang tính chất đó'.

Từ vựng

- 시립 도서관 thư viện thành phố
- 입구 lối vào, cửa vào
- 안내 데스크 quầy hướng dẫn
- 도서 위치 vị trí sách
- 안내하다 hướng dẫn
- 회원증 thẻ hội viên
- 발급받다 được cấp
- 사서 thủ thư
- 지나가다 đi qua
- 책꽂이 kệ sách

- 알파벳순으로 theo thứ tự alphabet
- 문학 văn học
- 사회 xã hội
- 역사 lịch sử
- 깔끔하게 gọn gàng
- 배치되다 được bố trí
- 무료 miễn phí
- 와이파이 wifi
- 갖추다 trang bị, có
- 현대적이다 (mang tính) hiện đại

Q2. 과거의 도서관에 대해 말해 줄 수 있나요? 오늘날의 도서관과 어떻게 다른가요?

Bạn có thể nói cho tôi nghe về thư viện trong quá khứ không? Nó khác với thư viện bây giờ thế nào?

과거에는 베트남의 도서관이 지금처럼 좋지 않았습니다. 첫 번째, 전에는 도서관에 컴퓨터가 설치되어 있지 않았기 때문에 책의 위치를 찾으려면 사서에게 물어보거나 책장에서 찾아봐야 했습니다. 지금은 도서관에 가면 도서관에 있는 컴퓨터를 이용해서 빌리고 싶은 책이 있는지 없는지, 있다면 위치가 어디인지를 확인할 수 있습니다. 두 번째, 전에는 전자 도서가 없었는데 현재는 도서관 홈페이지를 통해 전자책을 빌려 집에서 편하게 읽을 수 있습니다. 도서관 이용은 과학기술의 발달과 함께 편리해졌다고 생각합니다.

Trong quá khứ, thư viện của Việt Nam đã không tốt như bây giờ. Thứ nhất, trước đây trong thư viện không được lắp đặt máy vi tính nên nếu muốn tìm vị trí sách thì phải hỏi thủ thư hoặc tìm ở kệ sách. Bây giờ thì khi đến thư viện, tôi có thể dùng máy vi tính ở thư viện để kiểm tra sách mà tôi muốn mượn có hay không, nếu có thì vị trí ở đâu. Thứ hai, trước đây không có sách điện tử nhưng hiện nay tôi có thể mượn sách điện tử thông qua trang chủ của thư viện và đọc một cách thoải mái ở nhà. Tôi nghĩ việc sử dụng thư viện đã trở nên tiện lợi hơn cùng với sự phát triển của khoa học kỹ thuật.

Lưu ý của giáo viên

–(으)려면 :

(1) Vĩ tố liên kết thể hiện ý nghĩa 'nếu muốn thực hiện ý định nào đó'.

(2) Vĩ tố liên kết thể hiện ý nghĩa 'để một việc giả tưởng nào đó trở thành hiện thực'.

Từ vựng

- 설치되다 được lắp đặt
- 전자 도서 sách điện tử, ebook
- 홈페이지 trang chủ
- 편하게 một cách thoải mái
- 과학기술 khoa học kỹ thuật
- 발달 sự phát triển

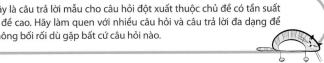

Đây là câu trả lời mẫu cho câu hỏi đột xuất thuộc chủ đề có tần suất ra đề cao. Hãy làm quen với nhiều câu hỏi và câu trả lời đa dạng để không bối rối dù gặp bất cứ câu hỏi nào.

Q1. 귀하의 나라에서는 사람들이 컴퓨터나 휴대용 기기를 많이 사용하나요? 사람들이 자주 사용하는 기기는 무엇인가요? 그 기기는 무엇이 유용한가요?

Ở nước của bạn, người ta có sử dụng máy vi tính hoặc thiết bị cầm tay nhiều không? Người ta thường sử dụng thiết bị gì? Thiết bị đó có gì hữu dụng?

베트남에서 베트남인이 가장 많이 사용하는 기기는 스마트폰과 노트북입니다. 이 2가지 유용한 기기는 일, 공부, 그리고 오락에 많은 도움을 줍니다. 사람들은 스마트폰을 사용하여 친척과 친구들에게 연락하거나 외출하기 전에 교통 상황과 지도를 확인합니다. 대중교통을 이용할 때 또는 한가할 때는 스마트폰으로 뉴스를 보거나 음악을 듣습니다. 그리고 노트북으로 어디서든 일하거나 집에서 온라인으로 공부하기도 합니다. 요즘은 영화를 감상하거나 뉴스를 볼 때도 TV보다는 노트북을 사용하기도 합니다. 최근에는 스마트폰과 노트북은 많은 사람들의 삶에 없어서는 안 될 필수품이 되었습니다.

Ở Việt Nam, thiết bị mà người Việt Nam sử dụng nhiều nhất là điện thoại thông minh và máy vi tính xách tay. Hai thiết bị hữu dụng này giúp ích rất nhiều cho công việc, việc học cũng như việc giải trí. Người ta sử dụng điện thoại thông minh liên lạc với người thân và bạn bè hoặc kiểm tra tình hình giao thông và bản đồ trước khi đi ra ngoài. Khi sử dụng giao thông công cộng hoặc khi rỗi, người ta xem tin tức hoặc nghe nhạc bằng điện thoại thông minh. Và làm việc ở bất kỳ đâu hoặc học online ở nhà bằng máy vi tính xách tay. Dạo này thì khi thưởng thức phim hoặc xem tin tức, người ta sử dụng máy vi tính xách tay hơn TV. Gần đây, điện thoại thông minh và máy tính xách tay đã trở thành đồ dùng thiết yếu không thể thiếu trong cuộc sống của nhiều người.

Lưu ý của giáo viên

~ 없어서는 안 되다 : không thể thiếu, không có thì không được

Từ vựng

- 스마트폰 điện thoại thông minh
- 노트북 máy vi tính xách tay
- 유용하다 hữu dụng
- 오락 việc giải trí
- 외출하다 đi ra ngoài
- 교통 상황 tình hình giao thông
- 지도 bản đồ
- 확인하다 kiểm tra, xác nhận
- 대중교통 giao thông công cộng
- 이용하다 sử dụng, lợi dụng
- 한가하다 rỗi
- 온라인으로 공부하다 học online, học trực tuyến

Q2. 기술은 시간이 지남에 따라 바뀔 것입니다. 과거와 현재의 기술 중 한 가지를 말해 보세요.

Công nghệ sẽ thay đổi theo thời gian. Hãy nói về một công nghệ của quá khứ và hiện tại.

기술은 세월이 흐르면서 많이 달라졌습니다. 휴대폰을 예로 들겠습니다. 약 20년 전 휴대폰은 단지 전화나 문자로 친척과 친구들에게 연락하기 위한 수단이었을 뿐입니다. 그리고 사람들은 휴대폰으로 간단한 게임을 했습니다. 그러나 10년 전쯤 스마트폰이 등장한 이후 많은 것이 달라졌습니다. 사람들은 스마트폰으로 페이스북이나 인스타그램과 같은 SNS를 사용하고 유튜브와 같은 애플리케이션으로 음악이나 영화 감상을 할 수 있습니다. 그리고 전자 도서로 독서, 온라인 공부를 하거나 내비게이션으로 길 찾기 등 많은 일들을 할 수 있게 되었습니다. 미래에는 스마트폰이 갈수록 발전되어 우리 삶이 더 편리해질 것이라고 생각합니다.

Công nghệ đã thay đổi nhiều theo thời gian. Tôi sẽ lấy điện thoại di động làm ví dụ. Khoảng 20 năm trước đây, điện thoại di động chỉ là phương tiện để liên lạc với người thân và bạn bè bằng điện thoại hoặc tin nhắn. Và người ta đã chơi các game đơn giản bằng điện thoại di động. Nhưng sau khi điện thoại thông minh xuất hiện cách đây khoảng 10 năm, nhiều thứ đã thay đổi. Người ta có thể sử dụng mạng xã hội như Facebook hay Instagram và nghe nhạc hoặc xem phim trên ứng dụng như YouTube bằng điện thoại thông minh. Và người ta cũng có thể làm nhiều việc như đọc sách điện tử, học trực tuyến, hoặc tìm đường bằng thiết bị định vị v.v. Tôi nghĩ trong tương lai, điện thoại thông minh sẽ ngày càng được phát triển và cuộc sống của chúng ta sẽ trở nên tiện lợi hơn.

Lưu ý của giáo viên

~을/를 예로 들다 : lấy ~ làm ví dụ

단지 ~ㄹ/을 뿐이다 : chỉ ~ (thôi)

Từ vựng

- 수단 phương tiện
- 간단하다 đơn giản
- 등장하다 xuất hiện
- SNS mạng xã hội
- 애플리케이션 ứng dụng

- 전자 도서 sách điện tử
- 길 찾기 (việc) tìm đường
- 발전되다, 업그레이드되다 được phát triển
- 삶 cuộc sống
- 편리하다 tiện lợi

Đây là câu trả lời mẫu cho câu hỏi đột xuất thuộc chủ đề có tần suất ra đề cao. Hãy làm quen với nhiều câu hỏi và câu trả lời đa dạng để không bối rối dù gặp bất cứ câu hỏi nào.

Q1. 인터넷을 이용해서 무엇을 합니까? 그것을 왜 하나요?

Bạn sử dụng internet để làm gì? Vì sao bạn làm việc đó?

저는 인터넷을 이용해서 필요한 정보를 많이 검색합니다. 저는 해외여행을 좋아하기 때문에 웹사이트에 접속하여 여행정보를 검색합니다. 여행 계획을 세울 때 인터넷에서 여행지 정보, 관광지로의 이동 방법, 그리고 관광객들이 추천하는 맛집, 호텔 후기 등을 확인합니다. 그 밖에 인터넷을 이용하여 동물, 문화, 역사 등 제가 궁금하거나 알아보고 싶은 주제에 대해도 검색합니다. 그리고 한가할 때 인터넷을 이용하여 SNS를 하거나 '넷플릭스'로 영화를 보거나 '유튜브'에서 음악을 듣습니다.

Tôi sử dụng internet tra cứu nhiều thông tin cần thiết. Vì tôi thích du lịch nước ngoài nên tôi truy cập các trang web để tra cứu thông tin du lịch. Khi lập kế hoạch đi du lịch, tôi tìm thông tin về địa điểm du lịch, cách di chuyển đến điểm tham quan, và xem quán ăn ngon mà khách du lịch giới thiệu, xem đánh giá về khách sạn v.v... trên internet. Ngoài ra, tôi cũng sử dụng internet để tìm thông tin về các chủ đề mà tôi thắc mắc hoặc muốn tìm hiểu như động vật, văn hóa, lịch sử v.v. Và khi rảnh rỗi thì tôi dùng internet để chơi mạng xã hội hoặc xem phim bằng 'Netflix' hoặc nghe nhạc trên 'Youtube'.

Lưu ý của giáo viên

~을/를 이용해 ~하다 : dùng ~ để ~

Từ vựng

- 검색하다 tra cứu
- 해외여행 du lịch nước ngoài
- 접속하다 truy cập
- 여행정보 thông tin du lịch
- 검색하다 tra cứu, tìm kiếm (trên internet)
- 계획을 세우다 lập kế hoạch
- 정보 thông tin
- 이동 방법 cách di chuyển

- 추천하다 giới thiệu, đề cử
- 맛집 quán ăn ngon
- 후기 đánh giá, review
- 동물 động vật
- 문화 văn hóa
- 역사 lịch sử
- 궁금하다 thắc mắc
- 알아보다 tìm hiểu

Q2. 시간이 흐르면서 인터넷은 많은 변화를 겪었습니다. 옛날에 인터넷이 어땠는지 이야기해 보세요. 현재 인터넷은 어떻습니까?

Internet đã có nhiều sự biến đổi theo dòng thời gian. Bạn hãy thử nói internet ngày trước thế nào. Hiện nay thì internet như thế nào?

인터넷은 시간이 지나면서 많이 변한 것 같습니다. 과거에는 베트남의 인터넷 속도가 지금처럼 빠르지 않았고 자주 연결이 끊겼습니다. 하지만 지금은 인터넷 환경이 더 빠르고 안정적입니다. 약 20년 전만 해도 인터넷에서 가장 인기 있었던 것은 이메일이었으며, 웹사이트도 몇 개 있었지만 콘텐츠가 풍부하지 않았고 SNS도 없었습니다. 하지만 요즘은 웹사이트가 매우 다양하고 콘텐츠도 풍부해졌으며, SNS가 발달되면서 그 어느 때보다 정보를 쉽고 빠르게 전달할 수 있습니다. 오늘날에는 인터넷 접속<u>만으로도</u> 국내와 해외의 뉴스를 즉시 업데이트할 수도 있습니다.

Có lẽ internet đã thay đổi rất nhiều theo thời gian. Trước đây, tốc độ internet ở Việt Nam không nhanh như bây giờ và hay bị mất kết nối. Nhưng bây giờ thì môi trường internet nhanh và ổn định hơn. Chỉ khoảng 20 năm trước đây thôi, trên internet, cái được yêu thích nhất là email, cũng có một vài trang web nhưng nội dung không phong phú và mạng xã hội cũng chưa có. Nhưng hiện nay thì các trang web vô cùng đa dạng, nội dung cũng phong phú, mạng xã hội phát triển và đồng thời có thể truyền đạt thông tin dễ dàng và nhanh chóng hơn bao giờ hết. Ngày nay, chỉ với việc truy cập internet cũng có thể cập nhật tin tức trong nước và nước ngoài ngay lập tức.

Lưu ý của giáo viên

Danh từ + **만으로도** : chỉ với việc, chỉ bằng việc ~

- □ 변하다 thay đổi
- □ 속도 tốc độ
- □ 연결이 끊기다 bị mất kết nối
- □ 안정적 ổn định
- □ 인기 있다 được yêu thích
- □ 콘텐츠 nội dung, content

- □ 풍부하다 phong phú
- □ 다양하다 đa dạng
- □ 발달 sự phát triển
- □ 그 어느 때보다 hơn bao giờ hết
- □ 전달하다 truyền đạt, truyền tải
- □ 즉시 ngay lập tức

6. Ẩm thực
(음식)

Đây là câu trả lời mẫu cho câu hỏi đột xuất thuộc chủ đề có tần suất ra đề cao. Hãy làm quen với nhiều câu hỏi và câu trả lời đa dạng để không bối rối dù gặp bất cứ câu hỏi nào.

Q1. 귀하의 나라에서 평소에 먹는 음식에 대해 이야기해 주세요. 어떤 요리가 인기 있나요?

Hãy nói về những món ăn thường ngày ở đất nước của bạn. Món ăn nào được yêu thích?

베트남은 쌀을 많이 생산하는 나라이기 때문에 베트남 사람은 주로 쌀로 만든 음식을 먹습니다. 그중에서 인기 있는 요리에 대해 말하겠습니다. 첫 번째, '퍼'입니다. '퍼'는 쌀가루로 만든 부드럽고 하얀 면의 '쌀국수'로 베트남 음식 중 가장 많이 알려진 면 요리입니다. 건강에 좋은 음식으로 낮은 칼로리와 담백한 맛이 대표적이며, 소고기 육수와 숙주나물에 새콤한 라임즙을 짜 넣어서 먹는 국수입니다. 두 번째, '분'입니다. '분'은 가늘고 길쭉한 국수도 있고 지름이 약 2mm 되는 긴 국수도 있습니다. 베트남 곳곳에서 쉽게 먹을 수 있는 요리로, 종류도 다양합니다. 가장 유명한 요리로는 베트남 중부 '후에' 지역의 '분보후에'가 있습니다.

Vì Việt Nam là nước sản xuất ra nhiều gạo nên người Việt Nam chủ yếu ăn thức ăn làm từ gạo. Tôi sẽ nói về món ăn được yêu thích trong số đó. Đầu tiên, đó là 'Phở'. 'Phở' là món sợi được biết đến nhiều nhất trong các món ăn Việt Nam với sợi bánh mềm và trắng được làm từ bột gạo. Đó là món ăn tốt cho sức khỏe với mức calory thấp và hương vị thanh đạm mang tính tiêu biểu, và được ăn bằng cách vắt nước chanh chua chua vào nước dùng thịt bò cùng giá đỗ. Thứ hai, đó là 'Bún'. 'Bún' thì có loại mỏng và hơi dài, cũng có loại dài với đường kính khoảng 2mm. Đây là một món ăn mà bạn có thể dễ dàng thưởng thức ở khắp Việt Nam, chủng loại cũng đa dạng. Món nổi tiếng nhất là 'Bún bò Huế' của Huế, khu vực nằm ở miền Trung Việt Nam.

Lưu ý của giáo viên

그중(에) : trong số đó

-중(에) : trong số ~, trong các ~

Từ vựng

- 쌀 gạo
- 생산하다 sản xuất
- 인기가 있다 được yêu thích
- 부드럽다 mềm
- 하얗다 trắng
- 면 요리 món sợi (như phở, mì, miến)
- 건강에 좋은 음식 món ăn tốt cho sức khỏe
- 담백하다 thanh đạm
- 대표적이다 mang tính tiêu biểu
- 소고기 육수 nước dùng thịt bò

- 숙주나물 giá đỗ
- 새콤하다 chua chua
- 짜다 vắt, nặn
- 가늘다 mỏng
- 길쭉하다 hơi dài, tương đối dài
- 지름 đường kính
- 곳곳에서 ở khắp (nơi)
- 종류 chủng loại, thể loại
- 다양하다 đa dạng

Q2. 어린 시절 먹었던 특별한 음식이나 요리에 대한 기억을 이야기해 주세요. 그 음식을 언제 어디에서 먹었나요? 그때의 일이 기억에 남는 이유를 자세히 설명해 주세요.

Hãy nói cho tôi nghe kí ức của bạn về thức ăn hoặc món ăn đặc biệt mà bạn đã ăn khi còn bé. Bạn đã ăn món ăn đó khi nào? Hãy giải thích chi tiết lí do mà bạn còn nhớ việc đó.

저는 어렸을 때 가족과 함께 호찌민 외곽에 살았습니다. 부모님이 한 달에 한 번 정도 시내로 갔는데 갔다오면 항상 '반바오'를 사 오셨습니다. 부모님은 보통 시내에서 밤 늦게 퇴근하셨는데 늦어도 꼭 저를 깨워서 '반바오'를 먹여주셨습니다. '반바오'는 밀가루 반죽 속에 다진 돼지고기와 메추리알을 넣고 김에 찌는 빵입니다. 저에게는 그 당시 먹은 '반바오'의 맛은 최고였고 먹어도 또 먹고 싶은 음식이었습니다. 빵을 봉지에서 꺼내면 김이 모락모락 올라오고 고소한 냄새도 났습니다. 부모님은 제가 맛있게 먹는 모습을 보면서 항상 흐뭇하게 미소를 지었습니다. 어린 시절에 먹은 빵의 맛과 부모님의 흐뭇한 미소를 아직도 잊을 수 없습니다.

Khi còn bé, tôi đã sống ở vùng ven của thành phố Hồ Chí Minh với gia đình. Bố mẹ tôi vào nội thành khoảng một tháng một lần, và khi trở về thì luôn luôn mua bánh bao. Bố mẹ tôi thường kết thúc công việc vào ban đêm ở trong thành phố rồi trở về nhà, nhưng dù về muộn cũng luôn đánh thức tôi dậy và cho tôi ăn bánh bao. Bánh bao là một loại bánh được làm bằng cách cho thịt lợn băm và trứng cút vào bột mì được nhào rồi hấp chín bằng hơi. Hương vị của bánh bao mà tôi ăn lúc đó tuyệt vời nhất và là món ăn mà tôi cứ muốn ăn mãi. Khi tôi lấy bánh bao ra khỏi túi đựng, khói bốc lên nghi ngút và mùi thơm ngon tỏa ra. Bố mẹ tôi luôn mỉm cười hạnh phúc khi nhìn tôi ăn một cách ngon lành. Tôi vẫn không thể quên được hương vị của chiếc bánh bao tôi đã ăn khi còn bé và nụ cười hạnh phúc của bố mẹ tôi.

Lưu ý của giáo viên

−아/어도 ∼하다 : dù ~ cũng ~

Từ vựng

- 외곽 vùng ven
- 시내 nội thành
- 깨우다 đánh thức
- 먹이다 cho ăn
- 밀가루 반죽
  bột mì được nhào, phần bột nhào bằng bột mì
- 다진 돼지고기 thịt lợn băm
- 메추리알 trứng cút
- 김 hơi, hơi nước

- 찌다 hấp
- 봉지 túi đựng, gói
- 꺼내다 lấy ra, kéo ra
- 모락모락 nghi ngút
- 고소하다 thơm ngon
- 냄새 mùi
- 흐뭇하게
  (một cách) hạnh phúc, (một cách) mãn nguyện
- 미소를 짓다 mỉm cười

Đây là câu trả lời mẫu cho câu hỏi đột xuất thuộc chủ đề có tần suất ra đề cao. Hãy làm quen với nhiều câu hỏi và câu trả lời đa dạng để không bối rối dù gặp bất cứ câu hỏi nào.

Q1. 귀하의 쇼핑 습관에 대해 말해 보세요. 얼마나 자주 쇼핑을 하나요? 보통 어디로 쇼핑하러 가고 무엇을 사나요? 그리고 누구와 같이 가나요?

Hãy nói về thói quen mua sắm của bạn. Bạn thường xuyên mua sắm ở mức độ nào? Thường đi mua sắm ở đâu và mua gì? Và thường đi với ai?

저는 보통 집 근처에 있는 '빈콤'이라는 쇼핑몰로 쇼핑을 하러 갑니다. 그곳은 대형 쇼핑몰이며, 의류, 신발, 가방을 판매하는 상점 외에도 영화관, 서점, 마트, 식당, 카페 등이 있습니다. 보통 한 달에 한 번씩 가서 화장품을 구입합니다. 쇼핑이 끝나면 쇼핑몰 내의 푸드코트에서 밥을 먹거나 커피를 마십니다. 그 쇼핑몰은 우리 집 근처에 있으며 무슨 상품이든 다 있기 때문에 거기서 쇼핑하는 것을 좋아합니다. 가끔은 혼자 쇼핑하러 가지만 보통은 친구들과 같이 갑니다.

Tôi thường đi mua sắm ở trung tâm mua sắm gần nhà tên là 'Vincom'. Đó là một trung tâm mua sắm lớn, ngoài các cửa hàng bán quần áo, giày dép, túi xách, còn có cả rạp chiếu phim, nhà sách, siêu thị, quán ăn và quán cà phê v.v. Tôi thường đi mua mĩ phẩm một lần một tháng. Sau khi mua sắm, tôi ăn cơm hoặc uống cà phê ở khu ăn uống trong trung tâm mua sắm. Trung tâm mua sắm đó gần nhà tôi và hàng hóa gì cũng có nên tôi thích mua sắm ở đó. Đôi khi tôi đi mua sắm một mình nhưng thường thì tôi đi với bạn tôi.

Lưu ý của giáo viên

Danh từ+(이)든 / 동사+든 : ~ gì cũng ~

Từ vựng

- 대형 lớn, quy mô lớn
- 의류 quần áo
- 신발 giày dép
- 가방 túi xách
- 판매하다 bán (hàng)
- 화장품 mĩ phẩm
- 구입하다 mua (hàng)
- 푸드코트 khu ăn uống, food court
- 상품 hàng hóa, sản phẩm

Q2. 가끔 사람들은 쇼핑을 하는 데 어려움을 겪습니다. 쇼핑할 때 어려움을 겪은 적이 있나요? 그 문제는 무엇이며, 어떻게 해결했나요? 상세히 이야기해 주세요.

Thỉnh thoảng, người ta hay gặp phải khó khăn khi mua sắm. Bạn đã từng gặp khó khăn khi mua sắm chưa? Vấn đề đó là gì và bạn đã giải quyết thế nào? Hãy kể chi tiết.

저도 쇼핑할 때 문제를 겪은 적이 있습니다. 한 달 전, 저는 혼자 집에서 가까운 쇼핑몰로 옷을 사러 갔습니다. 치마를 입어본 후 잘 어울려서 구매하기로 했습니다. 계산을 하기 위해 카운터에서 지갑을 열었을 때 은행 카드가 없어진 것을 알게 됐습니다. 주차장에서 옷 가게로 오는 길 어딘가에서 떨어뜨렸을지도 모른다는 생각이 들었습니다. 그래서 가게 직원에게 설명한 후, 오늘 내로 다시 결제하러 오겠다고 치마를 보관해 달라고 부탁했습니다. 그다음에 저는 쇼핑몰 근처에 있는 은행으로 가서 카드 분실 신고를 하고 새 카드를 바로 발급해 달라고 부탁했습니다. 다행히 당일에 카드가 발급되어 다시 쇼핑몰로 가서 그 치마를 샀고 푸드코트에서 맛있는 식사도 했습니다. 앞으로 이런 상황이 발생하지 않도록 은행 카드를 더 잘 보관해야겠다고 생각했습니다.

Tôi cũng đã từng gặp vấn đề khi mua sắm. Một tháng trước, tôi đã một mình đi đến trung tâm mua sắm gần nhà để mua quần áo. Sau khi mặc thử váy, tôi đã quyết định mua vì nó hợp với tôi. Nhưng khi mở ví để thanh toán ở quầy, tôi biết được thẻ ngân hàng của tôi đã bị mất. Tôi nghĩ có lẽ tôi đã làm rơi ở đâu đó trên đường từ bãi đỗ xe đến cửa hàng quần áo. Do đó, sau khi giải thích với nhân viên của cửa hàng, tôi đã nói sẽ đến lại để thanh toán trong ngày hôm nay và nhờ cô ấy bảo quản chiếc váy. Sau đó tôi đã đi đến ngân hàng ở gần trung tâm mua sắm để trình báo mất thẻ và nhờ họ cấp thẻ mới ngay. May mà thẻ được phát hành lại trong ngày, nên tôi đã quay lại trung tâm mua sắm mua chiếc váy đó và cũng ăn một bữa ngon tại khu ăn uống. Tôi nghĩ sau này tôi phải bảo quản thẻ ngân hàng của tôi tốt hơn để tình huống thế này không xảy ra nữa.

Lưu ý của giáo viên

(대상)에게 ~아/어 달라고 부탁하다/하다 : nhờ (ai đó làm việc gì đó) ~

Từ vựng

□ 문제를 겪다 gặp vấn đề	□ 보관하다 bảo quản
□ 입어보다 mặc thử	□ 부탁하다 nhờ
□ 어울리다 hợp	□ 분실 (sự) mất, thất lạc
□ 카운터 quầy	□ 신고하다 trình báo
□ 떨어뜨리다 làm rơi	□ 발급하다 cấp
□ 설명하다 giải thích	□ 상황 tình huống
□ 결제하다 thanh toán	□ 발생하다 xảy ra

8. Phương tiện giao thông
(교통수단)

Đây là câu trả lời mẫu cho câu hỏi đột xuất thuộc chủ đề có tần suất ra đề cao. Hãy làm quen với nhiều câu hỏi và câu trả lời đa dạng để không bối rối dù gặp bất cứ câu hỏi nào.

Q1. 귀하의 나라에서 사람들이 주로 이용하는 교통수단에 대해 말해보세요. 귀하는 어떤 교통수단을 주로 이용하나요?

Hãy nói về các phương tiện giao thông được sử dụng chủ yếu ở nước của bạn. Bạn chủ yếu sử dụng phương tiện giao thông nào?

베트남에서 주로 이용되는 교통수단은 오토바이, 자동차, 버스가 있습니다. 일반 사람들은 학교에 가거나 출근하기 위해 오토바이를 가장 많이 이용하고 경제적 여유가 있는 사람들은 자동차로 다닙니다. 요즘은 버스를 이용하는 사람들이 날이 갈수록 증가하고 있습니다. 베트남에도 하노이에 전철이 생기기는 했지만 생긴지 얼마 되지 않고 거리도 짧아서 아직 활성화 되어 있지는 않습니다. 저는 주로 오토바이를 이용합니다. 베트남은 대중교통이 많이 발달되어 있지 않아서 대중교통을 이용하는 것이 오히려 불편하기 때문입니다. 시내에서 출근할 때는 오토바이로 이동하는 것이 가장 저렴하고 편리합니다. 그리고 여행 갈 때는 주로 비행기나 고속 침대 버스로 이동합니다. 베트남의 많은 지역에도 편리한 지하철이 빨리 생겼으면 좋겠습니다.

Phương tiện giao thông được sử dụng chủ yếu ở Việt Nam có xe máy, xe ô tô, xe buýt. Người dân thường sử dụng xe máy nhiều nhất để đi học hoặc đi làm, còn những người có điều kiện kinh tế thì di chuyển bằng xe ô tô. Dạo này, người sử dụng xe buýt ngày một tăng. Ở Việt Nam cũng đã có tàu điện trên cao ở Hà Nội nhưng chưa được bao lâu và quãng đường cũng ngắn nên vẫn chưa nhộn nhịp lắm. Tôi chủ yếu sử dụng xe máy. Vì Việt Nam giao thông công cộng chưa phát triển nhiều nên sử dụng giao thông công cộng trái lại rất bất tiện. Việc di chuyển bằng xe máy rẻ và tiện nhất khi đi làm trong nội thành. Và khi đi du lịch, tôi thường di chuyển bằng máy bay hoặc xe buýt giường nằm tốc hành. Tôi mong là tàu điện ngầm thuận tiện sẽ nhanh chóng có mặt ở nhiều vùng của Việt Nam.

Lưu ý của giáo viên

날이 갈수록 ~ : ngày một ~

Từ vựng

□ 주로 chủ yếu

□ 오토바이 xe máy

□ 자동차 xe ô tô

□ 버스 xe buýt

□ 출근하다 đi làm

□ 경제적 여유가 있다
  có điều kiện kinh tế, dư dả về mặt kinh tế

□ 증가하다 tăng

□ 전철 tàu điện trên cao

□ 발달되다 phát triển

□ 불편하다 bất tiện

□ 시내 nội thành

□ 고속 침대 버스 xe buýt giường nằm tốc hành

□ 지하철 tàu điện ngầm

Q2. 어렸을 때부터 지금까지 대중교통 시스템은 어떻게 바뀌었나요?

Hệ thống giao thông công cộng đã thay đổi thế nào từ khi bạn còn nhỏ cho đến bây giờ?

제 생각에 베트남의 대중교통 시스템은 제가 어렸을 때부터 많이 바뀌었습니다. 첫 번째, 제가 어렸을 때 살았던 호찌민시의 버스 노선은 많지 않았는데 현재 노선은 훨씬 더 많아졌습니다. 그리고 예전 버스정류장에는 버스 도착시간을 알려주는 표지판이 없었지만 지금은 표지판이 있어서 이용자들이 매우 편리하게 이용할 수 있습니다. 마지막으로, 현재 호찌민시에는 지하철이 건설되어 있어서 앞으로 많은 시민이 편리하게 지하철을 이용할 수 있을 것 같습니다.

Tôi nghĩ hệ thống giao thông công cộng của Việt Nam đã thay đổi rất nhiều kể từ khi tôi còn bé. Đầu tiên, không có nhiều tuyến xe buýt ở Thành phố Hồ Chí Minh, nơi tôi sống khi tôi còn bé, nhưng hiện nay đã có nhiều tuyến hơn. Và trước đây, trạm xe buýt không có biển chỉ dẫn cho biết giờ xe buýt đến, nhưng nay đã có biển báo nên người dùng có thể sử dụng rất tiện lợi. Cuối cùng, tàu điện ngầm hiện đang được xây dựng tại Thành phố Hồ Chí Minh nên sắp đến, nhiều người dân thành phố có thể sử dụng tàu điện ngầm một cách thuận tiện.

Lưu ý của giáo viên

~ㄹ/을 때부터 : kể từ khi, từ khi ~

Từ vựng
- 시스템 hệ thống
- 버스 노선 tuyến xe buýt
- 버스정류장 trạm xe buýt
- 알려주다 cho biết
- 표지판 biển chỉ dẫn
- 이용자 người dùng
- 건설되다 được xây dựng
- 앞으로 sắp đến
- 시민 người dân thành phố

9. Mùa và thời tiết
(계절과 날씨)

Đây là câu trả lời mẫu cho câu hỏi đột xuất thuộc chủ đề có tần suất ra đề cao. Hãy làm quen với nhiều câu hỏi và câu trả lời đa dạng để không bối rối dù gặp bất cứ câu hỏi nào.

Q1. 귀하 나라의 날씨가 어떤지 알려 주세요. 각각 다른 계절이 있나요? 보통 날씨가 어떤가요?

Hãy cho tôi biết thời tiết ở nước của bạn như thế nào. Có những mùa khác nhau không? Bình thường thì thời tiết như thế nào?

베트남은 남부지방과 북부지방의 날씨가 다릅니다. 북부지방은 한국과 마찬가지로 봄, 여름, 가을, 겨울의 사계절이 있습니다. 봄은 3월부터 5월까지이며, 날씨가 따뜻해지고 많은 종류의 꽃이 피며 봄비가 내립니다. 여름은 6월부터 8월까지이며, 날씨는 많이 덥습니다. 가을은 9월부터 11월까지 이어지며, 날씨는 서늘해지고 나뭇잎은 노랗고 빨갛게 단풍이 듭니다. 그리고 겨울은 12월부터 2월까지로 1년 중 가장 추운 계절인데 아쉽게도 눈이 없습니다. 반면에 남부지방은 건기와 우기밖에 없습니다. 건기는 11월에 시작되고 4월에 끝납니다. 그리고 우기는 5월부터 11월 초까지 지속됩니다. 남부지방과 북부지방의 날씨가 다르기 때문에 외국인은 베트남에 여행 오기 전에 날씨를 잘 확인해야 합니다.

Thời tiết ở miền Nam và miền Bắc Việt Nam khác nhau. Miền Bắc có bốn mùa xuân, hạ, thu, đông, giống với Hàn Quốc. Mùa xuân là từ tháng 3 đến tháng 5, thời tiết ấm lên, nhiều loại hoa nở và có mưa xuân. Mùa hè là từ tháng 6 đến tháng 8 và thời tiết rất nóng. Mùa thu kéo dài từ tháng 9 đến tháng 11, thời tiết se lạnh, lá cây chuyển sang màu vàng và đỏ. Và mùa đông là mùa lạnh nhất trong năm, từ tháng 12 đến tháng 2, nhưng thật tiếc là không có tuyết. Ngược lại, miền Nam chỉ có mùa khô và mùa mưa. Mùa khô bắt đầu từ tháng 11 và kết thúc vào tháng 4. Và mùa mưa kéo dài từ tháng 5 đến đầu tháng 11. Vì thời tiết ở hai miền Nam - Bắc khác nhau nên người nước ngoài trước khi du lịch Việt Nam phải kiểm tra thời tiết kỹ càng trước.

Lưu ý của giáo viên

〜와/과 마찬가지로 : giống với 〜

Từ vựng

- 남부지방 miền Nam
- 북부지방 miền Bắc
- 따뜻하다 ấm
- 종류 loại
- 꽃이 피다 hoa nở
- 봄비 mưa xuân

- 서늘하다 se lạnh, lành lạnh
- 나뭇잎 lá cây
- 반면에 ngược lại
- 건기 mùa khô
- 우기 mùa mưa
- 확인하다 kiểm tra, xác nhận

Q2. 나쁜 날씨는 종종 심각한 문제를 일으킵니다. 예를 들어 길이 침수되거나, 날씨가 춥거나 눈이 와서 회사가 문을 닫는 등 날씨로 인해 문제가 발생했던 때에 대해 말해 보세요. 나쁜 날씨가 심각한 문제를 일으켰을 때의 경험에 대해 상세히 이야기해 주세요.

Thời tiết xấu thỉnh thoảng gây ra những vấn đề nghiêm trọng. Hãy kể cho tôi nghe về lúc vấn đề xảy ra do thời tiết, ví dụ khi đường bị ngập nước hay thời tiết lạnh hoặc tuyết rơi nên công ty đóng cửa. Hãy kể cho tôi nghe chi tiết về kinh nghiệm của bạn khi thời tiết xấu gây ra vấn đề nghiêm trọng.

베트남 중부지방은 악천후로 많은 피해를 받습니다. 매년 태풍과 동북 계절풍으로 인해 자주 중부지방에 폭우가 내립니다. 우기는 보통 7월부터 11월까지 지속되며 1년에 평균 5~8번의 폭풍우가 중부지방을 강타합니다. 태풍이 몰아치면 끊임없이 폭우가 내려서 홍수가 나고 많은 사람들이 실종 또는 사망하기도 합니다. 그리고 많은 농장이 침수되어 야채와 과일이 썩고 돼지, 소, 닭, 오리 등 가축과 가금류가 질식해 죽습니다. 저는 하노이에 살고 있는데, 중부지방에 폭풍이 몰아칠 때마다 하노이도 영향을 받아서 오랫동안 비가 내리지만 중부지방처럼 큰 피해는 없습니다. 더 이상 중부지방에 폭풍이 몰아치지 않았으면 좋겠습니다.

Miền Trung của Việt Nam chịu nhiều thiệt hại bởi thời tiết khắc nghiệt. Hàng năm, những trận bão và gió mùa Đông Bắc thường gây nên những trận mưa lớn ở miền Trung. Mùa mưa bão thường kéo dài từ tháng 7 đến tháng 11 và trung bình mỗi năm có 5 đến 8 cơn bão ập vào miền Trung. Khi bão đổ vào thì mưa lớn không ngừng rơi, dẫn đến lũ lụt và nhiều người bị mất tích hoặc tử vong. Và nhiều nông trại bị ngập nên rau quả úng thối, gia súc gia cầm như lợn, bò, gà, vịt v.v… chết ngạt. Tôi đang sống ở Hà Nội mà mỗi khi bão vào miền Trung, Hà Nội cũng bị ảnh hưởng nên mưa kéo dài nhưng không có thiệt hại lớn như miền Trung. Tôi hi vọng các cơn bão sẽ không đổ vào miền Trung nữa.

Lưu ý của giáo viên

Cấu trúc '–(으)로 인해' được sử dụng nhiều dưới dạng '–(으)로' trong văn nói.

Từ vựng

□ 악천후 thời tiết khắc nghiệt	□ 사망하다 tử vong
□ 태풍 bão	□ 농장 nông trại
□ 동북 계절풍 gió mùa Đông Bắc	□ 침수되다 bị ngập
□ 폭우 mưa lớn	□ 썩다 úng thối
□ 강타하다 ập vào, đánh mạnh vào	□ 가축 gia súc
□ 몰아치다 đổ vào, dồn vào	□ 가금류 gia cầm
□ 끊임없이 không ngừng	□ 질식하다 ngạt
□ 실종 mất tích	

10. Giấy tờ tùy thân
(신분증)

Đây là câu trả lời mẫu cho câu hỏi đột xuất thuộc chủ đề có tần suất ra đề cao. Hãy làm quen với nhiều câu hỏi và câu trả lời đa dạng để không bối rối dù gặp bất cứ câu hỏi nào.

Q1. 귀하의 나라에는 신분증 종류가 많은가요? 신분증은 어떻게 생겼나요?
신분증을 묘사해 주세요.

Ở đất nước của bạn có nhiều loại giấy tờ tùy thân không? Giấy tờ tùy thân trông như thế nào? Hãy miêu tả giấy tờ tùy thân.

베트남의 신분증은 주민등록증, 운전면허증, 여권이 있습니다. 여권은 해외여행할 때 사용하며, 일상생활에서는 주로 주민등록증이나 운전면허증을 갖고 다닙니다. 주민등록증에 관해 이야기 **하도록** 하겠습니다. 주민등록증은 연한 파란색이며 은행 카드와 같은 재질입니다. 앞면에는 사진, 성명, 생년월일, 성별, 주소 등 개인 정보가 있습니다. 뒷면에는 가족들의 정보까지 확인할 수 있는 QR코드와 바코드가 있고 신분증 소유자의 지문이 있습니다. 신분증에는 많은 정보가 들어 있어서 편리하긴 하지만 분실하지 않도록 잘 보관해야 한다고 생각합니다.

Giấy tờ tùy thân của Việt Nam có căn cước công dân, giấy phép lái xe, hộ chiếu. Hộ chiếu thường sử dụng khi đi du lịch nước ngoài, còn trong cuộc sống hàng ngày mọi người chủ yếu mang theo căn cước công dân hoặc bằng lái xe. Tôi sẽ nói về căn cước công dân. Căn cước công dân có màu xanh nhạt và chất liệu giống thẻ ngân hàng. Mặt trước có thông tin cá nhân như ảnh, họ tên, ngày tháng năm sinh, giới tính, địa chỉ v.v. Mặt sau có QR code và Bar code có thể kiểm tra cả thông tin của thành viên gia đình; dấu vân tay của chủ sở hữu căn cước công dân. Trên căn cước công dân có nhiều thông tin nên tiện lợi nhưng tôi nghĩ phải bảo quản cẩn thận để không thất lạc.

Lưu ý của giáo viên

Động từ+하도록 하다 : Là cách diễn đạt thể hiện người nói có ý chí hoặc quyết tâm sẽ thực hiện hành động nào đó.

Từ vựng

- 신분증 giấy tờ tùy thân
- 주민등록증
  căn cước công dân, chứng minh thư
- 운전면허증 giấy phép lái xe
- 여권 hộ chiếu
- 일상생활 cuộc sống hàng ngày
- 재질 chất liệu
- 소유자 chủ sở hữu
- 지문 dấu vân tay
- 분실하다 thất lạc

Q2. 귀하의 나라에서 신분증은 무엇을 하기 위해 사용되나요? 신분증은 발급받기 어렵나요? 신분증 발급 과정에 관해 이야기해 주세요.

Ở đất nước của bạn giấy tờ tùy thân được dùng để làm gì? Việc cấp giấy tờ tùy thân có khó không? Hãy nói về quá trình cấp giấy tờ tùy thân.

신분증에는 주민등록증, 운전면허증, 여권이 있으며, 그중 주민등록증에 관해 이야기하겠습니다. 베트남에서의 주민등록증은 신분을 증명하는 목적 외에도 금융 정보가 들어 있어서 은행 카드 대신에 입출금 등의 은행 업무를 할 수 있습니다. 주민등록증 발급 신청은 과거에 비해 많이 간단해졌습니다. 발급 신청을 하기 위해서는 온라인 신청과 방문 신청이 있습니다. 방문 신청은 관할 경찰서에서 발급 신청서를 제출한 후 증명사진을 찍고 지문등록을 합니다. 특별한 문제가 없으면 8일 뒤에 주민등록증을 받을 수 있습니다.

Giấy tờ tùy thân có căn cước công dân, giấy phép lái xe, hộ chiếu, và tôi sẽ nói về căn cước công dân. Căn cước công dân của Việt Nam ngoài mục đích chứng minh nhân thân ra cũng chứa thông tin tài chính nên có thể làm các nghiệp vụ ngân hàng như nộp và rút tiền thay cho thẻ ngân hàng. Việc đăng ký cấp căn cước công dân đã trở nên đơn giản hơn nhiều so với trước đây. Để đăng ký cấp, có đăng ký trực tuyến và trực tiếp đến đăng ký. Đăng ký trực tiếp thì sau khi nộp đơn đăng ký cấp phát ở cơ quan công an có thẩm quyền sẽ chụp ảnh chứng minh và đăng ký dấu vân tay. Nếu không có vấn đề gì đặc biệt thì sau 8 ngày có thể nhận được căn cước công dân.

Lưu ý của giáo viên

Danh từ + 외에도 : ngoài (danh từ) ra cũng ~

Từ vựng

- □ 금융 정보 thông tin tài chính
- □ 발급 신청 việc đăng ký cấp
- □ 방문 신청 trực tiếp đến đăng ký
- □ 관할 경찰서 cơ quan công an có thẩm quyền
- □ 지문등록 đăng ký dấu vân tay